अभिप्राय

कथेची निर्मिती करण्याअगोदर कथेतील व्यक्ती लेखकाला अगोदर नजरेसमोर आल्या, त्यांचे एकमेकांशी संवाद बोलणं हे सर्व लेखकाला ऐकू आलं की, अस्सल माणूस कथा कादंबरीत हुबेहूब वाचकाला दिसतो आणि हे तंत्र आहे ते जयश्री कुलकर्णींपाशी आहे असे अनुमान त्यांच्या भयकथेवरून काढले तर ते वावगे ठरणार नाही.

'विपुल', जून २००९

सौ. जयश्री कुलकर्णी या गेल्या ३० वर्षांहून अधिक काळ लेखन करीत आहेत. भयकथाखेरीज इतरही वाङ्मयप्रकार त्यांनी हाताळले आहेत. त्यांच्या निवडक भयकथांचा हा संग्रह आहे. इतक्या प्रदीर्घ लेखनानंतर अर्थात त्यांच्या लेखनात सफाई आलेलीच आहे. सुरुवातीच्या काळात गृहपत्नीची कर्तव्ये सांभाळत त्यांनी हे विविध लेखन केले हे विशेष आहे. त्यातल्या त्यात भयकथेच्या क्षेत्रात स्त्री लेखिका अगदीच मोजक्या दिसतात. तेव्हा इतकी वर्षे सौ. जयश्री कुलकर्णी यांनी या प्रकारचे लेखन निष्ठेने केले त्याबद्दल त्या खासच कौतुकास पात्र आहेत.

या संग्रहातील कथांमध्ये, वातावरणात कथेचे जे नायक आहेत– ज्यांना आपण प्रोटोगॉनिस्ट म्हणू– त्यांच्यात खूपच विविधता आहे. बहुतेक सर्व कथा भयाचा ताण वाढवत वाढवत एका क्लायमॅक्सकडे नेण्यात यशस्वी झाल्या आहेत.

त्यातल्या त्यात 'मृत्यूचे दलाल' आणि 'केलं तुका अन् झालं माका' या दोन कथा मला खास उल्लेखनीय वाटतात.

नारायण धारप, जुलै २००६

विषवल्ली

जयश्री कुलकर्णी

मेहता पब्लिशिंग हाऊस

Please contact us at **Mehta Publishing House,** Pune 411030.
✆ +91 020-24476924 / 24460313 / Mob. No. 9545000513
Email : production@mehtapublishinghouse.com
Website : www.mehtapublishinghouse.com

- *या पुस्तकातील लेखकाची मते, घटना, वर्णने ही त्या लेखकाची असून त्याच्याशी प्रकाशक सहमत असतीलच असे नाही.*

VISHVALLI by JAYSHREE KULKARNI

विषवल्ली : जयश्री कुलकर्णी / गूढकथासंग्रह

Email : author@mehtapublishinghouse.com

प्रकाशक : सुनील अनिल मेहता, मेहता पब्लिशिंग हाऊस,
१९४१, सदाशिव पेठ, माडीवाले कॉलनी, पुणे – ४११०३०.

अक्षरजुळणी : पीसी-नेट, नारायण पेठ, पुणे– ४११०३०

मुद्रक : ट्रिनिटी ॲकॅडमी फॉर कॉर्पोरेट ट्रेनिंग लिमिटेड

मुखपृष्ठ : चंद्रमोहन कुलकर्णी

प्रकाशनकाल : ऑगस्ट, २००७ / पुनर्मुद्रण : जुलै, २०१७

किंमत : ₹ १६०

P Book ISBN 9788177668643
E Book ISBN 9789386745927
E Books available on : amazonkindle Apple Books Google Play Books

---

लेखिकेचे मनोगत

'विषवल्ली' हा माझा भयकथांचा दुसरा संग्रह वाचकांच्या हाती सोपवताना मी बऱ्याच अपेक्षा बाळगून आहे. माझ्या 'मांजराची सावली' या गूढकथांच्या पुस्तकाला वाचकांनी भरभरून प्रतिसाद दिला. मेहता पब्लिशिंग हाऊसतर्फे प्रकाशित झालेली माझी ही दोन्ही पुस्तके एकाच प्रकारची म्हणजे भयकथा/गूढकथा या प्रकारातली असली तरीही केवळ याच प्रकारच्या कथा लिहिणारी लेखिका अशी माझी प्रतिमा तयार होऊ नये यासाठीच मला आज थोडेसे माझ्याबद्दल सांगावेसे वाटते.

वयाच्या दहाव्या वर्षी माझी पहिली कथा नाशिकच्या साप्ताहिक गावकरीने प्रसिद्धीसाठी स्वीकारली. त्यानंतर मी सातत्याने विविध प्रकारचे लेखन करीत राहिले. त्यात कौटुंबिक आणि सामाजिक कथा, रहस्यकथा, मनोविश्लेषणात्मक कादंबरी, पर्यटन, वास्तुशास्त्र यासारख्या विषयावरील लेखमालिका आणि विविध विषयावरचे ललित आणि शास्त्रीय माहितीपर लेख यांचा अंतर्भाव आहे. माझ्या दृष्टीने प्रत्येक वेगळ्या प्रकारातील लेख वा कथा हा एकेक स्वतंत्र प्रयोगच होता. समाधानाची बाब अशी की या सर्वच साहित्याचा मराठीतील अनेक ख्यातनाम वृत्तपत्रांनी आणि नियतकालिकांनी प्रसिद्धीसाठी स्वीकार केला.

याच कालावधीत आणखी एक आव्हानात्मक प्रयोग म्हणून मी एक रहस्यकथा लिहून बघितली. 'बायकांना रहस्य सांभाळता येत नाही, तर त्या रहस्यकथा काय लिहिणार? पहिल्याच पानावर रहस्यस्फोट करून मोकळ्या होतील!'– हे कुणा अनामिकाने अर्धवट थट्टेत, टिंगलवजा शब्दात दिलेलं आव्हान मी गांभीर्याने घेतलं आणि मग पहिली रहस्यकथा छापून आल्यावर जवळजवळ साठ-सत्तर रहस्यमय कथा व कादंबऱ्या लिहून प्रसिद्ध केल्या; तरीदेखील मी स्वत:ला रहस्य-कथालेखिका या एकाच विशेषणाशी बांधून ठेवू इच्छित नाही.

कुठल्याच एका विशिष्ट लेखनविषयाशी बांधिलकी ठेवणं मला माझ्यापुरतं फारसं रुचलं नाही. मी अनेकविध प्रकारचे लेखन मुद्दाम हेतुत: करीत राहिले. स्वत:ला अजमावीत आले. अनुभवांना, विचारांना वेगळ्या रचनांमधून व्यक्त करीत राहिले.

लेखनामध्ये तोच तो पणा नसल्यामुळे माझं लेखन निदान माझ्यासाठी तरी कधीच कंटाळवाणं ठरलं नाही आणि नवीन काही करून पाहण्याचा या हव्यासातून आपल्याला फक्त अमुकच जमतं आणि वेगळं काही तितकसं जमत नाही, असा न्यूनगंडही कधी निर्माण झाला नाही.

खरंतर साहित्यक्षेत्रात आपली ओळख अमुक प्रकारातला 'स्पेशालिस्ट' म्हणून झालेली कित्येकदा सोयीची आणि फायद्याचीही ठरते. नाटककार, विनोदी लेखक, शृंगारकथांचे सम्राट, गंभीर किंवा तत्त्वचिंतनात्मक लिहिणारे विचारवंत, ग्रामीण जीवनाचे जाणकार, अनुवादक, विडंबनकार, पटकथालेखक अशी बिरूदं मिरवणं अनेकांच्या दृष्टीने अभिमानाचे ठरतं; अर्थात यात गैर काहीच नाही. आपल्याला रुचणाऱ्या पद्धतीने, आपले बलस्थान लक्षात घेऊन त्याच विविक्षित क्षेत्रात आपला ठसा उमटविला तर त्या, त्या क्षेत्रात सार्थ लौकिक व प्रतिष्ठा प्राप्त होऊ शकते.

मला मात्र साहित्याच्या विविध प्रकारांचा मागोवा घेत लिहायला आवडतं. विषयानुरूप वेगळ्या शैलीने मांडणी करण्याचं आव्हान पेलावसं वाटतं. जाणीवपूर्वक हे वेगळेपण सांभाळताना आपल्या कथावस्तूत कुठेही साचेबंदपणा येऊ न देण्याची किमया साधली की खूप आनंद होतो.

प्रामुख्याने कथा किंवा दीर्घकथा याच स्वरूपात मी पुष्कळसं लिखाण केलंय. अर्थात प्रांत अगदी वेगवेगळे. त्यातही रहस्यकथा आणि गूढकथा ही जुळी भावंडं म्हणता येतील. त्यांच्यात खूपच साम्य आहे. पण या दोन्ही प्रकारांचे तंत्र आणि मांडणी करताना वैचारिक भूमिका मात्र पूर्णपणे वेगळी असते. रहस्यकथा लिहिताना तर्कशुद्धतेवर भर द्यावा लागतो. कथेच्या शेवटापर्यंत संशयाचा काटा फिरत

राहण्यासाठी सतत अनपेक्षित घटना व प्रसंग सामोरे यायला हवेत; आणि तरीही त्या सर्व घटना शक्य कोटीतल्या, वास्तवाशी ईमान राखणाऱ्या हव्यात. प्रत्येक व्यक्तीच्या कृतीचे, घडणाऱ्या प्रसंगाचे सप्रमाण स्पष्टीकरण हवे.

गूढकथेत वा भयकथेत यातली काही बंधने थोडीशी शिथिल होऊ शकतात, अर्थात येथेही असंबद्ध असे काहीच घडत नसते; पण आपल्याला ज्ञात असणाऱ्या सृष्टीनियमांचे उल्लंघन शक्य असते. कथेतील घटनाक्रम दरवेळी रूढ तर्काच्या चौकटीतच सामावणारा असावा असा आग्रह नसतो. कथेतील पात्रांचे विचार व आचार कित्येकदा परंपरागत संकेतांना झुगारून अचानकपणे सामोरे येतात आणि वाचक स्तिमित, भयचकित होऊन जातो. यातच त्या कथेचे यश असते.

माझ्या प्रस्तुतच्या विषवल्ली या संग्रहातल्या कथा या दृष्टीने तुम्हाला कशा वाटतात ते आवर्जून कळवा. रसिक, चोखंदळ वाचकांच्या मार्मिक प्रतिक्रिया आणि सूचना नेहमीच स्वागतार्ह असतात. धन्यवाद!

– सौ. जयश्री कुलकर्णी

अनुक्रमणिका

विषवल्ली

दिवस ढळला होता. संध्याकाळ हळूहळू गडद होऊ लागली होती. क्षीण संधिप्रकाशात गावापासून दूर, एका उंचवट्यावर बसलेला तो चौसोपी वाडा धूसर दिसत होता. वाड्याच्या ओसरीवर एका आराम खुर्चीत विसावलेला निनाद आपल्याच विचारांच्या तंद्रीत हरवला होता. नुकताच बाहेरच्या स्वच्छ, मोकळ्या हवेत एक फेरफटका मारून तो आला होता. आल्यावर अंगणातल्या बागेत झाडांना पाणी देण्याचं काम त्याने स्वत: केलं होतं. आणि मग तो आराम-खुर्चीत येऊन बसला होता.

दोन महिन्यांपूर्वी त्याचे काका वारले आणि त्या वाड्याला कुणीच धनी उरला नाही. काका आणि त्यांचा म्हातारा नोकर हंबीर असे दोघेच जण कितीतरी वर्षांपासून त्या वाड्यात राहत होते. अहमदनगर शहरापासून पिंपळी हे खेडं तसं दूरच! त्यामुळे काकांचा नातेवाईकांशी संबंध तुटल्यापैकीच होता. काकांचे दोन भाऊ होते. त्यापैकी निनादचे वडील तेवढे हयात होते. त्यांचा एक मुलगा अमेरिकेत स्थायिक झाला होता आणि मुलगी कुठेतरी दिल्ली साइडला होती. त्यामुळे त्यांच्यापैकीही कुणाचा पिंपळी गावाशी व पर्यायाने काकांशी संबंध उरला नव्हता. त्यामुळे काका वारले तेव्हा सारे क्रियाकर्मांतर करण्याची जबाबदारी निनादच्या वडिलांवर येऊन पडली होती. पण ते संधिवाताने आजारी असल्यामुळे ती जबाबदारी निनादवर सोपवली होती. जाताना ते त्याला म्हणाले होते,

"आता तिथं जाशील तेव्हा त्या वाड्याला कुणी गिऱ्हाईक भेटतंय का याचा अंदाज घे. आपल्यापैकी कुणी तिथं जाऊन राहण्याची शक्यता नाही. वास्तू उगाच पडीक ठेवण्यापेक्षा पुढेमागे कुणा स्थानिक माणसाला विकलेलीच जास्त बरी!"

निनादने होकार भरला होता. पण प्रत्यक्षात जेव्हा तो वाड्यावर पोचला तेव्हा त्याला तो वाडा, भोवतालच्या रम्य परिसर, स्वच्छ मोकळी हवा; असं शहरात कधीही न सापडणारं मोकळं वातावरण फारच आवडलं होतं.

काका हयात असताना देखील त्या वाड्याचा बराचसा भाग बंदच होता. तेव्हा आता तो वाडा पुन्हा पूर्वीसारखा नांदता, जागता करावा असं निनादला वाटू लागलं. शहरात राहून तिथल्या बेकारीत वाढ करण्यापेक्षा इथं यावं, एखादा शेताचा तुकडा घ्यावा, वाड्याच्या मागे असलेल्या भल्या मोठ्या बखळीत आधुनिक पद्धतीने पोल्ट्रीफार्म काढावं असं स्वप्न तो रंगवू लागला.

वडिलांच्या आज्ञेप्रमाणे वाड्याला कुणी गिऱ्हाईक भेटतंय का याचा अदमास घेण्यासाठीही त्याने एक-दोघा जणांजवळ बोलणं काढलं होतं. पण सर्वांनीच त्या विषयाची टोलवा-टोलवीच केली होती. कुणी वाडा फार एका बाजूला आहे असं म्हणून विषयच बदलला होता, तर कुणी एवढा थोरला वाडा विकत घेण्याजोगी मातब्बर असामी गावात कुठली असणार? असं म्हणून हात झटकले होते. एकंदरीत याबाबत उत्सुकता दाखवणारी एकही व्यक्ती त्याला आढळली नव्हती.

निनादने शहरात परतल्यावर आपला मनोदय वडिलांना बोलून दाखवला, तेव्हा त्यांनी त्याला वेड्यात काढलं होतं. त्याचे दोघे वडील भाऊ मोठमोठ्या हुद्यांवर नोकरीला होते. दुकान थाटून व्यापार करावा असं त्यांचं मत होतं. त्या गावंढ्या गावाचा नाद त्याने सोडून द्यावा; त्यात पैसे आणि दिवस निष्कारण वाया घालवण्योखरीज अन्य निष्पन्न होणार नाही असं त्यांनी त्याला स्पष्टपणे बजावलं होतं.

पण निनादला ते पटलं नव्हतं आणि म्हणूनच लवकरच सवड काढून तो पुन्हा काकांच्या वाड्यावर हजर झाला होता. इथे येऊन त्याला आता ८-१० दिवस तरी झाले होते. पण अद्याप त्याच्या योजनेपैकी कशाचीही सुरुवात तो करू शकला नव्हता. विचारांच्या नादात ओसरीवर काळोख कधी पसरला ते त्याच्या लक्षातच आलं नाही. तेवढ्यात कंदील पेटवून हंबीर तेथे आला. मांजराच्या पावलांनी तो तिथे कधी आला ते देखील निनादला कळलं नव्हतं.

"हंबीर, ती पाठीमागची बखळ तुम्ही अशी ओसाड का ठेवलीय रे? केवढं रान माजलंय तिथे? समोर एवढी छान बाग लावलीयस आणि पाठीमागे..." निनादने हंबीरला विचारलं.

"धाकले मालक, आता मी झालो म्हातारा. या खालच्या चार खोल्यांची झाड-पूस करून पोटाला खायला करण्यात जीव टेकीला येतोय माझा. तरी पण वाड्याचा म्होरला भाग वंगाळ दिसाय नको म्हणून चार झाडं-झुडं लावलीत त्यात, आणि बखळीकडे कुटनं बगू?"

त्याचं उत्तर समर्पक आणि योग्य होतं. पण निनादला ते पटलं नाही. हंबीर आणि काका दोघेही म्हातारे झाले असले तरी चार गडी लावून मागची जागा साफसूफ करून घेणं त्यांना नक्कीच जमलं असतं.

"हंबीर, वयोमानाप्रमाणे तुझ्याने ते होणार नाही हे बरोबरच आहे. आता मीच ते काम करवून घेईन, तिथे पोल्ट्री टाकावी म्हणतोय." निनादने स्वतःचा विचार त्याला ऐकवला.

हंबीर चमकला. क्षण दोन क्षण तो तसाच रोखून निनादकडे पाहत राहिला. काहीतरी बोलण्यासाठी त्याची थोडी चलबिचल झालीसे वाटली. पण मग एकदम मान खाली घालून तो म्हणाला,

"जरा स्वयंपाकाचं बघतो."

आणि तडक चालताही झाला. निनादला त्याचा रागच आला. हंबीरचं सारंच वागणं त्याला रहस्यमय वाटत होतं. त्याचं ते पायाचा आवाज न करता चालणं, संध्याकाळच्या वेळी काहीतरी कारण सांगून अर्धापाऊण तास गायब होणं, कमी बोलणं, बोलता बोलता एकदमच अस्वस्थ होऊन गप्प बसणं सारं गूढ होतं. हा माणूस आपल्यापासून काहीतरी लपवून ठेवतोय असा त्याला संशय येऊ लागला होता. एकदम निनादच्या मनात काहीतरी कल्पना चमकून गेली आणि तो उठला. त्याने सरळ आपला मोर्चा स्वयंपाकघराकडे वळवला. शक्यतो आपली चाहूल लागू न देता तो स्वयंपाकघराच्या दारात उभा राहिला. त्याची कल्पना बरोबर ठरली. आत हंबीर नव्हता. निनाद आत गेला आणि खिडकीतून त्याने बाहेर पाहिले. हंबीर पाठीमागच्या त्या रिकाम्या बखळीकडे घाईने चालला होता. परसदारापासून पन्नास एक पावलांवर एक पडीक भिंत होती. तिचा खालचा फूटभर भाग तेवढा शाबूत होता. किती तरी ठिकाणी भिंत ढासळल्याने पलीकडे सहज जाणं शक्य होतं. पण पलीकडे चांगले पुरुषभर उंचीचं रान माजलं होतं. त्यात एक छोटीशी पाऊलवाट तयार झाली असावी. कारण भिंतीपलीकडे गेलेला हंबीर त्या गवतातून विनायास चालत होता. त्याच्या हातात काहीतरी असावं असंही निनादला वाटलं. काही क्षणातच तो दिसेनासा झाला. बहुधा त्या पाऊल वाटेने वळण घेतलं असावं.

निनादने एक सुस्कारा सोडला. आपल्याला काहीतरी थाप मारून हंबीर या बखळीकडेच रोज जात असावा काय? पण त्या अस्ताव्यस्त वाढलेल्या रानात तो कशासाठी जाणार? इथे काहीतरी पाणी मुरते आहे असं निनादला वाटलं आणि त्याच क्षणी त्याने निर्णय घेतला की हंबीरच्या नकळत एकदा या बखळीकडे जाऊन यायचंच.

आणि तशी संधी त्याला लवकरच मिळाली. दुपारचं जेवण झाल्यावर हंबीर वामकुक्षीसाठी आडवा झाला. आणि ती संधी साधून निनाद बाहेर सटकला. घाईने परसदारचं अंगण ओलांडून त्याने पडक्या भिंतीच्या पलीकडे पाऊल टाकलं. आणखी एक पाऊल! आणि मग विजेच्या वेगाने त्याला तो बदल जाणवला.

एखाद्या भरलेल्या सभेत कुणा आगंतुकाने येऊन विक्षेप आणावा आणि साऱ्या सभेने नापसंतीदर्शक नजरा त्याच्यावर रोखाव्यात तसं त्याला वाटलं. आपल्या आगमनासरशी ती निर्जन बखळ एकदम स्तब्ध बनली आहे, तिथल्या प्रत्येक झुडपाला–गवताला डोळे फुटून ते हजारो डोळे आपल्यावर रोखले गेले आहेत असा विचित्र भास त्याला झाला. एखाद्या चित्रासारखं सारं तटस्थ झालं होतं. लांबवर पसरलेल्या गवताचं एकही पातं किंवा झुडपाचं एकही पान हलत नव्हतं. तिथून निघून जावं असं निनादला एकदम तीव्रतेने वाटलं. पण त्याची उत्सुकता प्रखर होती. सहजच त्याने मान वळवून मागे वाड्याकडे पाहिलं आणि तो हादरलाच. वाड्यापासून तो जेमतेम १०० पावलांवर उभा होता. पण त्याला आता तो वाडा कितीतरी दूर असल्यासारखा दिसत होता. पाण्यात पडलेल्या प्रतिबिंबासारखी वाड्याची प्रतिमा त्याला धूसर वाटत होती आणि हेलकावत असलेली दिसत होती. जणू कुठल्यातरी वेगळ्याच जगातून तो तिकडे पाहत होता. आश्चर्याने त्याने खांदे उडवले आणि तो पुढे चालू लागला.

आता आसपासचं गवत अधिक उंच आणि दाट होत चाललं होतं. आणि मग एकाएकी त्याच्या लक्षात आलं, आपण बराच वेळ झाला चालतोच आहोत पण समोरची वाट काही संपत नाही. त्याने सहज मान वळवली आणि तो दचकला. मागच्या पाऊल वाटेवर आता रानझुडपं होती. आता नुकतीच उभी राहिल्यासारखी. त्याच्यामागे पाऊलभर अंतर सोडून ! त्याने पुन्हा समोर पाहिलं आणि त्याचा घसा कोरडा पडला. समोरची वाटही आता झुडपांमुळे बंद झाली होती. आता त्याच्या चारही बाजूंनी उंचच उंच झुडपं होती. आपण घेरले गेलो आहोत, कोंडले गेलो आहोत हे निनादच्या लक्षात आलं. पुढच्याच क्षणी ती झुडपं चारही बाजूंनी आक्रमकपणे त्याच्या अंगावर चाल करून आली. संताप, द्वेष, तिरस्कार आणि सूड या भावनांचा प्रचंड उद्रेक जणू त्यांच्यातून निनादवर प्रक्षेपित होत होता. हाणा-मारा ठेचा असा नि:शब्द हल्लकल्लोळ त्याला जाणवत होता. त्याच्या मनावरच प्रतिबिंबित होत होता. आणि मग एका क्षणी ती सारी झुडपं त्याच्या शरीराला भिडली. अग्निज्वाळांनी शरीराचा भडका व्हावा तशा वेदना निनादला झाल्या. खूप मोठ्याने किंचाळावं असं त्याला वाटत होतं. पण त्याची जीभ टाळूला चिकटली होती. वेदनांची परिसीमा आणि भयाचा अतिरेक यामुळे निनादला घेरी आली. पडताना त्याचे तोंड साहजिकच आकाशाकडे झाले. ओठातून अंगावर येणाऱ्या तृणपात्यांच्या गर्दीतून त्याला सूर्यबिंबाचे दर्शन झालं. प्रथम अगदी धूसर ! पण तेवढ्यानेही त्याच्या मेंदूवर भयाने आलेले जाड पटल दूर सरलं. आपण कोण, इथे कशासाठी आलो, काकांचा वाडा, त्यांचा नोकर हंबीर सारं काही त्याला आठवलं, त्याच्या जाणिवा परत आल्या. त्याच्या जगाशी

त्याला बांधून ठेवणारा स्मृतींचा बळकट पाश त्याला मागे खेचू लागला आणि मग एकाएकी सारं दृश्यच पालटले.

अंगावर झेपावलेले ते रानगवत एकदम बाजूला झालं. आपण पाऊलवाटेवर आडवे पडलो आहोत आणि वर सूर्यबिंब प्रखर तेजाने तळपत आहे असं त्याला दिसलं. तो चटकन उठला. अंगाला, कपड्यांना लागलेली माती झटकीत उभा राहिला. आता पूर्ववत सगळीकडे स्तब्धता नांदू लागली होती, पण त्या स्तब्धतेतही सूडभावनेचा केवढा प्रचंड विखार होता. पण आता निनादचे धैर्य परत आले होते. घाबरून मागे परतण्याची त्याची इच्छा नव्हती. मघाशी त्यांनी त्याला अगदीच बेसावध गाठलं होतं. "त्यांनी?" म्हणजे कुणी? या निरुपद्रवी रानझुडपांनी? छे ! स्वत:च्याच मनाने विचारलेल्या ह्या प्रश्नाचं उत्तर निनादला देता आलं नाही.

कुणाची तरी तीव्र नापसंती आणि प्रचंड विरोध याचं दडपण आलेलं असतानाही तो आणखी पुढे जाऊ लागला. पण थोड्याच वेळात कमालीच्या दुर्गंधीने त्याला पुढे जाणंच अशक्य झालं. मनात कितीही उत्सुकता असली तरी आता एक पाऊलही पुढे टाकणं शक्य नव्हतं. त्याने तेथूनच टाचा उंचावून समोर पाहण्याचा प्रयत्न केला. दाट गवताच्या मागून एका खोपटाचं छप्पर तेवढं दिसत होतं. नाइलाज होऊन निनाद परत निघाला.

तो वाड्यात आला तेव्हा हंबीर अस्वस्थपणे ओसरीवर फेऱ्या मारत होता. निनादला पाहताच त्याने थबकून आपली शोधक नजर त्याच्यावर रोखली. त्याचा घामेजलेला, थकलेला, थोडा घाबरलेला चेहरा त्याला बरंच काही सांगून गेला असावा. कारण फटकन त्याने विचारलं, "धाकले मालक, तुम्ही बखळीकडे गेला होता?"

त्याचा तो प्रश्न निनादला उद्धटपणाचा वाटला. त्याला उत्तर देण्याची काहीही आवश्यकता त्याला वाटली नाही. हंबीरकडे दुर्लक्ष करून तो आरामखुर्चीत बसला आणि त्याने खिशातून सिगारेटचे पाकीट काढलं.

"मालक, पुन्हा तिकडे जायचं धाडस करू नका." हंबीरच्या स्वरात अधिकार होता.

"का? तू तिथे काही धन वगैरे पुरून ठेवलंयस की काय?" निनादने कुत्सितपणे विचारलं.

गर्रकन वळून हंबीरने त्याच्याकडे पाहिले. त्याचे ते वाक्य हंबीरला झोंबलं असावं.

"ती जागा वंगाळ आहे मालक. तिथे जाऊ नका पुन्हा." तो आता अजीजीने म्हणाला.

"मग तू कसा जातोस?" निनादने सरळ सरळ प्रश्न केला.

हंबीरची थोडी चलबिचल झाली. "तुम्ही शिकलेली माणसं आम्ही काही सांगितलं तर विश्वास ठेवाल?" त्याने म्हटलं आणि तो निघून गेला. निनाद तो गेला त्या दिशेला पाहत स्वत:शीच विचार करू लागला. त्या बखळीत खरोखर काय असावं? आपल्याला जो अनुभव आला, तो खरा होता की सारे आपल्या कमकुवत मनाचे

खेळ होते? दुपारच्या उन्हाने आपल्याला घेरी आली की तिथे काही अन्य प्रकार होता? असा काही अमानवी, अघोरी प्रकार अस्तित्वात असतो? या भोळसट लोकांप्रमाणे आपणही असल्या भाकडकथांवर विश्वास ठेवायचा? मनातल्या विचारांचा गोंधळ त्याला असह्य झाला आणि मोकळ्या हवेवर फिरण्यासाठी म्हणून तो बाहेर पडला.

दुसऱ्या दिवशी निनाद हंबीरच्या पाळतीवरच होता. दिवसभर काहीच घडलं नाही. घडेल अशी त्याची अपेक्षाही नव्हती. कातरवेळ झाली आणि हंबीर पाठीमागच्या दाराने बाहेर पडला. त्याच्या हातात झाकलेलं एक ताट होतं. पडकी भिंत ओलांडून तो पुढे गेलेला निनादने पाहिला. मग मुद्दामच चार-दोन मिनिटं त्याने जाऊ दिली. नंतर तोही बाहेर पडला. खबरदारी म्हणून त्याने हातात टॉर्च ठेवली होती. आज पूर्ण सावध राहायचं त्याने ठरवलं होतं. परसदाराचं अंगण ओलांडून तो पडक्या भिंतीपाशी गेला आणि त्याने पलीकडे पाऊल टाकलं. दोनच पावलं! आणि त्याला तो भयानक बदल जाणवला. एका भयानक काळ्या विवरात जणू त्याने प्रवेश केला होता. त्याने तिथे अनाधिकाराने केलेला प्रवेश 'त्यांना' जणू अजिबात रुचला नव्हता. क्रूर, खूनशी भावनांनी तिथलं वातावरण एवढं स्फोटक बनलं होतं की निनादच्या मनावर त्याचं केवढंतरी दडपण आलं. सद्भावनांचा, सद्विचारांचा, तिथल्या वातावरणात लवलेशही नव्हता. त्या खुनशीपणाच्या ओझ्याखाली निनादचं मन पार चुरमडून जाऊ लागलं. पायात मणा-मणाच्या बेड्या असाव्यात तसा निनाद एकेक पाऊल मोठ्या कष्टाने पुढे टाकू लागला. टाचणी पडली तरी आवाज होईल इतकी ताणलेली, जीवघेणी स्तब्धता सर्वत्र पसरली होती.

एकाएकी त्या रानगवतात सळसळ सुरू झाली. वाऱ्याने झालेली ती नैसर्गिक हालचाल नव्हती. सारी रानझुडपे शिस्तबद्धपणे एकदा पुढे आणि एकदा मागे झुकत होती. केस मोकळे करून कुणीतरी मागे-पुढे घुमत राहावं तसं!'' ''ल्हाल्हा'' शब्द करणारी ती प्रचंड सळसळ, झुडपांची ती अनैसर्गिक हालचाल निनादने डोळे विस्फारून पाहिली. थोडावेळ त्याच्या चेहऱ्यावर आश्चर्य, भीती दिसत होती. पण मग क्षणाक्षणाला त्याचा चेहरा पालटत गेला. त्याचे नेत्र हिंस्र बनले. ओठांचे कोपरे कुत्सित हास्याने वक्र झाले. नाकपुड्या फुलल्या. मुठी आवळल्या गेल्या. डोळ्यांत एक प्रकारची वेडाची लहर उसळली आणि मग एकाएकी तो पिसाट बनला. क्रूर भावनांनी तो उभा पेटला. त्याची पावलं आता जलद पडू लागली. अंधार आता दाटू लागला होता. पण तरीही समोरून येणारी मानवी आकृती त्याने हेरली. त्याच्या टप्प्यात येताच एखाद्या हिंस्र श्वापदासारखी त्याने त्याच्यावर झेप घेतली.

''मालक... मालक... !'' घुसमटता स्वर आला.

तो हंबीर होता. निनादच्या पहिल्या धडकीसरशी त्याच्या हातातले ताट दूर

फेकलं गेलं होतं. गळ्याभोवती आलेले त्याचे हात दूर सारीत तो त्याला हाका मारण्याचा प्रयत्न करीत होता. पण निनादला त्या ऐकूच येत नव्हत्या. पिसाट बनलेल्या निनादशी लढण्याखेरीज गत्यंतरच नव्हतं. पण हंबीर ताकदवान असला तरी म्हातारा होता. तरुण निनादला आवरणं त्याला जड जात होतं. काही मिनिटं त्याने निकराने झुंज दिली. आणि मग संधी साधून त्याच्या मस्तकावर पाठीमागून एक जोरदार फटका हाणला. फटका वर्मी लागला असावा. कारण लगेच निनादच्या हालचाली थंडावल्या. आणि तो खाली कोसळला. धापा टाकीत हंबीर उठून उभा राहिला. त्याने इकडे-तिकडे पाहिले. चोहोबाजूंना अंधार दाटून आला होता. आपण भलत्याच वेळेस अत्यंत धोक्याच्या जागी उभे आहोत, हे त्याच्या लक्षात आलं. तिथून शक्य तितक्या त्वरेने निघून जाणे शहाणपणाचं होतं. परिस्थितीचं गांभीर्य लक्षात येताच त्याच्या कपाळावर धर्मबिंदू उभे राहिले. आता निनादला घेऊन जाण्याचीही जबाबदारी त्याच्यावरच येऊन पडली होती. त्याला कशा प्रकारे उचललं असता सोपं जाईल हे पाहण्यासाठी तो जमिनीवर चाचपडत असतानाच सुदैवानेच त्याच्या हाती बाजूला पडलेली टॉर्च लागली. याला तेवढंच बरं वाटलं. टॉर्च पेटवून त्याने एकदा अंदाज घेतला आणि मोठ्या प्रयासाने निनादला पाठकुळीस घेतलं. पाठीवर पोतं घेतल्यासारखा मोठ्या कष्टाने तो एकेक पाऊल उचलीत होता. त्याच्या डोक्यात मात्र निनादबद्दलचे विचार घोळत होते. तो मूर्खासारखा आपला पाठलाग का करीत होता? त्याने आपल्यावर हल्ला का चढवला असावा? ह्या प्रश्नांची उत्तरं त्याला विचार करूनही सापडत नव्हती.

वाड्यात पोचल्यावर त्याने निनादचं मुटकुळं सतरंजीवर टाकलं आणि तो त्याला शुद्धीवर आणण्याचे प्रयत्न करू लागला. हंबीरने त्याच्या तोंडावर पाणी शिंपडलं. कांदा फोडून नाकाशी धरला. या सर्व गडबडीत आपल्या दंडावर झालेल्या जखमेकडे त्याचं लक्षच नव्हतं. थोड्याच वेळात निनादने डोळे उघडले. कांदा घेऊन जवळ बसलेल्या हंबीरला पाहून तो गोंधळला आणि ताडकन उठून बसला.

"मला... मला काय झालंय!" त्याने विचारलं.

"तुम्ही बखळीत आला होतात माझ्या पाठोपाठ. आणि तिथे तुम्ही माझ्यावर हल्ला चढवलात मालक." हंबीर एकेक शब्द सावकाश उच्चारीत त्याच्या चेहऱ्यावरचे भाव निरखीत होता.

"कुणी मी?" आश्चर्याने निनाद म्हणाला आणि मग जरा वेळ विचार करीत स्वस्थ बसून राहिला.

"मालक, पण तुम्ही माझा पाठलाग का करीत होता? कसल संशय आला तुम्हाला?"

निनादने एकवार त्याच्याकडे पाहिलं आणि तो सांगू लागला, "हंबीर केवळ कुतूहलापोटी तुझ्या नकळत मी एकदा बखळीत गेलो होतो. त्यावेळी मला आलेला अनुभव विलक्षण तसाच भयप्रदही होता. घेरी येऊन मी तिथेच कोसळणार होतो पण तेवढ्यात माझे लक्ष सूर्याकडे गेले आणि माझ्या साऱ्या स्मृती, जाणिवा जागृत झाल्या. भीतीच्या दडपणाने निष्क्रिय बनलेला माझा मेंदू पुन्हा कार्यप्रवण झाला आणि मी परत येऊ शकलो.

या घटनेने माझी उत्सुकता अधिकच जागृत झाली. बखळीचं काहीतरी रहस्य आहे आणि तू ते मुद्दाम माझ्यापासून दडवतो आहेस असं मला वाटू लागलं. तू रोज तिथे कशासाठी जातोस तेही मला हुडकून काढायचं होतं. म्हणून मी तुझ्यापाठोपाठ बखळीत शिरलो. गेल्या खेपेप्रमाणे याही खेपेस माझ्या मनावर प्रचंड दडपण आलं. एकाएकीच सारी रानझुडपं शिस्तबद्धपणे एकदा पुढे, एकदा मागे झुलू लागली. अत्यंत अनैसर्गिक पण भयानक हालचाल ! आणि ते पाहत असतानाच माझ्या मनात क्रूर भावनांचा उदय झाला. कुणालातरी चाबकाने बडवावं, दगडांनी ठेचावं, जीव घ्यावा अशा ऊर्मी मनात उठू लागल्या आणि मी पिसाटासारखा पुढे सरसावलो. त्याच लहरीत मी तुझ्यावर हल्ला केला असावा."

"मग बरोबर!" हंबीर मान डोलवीत म्हणाला. "ती जागाच तशी आहे मालक. तुम्ही विश्वास ठेवणार नाही म्हणून मी तुम्हाला काही सांगितलं नव्हतं. पूर्वी केव्हातरी या जागेवर एका गावकऱ्याचा खून झाला होता. तो चेटक्या आहे, या समजुतीने साऱ्या गावाला त्याचा राग होता. त्याचं वागणं फारच असह्य झालं तसा गाव चिडला. गावकऱ्यांनी त्याच्यावर सामूहिक हल्ला केला. दगडांनी, काठ्यांनी त्याला याच जागेवर मारण्यात आलं आणि नंतर जिवंतपणीच त्याच्या देहाची होळी पेटवण्यात आली."

"केवढा भीषण प्रकार!" निनाद अंगावर शहारे आणत म्हणाला.

"तो चेटक्या मेला आणि गावकरी हळूहळू ती भयानक घटना विसरून गेले. ही जागा गावापासून दूर असल्याने तशीच पडीक, ओसाड होती. त्यावर रानगवत माजलं. तुमच्या काकांच्या वडिलांनी ही जागा विकत घेतली. त्यावर वाडा बांधला. कोंबड्यांसाठी खुराडं करवलं. चार-दोन बकऱ्याही होत्या. वाडा नांदता झाला. खोपटात घरगडी राहायला आला. आणि एक-दोन दिवसांतच भयानक प्रकार अनुभवास येऊ लागले. ज्या ठिकाणी त्या चेटक्याला जिवंत जाळण्यात आलं, तिथेच नेमकं ते खोपटं होतं. तिथल्या चेटक्याच्या अस्तित्वाला ते खपलं नसावं. लोक त्याला विसरले असले तरी तो तिथेच होता. रात्री अचानक कोंबडी, बकरी करुण स्वरात ओरडू लागायची. सकाळी पाहावं तर एक-दोन कोंबडे तरी माना मुरगळलेल्या, पिसं उपटलेल्या स्थितीत दिसून यायचे. आणि

एक दिवस घरगडी देखील रात्रीचा बोंब ठोकीतच वाड्याकडे आला. दार उघडून त्याला आत घेतलं, तेव्हा भीतीने त्याच्या तोंडाला फेस आला होता. डोळे गरागरा फिरवीत तो नुसता ओरडत होता. काही क्षणातच तो बेशुद्ध पडला. तापाने फणफणला. दुसऱ्या दिवशी सकाळीच त्याला गाडीत घालून शहरातल्या दवाखान्यात नेण्यात आलं. तिथे काही दिवसांत तो बरा झाला खरा, पण पुन्हा म्हणून गावाकडे फिरकला नाही कधी. असेच आणखी भयानक प्रकार अनुभावास येत राहिले. गावातल्या एका तरुणाने पैज लावून रात्रीच्या वेळी या जागेवर येण्याचं धाडस केलं. आणि त्याचा हकनाक बळी गेला. अखेरीस थोरल्या धन्यांनी या जागेभोवती कुंपण घातलं. वाडा आणि बखळ याच्यांमध्ये कमरेइतक्या उंचीची भिंत बांधली आणि बखळीशी संपर्कच पार तोडून टाकला. पूजा, मंत्र-तंत्र करवून त्या अस्तित्वाला मर्यादा घालून दिली. तेव्हापासून रोज तिथे नैवेद्य ठेवला जातो. दर अवसेला एखादा छोटा प्राणी बळी दिला जातो. तसं केलं नाही तर वाड्यातल्या माणसांच्या जिवाला धोका आहे मालक!''

''असं, म्हणून तू रोज कातरवेळी तिथे जात असतोस तर?'' निनाद विचार करीत म्हणाला. पण ही विलक्षण हकीकत जर खरी असेल तर मग हे लोक दर अवसेला बळी देऊन त्याची ताकदच वाढवीत नाहीत काय? निनादच्या मनात विचार आला. आणि तो हादरला. म्हणूनच तिथल्या वातावरणात एवढा विखार भरलेला आहे. त्या माणसाला ठार मारताना जमावाच्या मनात असलेल्या क्रूर, खुनशी भावना तिथल्या वातावरणात प्रक्षेपित झाल्या आहेत. मरताना चेटक्याला झालेल्या पराकोटीच्या यातना आणि जमावाबद्दलचा शेवटच्या क्षणी त्याला वाटलेला द्वेष याच्या कोषातच त्याचा आत्मा अद्याप भिरभिरतो आहे. त्याला आजवर मिळालेल्या असंख्य बळींनी त्याची ताकद वाढतेच आहे. द्वेषाचा विखार अधिकाधिक तीव्र होतो आहे. एक निराळेच जग तिथे अस्तित्वात आलंय. सूर्याच्या किरणांना, वाऱ्याला देखील तिथं मज्जाव आहे. 'त्याच्या' संमतीशिवाय तिथे कुणाचाच प्रवेश होऊ शकत नाही. म्हणूनच त्या वातावरणाचा स्पर्श होताच आपणही पिसाट बनलो. विचार करता करताच त्याने सहज हंबीरकडे पाहिलं आणि तो दचकला.

''अरे! हंबीर तुझ्या दंडातून रक्त येतंय बघ.'' तो म्हणाला.

हंबीरने चटकन दंडाकडे पाहिलं आणि त्याच्या चेहऱ्यावर जणू प्रेतकळाच पसरली. जखम छोटी होती. हंबीरसारख्या निधड्या छातीच्या माणसाला तिची एवढी भीती का वाटावी हे निनादच्या लक्षात येईना.

''अरे एवढीशी जखम. थांब मी पट्टी बांधतो तिच्यावर.'' निनाद म्हणाला.

पण हंबीरने त्याच्या पायावर चक्क लोळणच घेतली. ''मालक... मालक, मला वाचवा. तो मला आता सोडणार नाही मालक.'' तो बडबडू लागला.

"अरे असं काय करतोस वेड्यासारखं? कोण काय करणार आहे तुला? अं?" असं म्हणत निनाद त्याला उठवू लागला.

"मालक, तिथल्या गवताला माझ्या या जखमेचं एखादा थेंब रक्त जरी लागलं असलं तरी सारंच संपलं. ते... ते... माझा वास घेत इथंवर येईल आणि माझा बळी घेईल मालक." असं म्हणत तो ढसाढसा रडू लागला.

निनादने कशीबशी त्याची समजूत घातली. काही वेळाने हंबीर शांत झाला खरा. पण आपण आता मरणार ही त्याची कल्पना पक्की झाली. त्या रात्री जेवणाकडे कुणाचंच लक्ष नव्हतं.

त्या रात्री निनादने हंबीरला आपल्याच खोलीत झोपायला सांगितलं. खालच्या दारांचा कडेकोट बंदोबस्त करून ती दोघं माडीवरच्या खोलीत झोपली. रात्री केव्हातरी निनादला अचानक जाग आली. डोळे उघडून त्याने सभोवार पाहिलं. हंबीर खिडकीशी उभा होता. निनाद त्याच्या जवळ जाऊन उभा राहिला. हंबीरने त्याच्याकडे पाहिलं आणि तो म्हणाला,

"मालक, नीट ऐका."

समोरच्या बखळीतली रानझुडपं जोरजोरात सळसळत होती. प्रक्षुब्ध होऊन कुणीतरी घुमत राहावं तसा शब्द त्यातून उमटत होता. हम्म्... हम् !... ती सळसळ वाऱ्याने होत नव्हती. आपले शेंडे एकदा पुढे, एकदा मागे फेकत मोठ्या शिस्तीत ती रानझुडपं डोलत असणार याची निनादला खात्री होती. पण तो काही बोलला नाही. दोघेही गुपचुप अंथरुणावर जाऊन पडले. पण त्यांचे कान मात्र त्या भयाण सळसळीचा वेध घेत होते.

दुसरा दिवस काहीच न घडता पार पडला. हंबीरसाठी आपल्याला काय करता येईल याचाच विचार निनाद करीत राहिला. गावातल्या पुजाऱ्याकडून त्याने तीर्थ आणि भस्म आणलं. रात्र होताच जिन्याजवळ त्या तीर्थाचं रिंगण घातलं. थोडे भस्मही शिंपडलं. खोलीच्या उंबऱ्याजवळही त्याने तसंच केलं. कुणीतरी सांगितलं म्हणून वाड्याच्या पुढच्या आणि मागच्या दारावर लसणीच्या पाकळ्यांचं तोरण बांधून ठेवलं. रात्रीचं जेवण झाल्यावर त्याने स्वत: शिवकवचस्तोत्राचं पठण केलं आणि पठण करताना हातात घेतलेल्या तांब्यातल्या पाण्याने हंबीरभोवती एक संरक्षक रिंगण काढलं. त्याच्या त्या धडपडीमुळे हंबीरला खूपच समाधान वाटलं.

रात्र वाढत चालली. बाराच्या सुमारास पुन्हा त्या प्रक्षुब्ध सळसळीचा भयावह आवाज येऊ लागला. निनादने कान टवकारले. आज त्या सळसळीत आणखी एक आवाजही येत होता. खस् ... खस् ... खस् ...! कुणीतरी पाय ओढीत चालावे तसा. निनादच्या अंगावर सरसरून काटा आला. तो हलकेच खिडकीशी गेला.

खिडकीचं दार किंचित किलकिलं करून त्याने बाहेर पाहिलं. आणि त्याचे हातपाय गारठून गेले. भयाने जणू दातखीळच बसली. वाडा आणि बखळ यांच्यामध्ये असलेल्या त्या भिंतीपलीकडे 'ते' उभं होतं. जळत असलेल्या मानवी आकृतीसारखं ! ज्वालांचेच हात नाचवीत ते भिंतीपलीकडून चालत होतं. इकडून तिकडे ! पुन्हा तिकडून इकडे ! ते हिडीस दृश्य पाहून आपलं रक्त गोठतंय असं त्याला वाटलं. त्याने फटकन खिडकी बंद करून घेतली. मागे उभ्या असलेल्या हंबीरला पाहून तो केवढ्यांदातरी दचकला.

"मालक, माझ्यासाठी आलंय." तो उदासपणे म्हणाला,

"नाही हंबीर मी तुला धोका होऊ देणार नाही." निनाद ठामपणे म्हणाला.

उरलेली रात्र त्या आकृतीच्या चालण्याचा थरकाप उडवणारा आवाज ऐकत दोघांनीही तळमळतच घालवली. दुसऱ्या दिवशी निनाद बाहेर पडला तो या प्रकरणात कुणीतरी अधिकारी व्यक्तीला अगर मांत्रिकाला गाठण्याच्या इराद्यानेच. दिवसभर त्याने खूप वणवण केली. लोक मोठ्या कुतूहलाने त्याची कहाणी ऐकत होते आणि नंतर नकार घंटा हलवीत होते. प्रत्येक ठिकाणी बोलण्या-सवरण्यातच खूप वेळ जात होता. अखेरीस संध्याकाळच्या सुमारास त्याला एक पत्ता मिळाला. पण तो मांत्रिक शहरात राहत होता. त्याला घेऊन यायचं तर वाहनाची व्यवस्था करायला हवी होती. या गावात एस.टी. फक्त एकदाच येत होती आणि ती देखील सकाळी नऊला. निनाद हताश झाला. कुणाकडे काही वाहन मिळतं का यासाठी त्याने पुन्हा पायपीट करायला सुरुवात केली. अखेरीस पाटलाचा तरुण मुलगा केशव आपली फटफटी घेऊन त्याच्याबरोबर शहरात येण्यास तयार झाला.

"तुम्ही केव्हा बी हाक मारा सायेब, आपण तयार आहोत तुमच्या बरोबर यायला." केशव म्हणाला.

उत्साहाने निनाद घरी आला. पण हंबीरने त्याच्या साऱ्या उत्साहावर जणू पाणीच ओतलं. रात्रीच्या वेळी आपल्याना तिथं ठेवून त्याने जाऊ नये असं तो पुन्हा पुन्हा सांगू लागला. आणखी एक रात्र वाया घालवायची निनादची इच्छा नव्हती. पण हंबीर ऐकायलाच तयार नव्हता.

"मालक, आता तुम्ही शहराकडे गेलात की परत यायला तुम्हाला सकाळ होईल. तोपर्यंत मी इथे भीतीनेच मरून जाईन मालक." हंबीर म्हणाला.

अखेर निनादला आपला बेत सकाळवर ढकलावा लागला. पाटलांचा केशवही त्या रात्री त्यांच्या सोबतीस झोपायला आला. आदल्या रात्रीप्रमाणेच निनादने कडेकोट बदोबस्त केला. शिवकवच स्तोत्राचं पठण केलं आणि ते एकमेकांशी बोलत जागत बसले. बेसावध राहण्यात अर्थच नव्हता. रात्रीचे बारा वाजले आणि बखळीला जाग

आली, जवळपासच कुठेतरी एक गावठी कुत्रे हेल काढून रडू लागलं. तिघांची शरीरे एकदम ताठ झाली. कसल्यातरी अपेक्षेने कान टवकारले गेले. हृदये धडधडू लागली. आणि मग तो आवाज आला, पानांच्या भयानक सळसळीचा आणि पाय ओढीत चालायचा! तिघेही उठून खिडकीशी आले.

निनादने हलकेच खिडकी उघडली. समोरचं दृश्य अपेक्षित असूनही त्याच्या काळजाला हिसका बसला. कारण आता ती आकृती भिंतीच्या अलीकडून चालत होती. पाटलांचा मुलगा तर डोळे विस्फारून पाहातच राहिला. अंधाराच्या पार्श्वभूमीवर धडधडून जळत असलेली ती आकृती काळजाचे पाणीच करीत होती. खिडकी उघडली जाताच एक-दोन क्षणातच ती थबकली. आपले डोके तिने खिडकीच्या दिशेने उचलले आणि साद घातली.

"कोण आहे ? ... कोण आहे ?"

मानवी आवाजाची अत्यंत भ्रष्ट नक्कल ! सर्वांच्या अंगावर सरसरून काटा आला, "मी हं..." हंबीर मोठ्याने म्हणाला. तेवढ्यात प्रसंगावधान राखून निनादने त्याच्या तोंडावर आपला हाताचा पंजा दाबला. रेटतच त्याने त्याला आत नेलं. पाटलांच्या केशवने धापा टाकीत खिडकी बंद करून घेतली. निनादने आपली सुटकेस उघडली. काही सर्वसामान्य विकारांवर उपयोगी पडतील अशा औषधांचा एक बॉक्स त्याने आपल्या जवळ ठेवला होता. त्यातून एक झोपेची गोळी काढून त्याने ती हंबीरला दिली.

"आता खालून काहीही आवाज आला तरी कुणीही उत्तर द्यायचं नाही समजलं? काय हंबीर?" निनादने जरबेच्या स्वरात सांगितलं. इतक्यात पुन्हा खालून आवाज आला. "कोण आहे ऽ? कोण आहे?"

या खेपेस पाटलाच्या मुलाने तोंड उघडलं तेवढ्यात निनादच्या हाताचा फटका त्याच्या तोंडावर बसला. पावलांचा खस् ... खस् आवाज थोडा दूर गेला.

"साहेब, आपण तिघंही तोंडावर पट्टी बांधूनच बसू या. आपली इच्छा असो किंवा नसो आपोआप तोंडातून उत्तर येईल अशी भीती वाटायला लागलीय मला." केशव म्हणाला.

"आणि उत्तर दिलं की सर्वनाश ठरलेलाच!" हंबीरने म्हटलं.

निनादलाही ते पटलं असावं. त्याने पटकन् एका चादरीच्या धांदोट्या फाडल्या आणि तिघांनीही त्या आपल्या तोंडाभोवती गच्च आवळल्या, हंबीरने तर कानात कापसाचे बोळेही कोंबले. पण थोड्याच वेळात त्याला झोप अनावर झाली आणि तो आडवा झाला. निनाद आणि तरुण केशव तेवढे जागत राहिले.

रात्रभर ती हिडिस आकृती वाड्याभोवती चकरा मारत होती. कालच्या रात्रीपेक्षा तिची आज फारच प्रगती झाली होती. हंबीरच्या बोलण्याची सत्यता त्यावरून

लक्षात येत होती. त्यामुळेच आता अधिक वेळ दवडण्यात अर्थ नाही हे निनादच्या लक्षात येत होतं. मधूनच मानवी आवाजातील हाक ऐकू येत होती. 'कोण आहेऽ?' कधी लाडिकपणे तर कधी जरबेच्या स्वरात. जीव मुठीत घेऊन दोघेही बसून राहिले. पहाटेच्या सुमारास सारा प्रकार एकदाचा थांबला आणि दोघांनीही सुटकेचा श्वास सोडला.

तिघांनाही जाग आली तेव्हा बाहेर चांगलंच उजाडलं होतं. निनादने घाईनेच आपली आन्हिकं उरकली आणि तो तयार झाला. पाटलांच्या मुलाकडे पाहत त्याने म्हटलं, "केशव तू इथंच थांब. मला परतायला उशीर झाला तर हंबीरजवळ कुणीतरी असायला हवं. मी एकटाच जाऊन येतो."

केशवने "ठीक आहे" म्हणत मान डोलावली.

हंबीरने बनवलेला नाश्ता त्याने घाई-घाईतच संपवला आणि मोटारसायकल स्टार्ट केली. दुपारच्या सुमारास तो शहरात पोहोचला. हॉटेलात जेवण वगैरे घेऊन त्याने टाकोटाक बरोबर आणलेला पत्ता हुडकायला सुरुवात केली. पत्ता शोधायला त्याला फारशी अडचण झाली नाही. पण घराला कुलूप असल्याने त्याची चांगलीच निराशा झाली. आसपास चौकशी करता तो गृहस्थ सकाळीच कामगिरीवर बाहेर पडल्याचे त्याला समजले. आता तिथेच प्रतिक्षा करीत बसण्याखेरीज निनादपुढे काही इलाजच नव्हता. संध्याकाळ टळल्यावर तो मांत्रिक घरी परत आला तो दमून-भागूनच. कुलूप काढून त्याने निनादला घरात बोलावले. त्यासाठी आणि स्वत:साठी चहा टाकून त्याने त्याची सारी हकीकत शांतपणे ऐकून घेतली.

"थोडक्यात प्रकरणं साधंसुधं नाही म्हणायचं. बरीच तयारी करायला लागेल मला." चहाचा कप निनादपुढे धरीत त्याने म्हटले.

"पण तोपर्यंत माझ्या नोकराचं काय? ते अस्तित्व रोज नवी प्रगती करतंय." निनादने चिंतेच्या स्वरात विचारलं.

"त्याची काळजी नका करू. मी आता थोडासा विधी करून तुमच्याजवळ दोन ताईत देतो. एक तुमच्याजवळ ठेवा आणि दुसरा नोकराच्या दंडावर बांधा. मी उद्या सकाळी जेवायच्या टायमाला तुमच्याकडे हजर होतो. माझ्या कामाला आवश्यक त्या साऱ्या साहित्याची जमवाजमव पूर्ण करायला रात्रभर जागावं लागेल मला." मांत्रिकाने सांगितले.

नाईलाजाने निनादला आपली संमती द्यावी लागली. त्याच्या जवळ आपला पत्ता देऊन आणि मांत्रिकाने तयार केलेले ताईत घेऊन तो निघाला. तेव्हा रात्रीचे आठ वाजले होते. रात्री बाराच्या आत घरी पोहोचायचा निनादने आटोकाट प्रयत्न केला. पण वाटेत थोडा वेळ त्याची मोटार सायकल बंद पडली. त्यामुळे तो घरी पोहोचला तेव्हा पहाटेचा प्रहर झाला होता.

फाटकाबाहेरच मोटारसायकल ठेवून त्याने सावधगिरीने फाटक ढकलून आत प्रवेश केला. टॉर्चचा प्रकाश झोत सगळीकडे फिरवत तो वाड्याकडे निघाला. प्रकाशाचा झोत वाड्याच्या प्रवेशद्वारावर स्थिरावला आणि निनाद हादरलाच. दार सताड उघडं होतं. त्याच्या मनात शंकेची पाल चुकचुकली. दोनच ढांगात त्याने दरवाजा गाठला आणि धावत-पळतच पुढचं दालन ओलांडून तो जिन्याने वर गेला. त्याच्या खोलीचंही दार उघडंच होतं. आत एकटा केशव तेवढा झोपलेला होता आणि हंबीरचा पत्ता नव्हता. निनादने त्याला हलवून जागं केलं. "केशव, हंबीर कुठाय?" त्याने जवळ जवळ ओरडूनच विचारलं. हंबीरचं नाव ऐकताच केशवची झोप खाडकन् उडाली.

"साहेब, रात्री केव्हातरी तुमच्या आवाजात "दार उघड-दार उघड" अशा हाका आणि पाठोपाठ कडी वाजवल्याचा आवाज आला. तुम्ही परत आलात या समजुतीने हंबीर दार उघडायला खाली गेला. मी त्याच्या बरोबर जायला हवं होतं. पण माझ्या डोळ्यांवर अनावर झोप येत होती साहेब." केशव अपराधी चेहरा करून म्हणाला. त्याच्यावर रागावून काही उपयोग नाही हे निनादच्या लक्षात आलं. एकतर त्याची ती झोप नैसर्गिक असणं शक्य नव्हतं. आणि तो हंबीरबरोबर खाली गेला असता तरी एकदा दार उघडल्यावर जे घडायचं ते चुकलं नसतं.

"केशव, त्या हिडिस आकृतीनेच माझी हुबेहूब नक्कल करून तुम्हाला फसवलं. त्याने त्याचा डाव बरोबर साधला. हंबीरला त्याने आपल्यापासून हिरावून नेलं. चल खाली. आपण त्याचा शोध घेऊ." निनादने म्हटलं.

दोघेही खाली आले. डावीकडे वळून पुढे जाताच हंबीरचं पागोटे त्यांना दिसले. ते पूर्ण उलगडून लांबवर अस्ताव्यस्त पसरलं होतं आणि ठिकठिकाणी जळालंही होते. टॉर्चचा प्रकाश टाकीत ते पुढे जात असताना काहीतरी जड ओढीत, फरफटत तेथून नेल्याच्या खुणा त्यांना जागोजाग दिसत होत्या. पडक्या भिंतीपाशी येताच निनादने हंबीरच्या नावाने हाका मारल्या. अद्यापही त्याला आशा वाटत होती. थोडा विचार करून त्याने खिशातला एक ताईत केशवच्या दंडावर बांधला आणि ते दोघेही बखळीत शिरले. सर्वत्र नीरव शांतता पसरली होती. पण तिथल्या वातावरणाचा कुठलाही परिणाम त्यांच्यावर होत नव्हता. टॉर्चचा प्रकाश सोडत, हंबीरला हाक देत ते पुढे पुढे निघाले. आणि मग अचानक बाजूच्या गवतात त्यांना कुणीतरी पालथं पडलेलं दिसलं. तो हंबीरच होता. पण निष्प्राण ! एवढ्या थोड्या अवधीत देखील त्याच्या प्रेताची दुर्दशा झाली होती. निनादच्या तोंडून हुंदका बाहेर फुटला. "हंबीर तुला मी वाचवू शकलो नाही रे. माझ्यामुळेच तुझी ही अवस्था झाली." तो म्हणाला. त्याच्या डोळ्यांतून अश्रू झरत होते. केशवने त्याच्या खांद्यावर हात ठेवला. त्याचेही डोळे भरून आले होते. दोघांनीही मिळून हंबीरचे शव उचलून वाड्याकडे नेले.

सकाळ झाल्यावर निनादने हंबीरच्या शवावर विधीपूर्वक अंत्यसंकार केले. हंबीरच्या चितेच्या भडकलेल्या ज्वाळांकडे अश्रुपूर्ण नेत्रांनी पाहत तो म्हणाला,

''हंबीर, तुझा बळी घेणाऱ्या या अस्तित्वाचा मी पूर्ण नायनाट करीन आणि मगच शहरात परत जाईन. हा निनाद तुझ्या चितेला साक्ष ठेवून तशी शपथ घेतो आहे.''

◆

डॉक्टर

बाळाभटजी वारले! या बातमीने अख्खा गाव हळहळत होता. "गेला बिचारा म्हातारा! अक्षी देव माणूस बघा!" असं म्हणत जो तो डोळ्यांतून टिपं गाळीत होता. बाळाभटजींच्या जुन्या वाड्याचं भलं थोरलं अंगण माणसांनी फुलून गेलं होतं. उसासत, चुकचुकत सारेजण भटजींच्या अंत्ययात्रेसाठी तिष्ठत बसले होते. साहजिकच होतं ते. बाळाभटजींची सच्छील वागणूक साऱ्यांच्याच प्रेमाला आणि आदराला पात्र झाली होती. त्यांच्यावाचून गावाचं पानही हलत नसे. साऱ्या गावाला त्यांच्याविषयी आणि त्यांना गावाविषयी विलक्षण प्रेम होतं. तसाच त्यांचा गावावर वचकही दांडगा होता. अडचणीच्या वेळी माणसं सल्ल्यासाठी बाळाभटजींकडेच धाव घ्यायची. गावातलं प्रत्येक धार्मिक कार्य त्यांच्याच हातून होत असे. दाट वस्तीपासून थोडंसं विलगच असलेल्या त्यांच्या घरी माणसांचा सारखा राबता असायचा. बाळाभटजींनाही त्यामुळे बरं वाटायचं. नाही तर एवढ्या थोरल्या वाड्यात भुतासारखं एकटं राहायचं त्यांना कठीणच गेलं असतं. बाळाजी तसे एकटेच होते. पत्नी निवर्तली होती आणि पोराला शिक्षणासाठी शहरात ठेवलं होतं. लहानपणापासून त्याला भिक्षुकीत फारसा रस नव्हताच. थोडंफार संस्कृत त्याच्या गळी उतरवताना बाळाजी मेटाकुटीला आले होते. तेव्हाच त्यांनी ठरवलं, याला भिक्षुकीत घालायचा नाही. नाहीतरी दिवस आता बदलत चाललेत. धार्मिक गोष्टींबद्दलची लोकांची आस्था कमी व्हायला लागलीय. तेव्हा नुसत्या भिक्षुकीवरच विसंबून चालण्याजोगं नव्हतं. पोरगा शहरात राहून चार बुकं शिकला तर नशीब काढील अशी त्यांची धारणा होती.

निघायची वेळ झाली तशी त्यांच्या मुलाला, दिगूला उमाळा आला. त्याचे शरीर हुंदक्यांनी गदगदू लागले. त्याच्याभोवती असलेल्या गावाच्या प्रतिष्ठित मंडळींनी त्याला आवरलं. आपले अश्रू पुसत त्याची कशीबशी समजूत घातली आणि मग उदास अंत:करणाने बाळाजींचा पार्थिव देह उचलून सारेजण वाड्याबाहेर पडले.

दिवसगत झाल्यावर दिगूने पुन्हा शहरात परतण्याचा प्रस्ताव मांडला. शहराची चटक लागलेल्या त्याच्यासारख्या तरुणाचं त्या गावंढ्या गावात मन लागणं शक्यच नव्हतं. दूरच्या नातलगाकडे ठेवलेल्या आपल्या या दिवट्या पोराचे शिक्षणाच्या नावाखाली काय-काय उद्योग चालतात हे जर बाळाजींना आधीच कळलं असतं तर नुसत्या त्या धक्क्यानेच त्यांची प्राणज्योत मालवली असती.

दुःखाचा कढ थोडा ओसरल्यावर दिगू पुन्हा आपल्या उद्योगात रमण्यासाठी आतुर झाला. गावातली चार वडिलधारी मंडळी या काळात रोजच त्याच्यापाशी येऊन घटकाभर बसत असत. दिगूचा पुन्हा शहरात जाण्याचा मानस कळताच पाटलांनी वडीलकीच्या नात्याने त्याला समजावलं, ''पोरा आता तू काही शहरात जायचं नाव काढू नकोस. भटजींचं आहे हे सारं तुझंच आहे. ते असं वाऱ्यावर सोडून जाऊ नकोस. इथंच राहा. वाटलं तर भिक्षुकी कर नाहीतर धंदा कर छोटासा. पण बाळाजींच्या घरात दिवा लागू दे रोजचा.''''

''हो आणि हे लक्षात ठेव पोरा तुझ्यावर वाईट परिस्थिती आली तरी गाव पाठीराखा राहील. तुला टाकून कुणीच घास पोटात ढकलायचा नाही.'' जहागीरदारांनी त्यांना दुजोरा देत म्हटलं.

''बाळाजींची दांडगी पुण्याई आहे बाबा तुझ्या पाठीशी, तू आपला इथेच राहा.'' विश्वनाथपंतांनी त्याच मुद्याला पुष्टी दिली.

खाली मान घालून गंभीरपणे बसलेला दिगू थोडा वेळ काहीच बोलला नाही. त्याच्या अंतर्यामी खळबळ चालली होती. शहराची ओढ कितीही जबरदस्त असली तरी आता पैशाचा प्रश्न मोठा होता. बाप होता तेव्हा प्रसंगी पोटाला चिमटा घेऊन पैसे धाडीत होता. म्हातारपणी पोरगा आधाराला येईल या आशेवर काटकसरीने जगत होता. आणि त्यामुळे हवी तेवढी चैन करणं दिगूला शक्य होत होतं. पण आता बाप नसल्याने शहरात राह्यचं कुठं हाही प्रश्न होता. फुकटात त्याला ठेवून घ्यायला कुणीही तयार होणार नाही हे त्याला माहीत होतं. शिवाय गावात त्याला आणखीही एक आशेचा किरण कालच दिसला होता.

संध्याकाळी तो सहज पाय मोकळे करण्यासाठी बाहेर पडला असताना नदीवरून पाण्याची घागर भरून घेऊन येत असलेली तेल्याची गंगू त्याला दिसली होती. दुःखात चूर असल्याचं नाटक करण्यासाठी त्याने मान खाली घातली होती. तरीही तिचा गोंडस चेहरा आणि यौवनाने मुसमुसलेलं शरीर त्याच्या डोळ्यांत भरल्याशिवाय राहिलं नव्हतं. क्षणभरच झालेली नजरानजर! पण त्यातही तिच्या नजरेतलं आव्हान त्याच्या तीक्ष्ण दृष्टीनं टिपलं होतं.

गंगूची आठवण येताच दिगूच्या मनाने पुन्हा उचल खाल्ली.

''तुम्हा वडिलधाऱ्यांचा मान मी राखायलाच पाहिजे. ठीक आहे. मी इथेच राहून

आबांचा वारसा चालवायचा असं ठरवतो.'' त्याने असं म्हणताच पाटलांनी त्याच्या पाठीवर शाबासकीची थाप मारत हसून म्हटलं, ''आता कसं! शहाण्यासारखं बोललास बघ पोरा. बरं मग येऊ आम्ही आता? काही लागलं सवरलं तर विनासंकोच सांगत जा.'' असं म्हणून मंडळी उठलीच.

पहिले काही दिवस सुतासारखे सरळ गेले. दिगूने बापाची गाडगी-मडकी धुंडाळून चार पैसे जमवले आणि त्यातून गोळ्या-बिस्किटं, नित्योपयोगी वस्तू यांचं एक छोटंसं दुकान टाकलं.

मोठ्या दरवाज्याच्या डाव्या बाजूला असलेल्या ओसरीवजा खोलीतच त्याने दुकान थाटलं आणि त्या खोलीच्या रस्त्यावर उघडणाऱ्या पूर्ण उंचीच्या खिडकीचं दरवाजात रूपांतर केलं. आता दिगूचा वेळ छान जाऊ लागला. किरकोळ खरेदीसाठी लहान-थोर गिऱ्हाईकांची वर्दळ सारखी असायची. उरलेला वेळ रस्त्यावरून जाणाऱ्या येणाऱ्यांना पाहण्यात केव्हाच सरायचा.

पण हे सारं चालू असतानाच दिगू तेल्याच्या गंगूला विसरला नव्हता. तिच्या पाण्याला जाण्याच्या वेळा त्याने अचूक हेरून ठेवल्या होत्या. कोणत्या वेळी त्या बाजूला वर्दळ नसते हेही त्याने माहीत करून घेतलं होतं. त्यावेळी तो काही ना काही निमित्ताने नदीवर जाऊ लागला.

एक दिवस गंगू अशीच पाण्याला आली होती. तिने पाण्यात घागर बुडवली आणि नेमकी तिच्या पाठीमागच्या झाडावरून दिगूने धप्पकन खाली उडी मारली. त्या अचानक झालेल्या आवाजाने गंगू दचकली आणि तिच्या हातून घागर निसटली. डचमळत घागर सुळकन पाण्यात पुढे निघाली. तितक्यात दिगू पाण्यात शिरला आणि त्याने ती घागर पकडली. भरून तिच्या हाती देत त्याने हसून म्हटलं,

''एवढं अगदी भूत बघितल्यागत दचकायला काय झालं होतं?''

गंगूने लाजून तोंड फिरवलं. ती बोलली काहीच नाही. पण तेवढा धागा दिगूला आपलं जाळं पसरायला पुरेसा होता. गोड, गोड बोलून दिगूने गंगूला पुरतं वश करून घेतलं. हळूहळू त्याचं आकर्षण वाढलं. नदीकाठच्या दाट झाडीत त्यांचं प्रेम रंगू लागलं. असेच कितीतरी दिवस गेले आणि एक दिवस अचानक गंगू बेपत्ता झाली. गावात सगळीकडे शोधाशोध झाली. पण गंगूचा पत्ता लागेना.

नदीकाठावर तिची घागर पडली होती. त्यामुळे गंगू पाय घसरून नदीत पडली की काय या शंकेने लोकांनी तिथेही खूप शोध घेतला. पट्टीच्या पोहणाऱ्यांनी बुड्या मारून मारून नदीचा तळ शोधला. पण छे गंगू जणू काही हवेत विरल्यासारखी बेपत्ता झाली होती. गंगूच्या बेपत्ता होण्याने सारा गाव हादरला आणि जसजसे दिवस उलटत गेले तसतसा चुकचुकत, हळहळत शांतही झाला.

या प्रकरणात आपला संशय कुणालाच आलेला नाही हे पाहून दिगूने सुटकेचा

श्वास सोडला. धूर्तपणाने आणखी काही दिवस त्याने आपल्या चुळबुळणाऱ्या मनाला लगाम घालून ठेवला, पण या काळात त्याची नजर वारंवार वाड्यात धुणं-भांडी, केरवारे करण्यासाठी येणाऱ्या चमेलीवर जात होती. चमेली चौदा वर्षांचीच होती पण उफाड्याच्या शरीरामुळे चांगली थोराड वाटत होती. दिगू बसल्या जागेवरून अस्वस्थ चित्ताने घरातला तिचा वावर न्याहाळत होता.

हळूहळू त्याचा धीर चेपला. गंगू प्रकरणानंतर बराचसा अवधी गेलेला होता. त्यामुळे आता दुसरा डाव टाकायचं दिगूनं ठरवलं. एक दिवस त्याने चमेलीला काहीतरी वस्तू आणण्याच्या निमित्ताने माडीवरच्या खोलीत पाठवलं आणि मग तिच्या पाठोपाठ दबत्या पायांनी तोही जिना चढला. हॉल पार करून तो त्याच्या लगतच्या छोट्या खोलीत आला. चमेली अद्याप तिथेच होती. दिगूने चटकन दार लावलं आणि चमेलीच्या काही लक्षात येण्यापूर्वीच त्याने तिच्यावर झडप घातली. घाबरलेल्या चमेलीला काहीच प्रतिकार करता आला नाही. काही वेळ तिच्या उसळत्या यौवनाचा मनमुराद उपभोग घेतल्यानंतर त्या विकृत माणसाची बोटं तिच्या गळ्याभोवती लपेटली गेली. आता मात्र चमेली घाबरली आणि जिवाच्या आकांताने त्याला प्रतिकार करू लागली. पण दिगूच्या शरीरात जणू सैतान संचारला होता. त्याची बोटांची पकड अधिकच घट्ट झाली. कामवासनेने पिसाट बनलेलं त्याचं मन अखेर चमेली गतप्राण झाल्यावरच भानावर आलं. तिच्या शरीरापासून बाजूला झाल्यावर नशा उतरावी तसं त्याचं पिसाळलेलं मन ताळ्यावर आलं आणि आपण काय करून बसलो याची त्याला प्रथमच जाणीव झाली. डोळे विस्फारून तो आपल्या पापी हातांकडे पाहात राहिला. पुन्हा त्याची नजर तिच्या निष्प्राण देहाकडे गेली आणि तो अचानक थरथर कापू लागला. गंगूच्या वेळी झाली तशीच त्याची आताही एखाद्या भेदरलेल्या सशासारखी अवस्था झाली. चारही भिंतींना हजारो डोळे फुटले असल्याचा भास त्याला होऊ लागला. काय करू नि काय नको असं त्याला होऊन गेलं. इतक्यात खालून कुणीतरी हाक मारल्यासारखं त्याला वाटलं. पण त्याचा घसा कोरडा पडला होता. जीभ टाळ्याला चिकटली होती. पण त्याक्षणी स्वत:ला वाचवण्याचा एकच प्रबळ विचार त्याच्या मनात उसळला आणि मग पुढचं काम त्याने जिवाच्या कराराने चार-दोन क्षणातच उरकून टाकलं. झटकन एक पोतं घेऊन त्याने कसाबसा चमेलीचा देह त्यात कोंबला आणि पोत्याचं तोंड सुतळीनं घट्ट बांधून टाकलं. आतल्या खोलीत जाऊन त्याने माळवदाला शिडी लावली आणि पटापट वर चढून ते पोतं माळ्याच्या अंधाऱ्या कोपऱ्यात सारून दिलं. धुळीचे हात झटकीत त्याने शिडी जागेवर ठेवली आणि कपडे साफ केले. एकवार केसांवरून हात फिरवून त्याने ते ठाकठीक केले आणि मग दाणदाण पायऱ्या उतरीत तो खाली आला.

एव्हाना हाका मारणारा माणूस निघून गेला होता. सुकलेल्या ओठांवरून जीभ फिरवून त्याने एक आवंढा गिळला आणि तो आपला दुकानातल्या खुर्चीवर येऊन बसला. थोडा वेळ गेल्यावर हलके हलके त्याची भीती कमी झाली. आणि तो पूर्वस्थितीवर आला.

संध्याकाळी चमेलीचा बाप तिची चौकशी करीत आला. दिगूला ते अपेक्षितच होतं. त्याने चक्क कानावर हात ठेवले. ''माझं काम उरकून दुपारीच गेली बघा ती.'' त्याने सांगितलं.

''मग गेली कुठं म्हणावं ही कार्टी?'' असं बडबडत चमेलीचा बाप माघारी वळला. निदान त्याक्षणी तरी त्याला कसलाच संशय आलेला नसल्याचं पाहून दिगूला बरं वाटलं, पण गावात इतरत्र कुठेही चमेलीचा शोध लागेना तसा तिचा बाप कातावला. तीन-चार माणसं घेऊन तो पुन्हा दिगूच्या घरात घुसला. मोठ-मोठ्याने हाका घालीत तो थेट पडवीत आला. आता तो चांगलाच पिसाळल्यागत झाला होता.

''दिगू खरं सांग चमेली कुठं आहे ती? इथल्या कामावरून घरी आलीच नाही ती.''

''अहो खरंच माझं काम झाल्यावर गेली ती. वाटलं तर तुम्ही घरात शोधून पाहा.''

''तेच करावं लागेला मला.'' त्याच्याकडे संशयाने पाहत मिशा फिस्कारून चमेलीचा बाप म्हणाला.

त्या चौघाही जणांनी घराचा कोपरा न् कोपरा शोधून काढला पण छे: चमेलीचा कुठेच पत्ता नव्हता. त्यांच्या मागोमाग हिंडणाऱ्या दिगूकडे चमेलीचा बाप संशयाने पाहत होता. दिगूचं आतल्या आत काळजाचं पाणी पाणी होत होतं. पण वरवर तो निर्विकार राहिला होता. चमेली सापडली नाही तशी परत जाताना मिशीला पीळ भरीत त्याने धमकीवजा स्वरातच दिगूला बजावलं,

''चमेलीला शोधून न्हाई काढली तर बापाचं नाव लावणार नाही मी, समजलास?''

त्यानंतर रात्रीपर्यंत दिगूकडे कुणीही फिरकलं नाही. तरी पण त्याला धोक्याची जाणीव झाली होती. चमेलीची विल्हेवाट लवकर लावायला हवी हे त्याच्या आता लक्षात आलं होतं. रात्री २-२॥ वाजेपर्यंत तो तसाच अंथरुणावर तळमळत पडला होता. मग तो हलकेच उठला. माळवदावरचे 'ते' पोते त्याने खाली काढलं. एक विजेरी घेतली आणि तो मुख्य दाराशी आला. मुख्य दार न उघडता छोटा दिंडी दरवाजा उघडून त्याने बाहेर डोकावून पाहिलं. सर्वत्र शुकशुकाट होता. दूर कुठेतरी कुत्रे भुंकल्याचा आवाज येत होता. बाकी सारं स्तब्ध होतं. कुठं चिटपाखरू देखील नाही असं पाहून दिगूने पोतं उचललं आणि तो बाहेर पडला. आपल्यामागे त्याने दार

ओढून घेतलं आणि तो झपाट्याने चालू लागला. पायाखालची वाट असल्याने बॅटरी पेटविण्याची त्याला फारशी आवश्यकता वाटत नव्हती. धास्तावलेल्या मनाने तो कसबसा नदीवर पोचला. नदीचं चकाकणारं पाणी पाहताच त्याला हायसं वाटलं. आता फक्त उजव्या बाजूला वळून चढावाच्या रस्त्याला लागायचं आणि तेथे गर्द झाडी असलेल्या एका उंच ठिकाणावरून हातातलं पोतं खाली भिरकावयाचं एवढचं काम शिल्लक होते. त्या ठिकाणी प्रवाहाला चांगला वेग होता. पहाटेपर्यंत त्या पोत्याचा मागूसही लागला नसता. दिगूने एकवार बॅटरी पेटवली आणि तो त्या बाजूला वळला. तो चार पावलं गेला नसेल तोच कुणाचा तरी दरडावणीचा स्वर त्याच्या कानी आला.

"दिग्या, उभा राहा जाग्यावरच. हललास तर खबरदार." अभावितपणेच दिगू गर्रकन वळला. थोड्याच अंतरावर चार-पाचजणांचं टोळकं पाहताच त्याच्या तोंडचं पाणी पळालं. तेथून पुढे पळण्यासाठी त्याने पावलं उचलली पण काही क्षणातच त्यांनी त्याला गाठलं. चमेलीच्या बापाच्या राकट हाताचा पंजा त्याच्या मनगटावर घट्ट बसला.

त्यांनी त्याला ओढीतच मोकळ्या जागी आणलं आणि त्याच्या हातातलं पोतं हिसकावून घेतलं. पोतं सोडून बॅटरीचा झोत आत टाकला आणि दुसऱ्याच क्षणी 'चमेली ऽऽ!' असा हंबरडाच तिच्या बापाने फोडला. ते पाहून पाटलाचंही काळीज फाटलं.

"नीच, हलकट ! काय केलंस तू हे !" असं म्हणून त्यांनी फडाफड त्याच्या मुस्कटात लगावल्या.

"भडव्या, थांब जित्ताच गाडतो तुला." अस म्हणत चमेलीचा बापही त्याच्यावर तुटून पडला.

मारीत मारीतच दिगूला त्यांनी पाटलाच्या घराकडे आणलं. आरडाओरड ऐकून सारा गाव गोळा झाला. दिगूने चमेलीला ठार केल्याचं समजताच जो तो चवताळून उठला आणि त्याला मारण्यात हिरीरीने पुढे सरू लागला. दिगू गुरासारखा ओरडत होता. पण कुणाला त्याची दया आली नाही.

"ह्यानंच गंगूलाही मारली असली पाहिजे. चांगलं चेचा त्याला!" असेच उद्‌गार गर्दीतून निघत होते. अखेर बेदम मार पडल्याने दिगू निश्चेष्ट होऊन खाली पडला तसे साऱ्यांनी हात आवरले. धापा टाकीत, आक्रोश करीत चमेलीच्या बापाने पाटलाच्या पायरीवरच बसकण मारली आणि दिगू भोवतीची गर्दी सहानुभूतीने चुकचुकत त्याच्यापाशी गोळा झाली. रक्तबंबाळ झालेल्या दिगूला कुणीतरी त्याच्या ओसरीवर नेऊन टाकलं. पण कुणीही त्याच्यासाठी डॉक्टरी उपाय करण्याचं मनातही आणलं नाही.

त्यानंतर दुसऱ्या दिवशी दुपार होईपर्यंत सारा गाव चमेलीच्या दुःखी कुटुंबाचं सांत्वन करण्यात आणि तिचा अंत्यविधी उरकण्यातच गुरफटला होता. दिगूचं तिकडे काय झालं असेल हा विचारही कुणी मनात आणला नाही. त्यामुळे शुद्धीवर आल्यावर पाण्यासाठी टाहो फोडीतच दिगूने प्राण सोडला. मरताना एकच एक भावना त्याच्या मनात थैमान घालत होती. सूड ! सूड ! साऱ्या गावाचा सूड !

...काळ हा साऱ्याच दुखण्यांवरचा रामबाण उपाय असतो म्हणतात. त्याप्रमाणे गंगू, चमेलीचा खून आणि दिगूचा भयंकर अंत यांनी हादरून गेलेलं गाव हळूहळू शांत होऊ लागलं. रोज सार्वजनिक ठिकाणी होणाऱ्या याविषयीच्या गरमागरम चर्चा हलके हलके थंडावल्या. हळूहळू ही भयानक कथा कायमची विस्मृतीच्या पडद्याआड गेली असती. पण तसं व्हायचं नव्हतं.

एक दिवस काही कामानिमित्त तालुक्याच्या गावी गेलेले पाटील अपरात्री घरी परतले. गावात सगळीकडे सामसूम झाली होती. आपल्याच नादात सायकल चालवीत पाटील चालले होते. दिगूच्या घरापाशी ते आले आणि अचानक कुणीतरी त्यांना "शुक शुक!" केल्याचा आवाज ऐकू आला. ब्रेक दाबून त्यांनी पाय खाली टेकवला आणि मागे वळून पाहिलं. कुणीसुद्धा नव्हतं. ते पुन्हा पुढे निघणार इतक्यात पुन्हा आवाज आला, "शुक शुक!" आवाजाच्या अनुरोधाने त्यांनी उजव्या बाजूला पाहिलं आणि त्यांचं पत्थरासारखं हिंमतवान काळीज जणू गारठूनच गेलं. कारण दिगूच्या वाड्याच्या मुख्य दरवाजापाशी दोन खदिरांगारासारखे डोळे अधांतरीच तरंगत होते. घामाने पाटलांचं अंग थबथबून गेलं. तिथून पळून जावं असं वाटत असूनही त्यांना चटकन् हलता येईना. अखेर सर्व बळ एकवटून त्यांनी पायडल मारलं आणि ते वेगाने पुढे निघाले तरीही आवाज येतच होता. "शुक शुक!"

एक दिवस जवळच राहाणाऱ्या कुणातरी बाईने दिगूच्या वाड्याच्या भिंतीवर दिवसाच्या वेळी शेण्या थापल्या. मध्यान्हीची वेळ होती ती. आणि मग तिन्ही सांजा झाल्यावर एकाएकीच ती बाई घुमू लागली.

"मला रक्त हवंय. पाणी हवंय." असं म्हणत ती खदखदा हसत सुटली. "सूड घेईन ! सूड ! गावातली प्रत्येक बाई मी धरणार. हाः हाः हाः" असं किंचाळत ती थैमान घालू लागली. बाप्या माणसांनाही आवरेना. अखेर मांत्रिक, गंडे-दोरे, अंगारे-धुपारे झाले तेव्हा कुठे २-३ दिवसांनी त्या बाईला आराम पडला.

लवकरच या गोष्टी षट्कर्णी झाल्या. दिगू मेला असला तरी समंध होऊन राशीला लागलाय हे साऱ्या गावकऱ्यांना कळून चुकलं. आणि मग या गोष्टी नेहमीच्याच होऊन बसल्या. काही कारणाने किंवा चुकूनमाकून तिकडे गेलेल्या माणसांना आणि या गोष्टीवर विश्वास नसल्याने हटकून रात्री ह्या वाड्यासमोर उभ्या

राहिलेल्या तरुण पोरांना खदिरांगारासारखे ते अंधातरी तरंगणारे डोळे दिसले होते. त्याबरोबरच "शुक शुक, इकडे ये" अशा दबत्या आवाजात मारलेल्या हाकाही ऐकू आल्या होत्या. त्यामुळे गावकऱ्यांची अगदी पाचावर धारण बसली. लोक त्या बाजूला जायचं टाळू लागले. अवसे-पुनवेला तर दिवसा ढवळ्या देखील कुणी तिकडे फिरकेना.

या गोष्टीची कल्पना नसलेलं एक भिकारी जोडपं वाड्याजवळच्या पिंपळाच्या पारावर चुकून वस्तीला राहिलं होतं. अपरात्री केव्हातरी ती दोघंही जेव्हा ठो...ठो बोंबलत पाटलांच्या वाड्यावर गेली तेव्हा मात्र पाटलांना याबाबतीत काहीतरी करायला हवं असं प्रकर्षाने वाटायला लागलं. त्यांनी दुसऱ्याच दिवशी तालुक्याहून एक नामांकित मांत्रिक बोलावला आणि त्याच्याकडून त्या वाड्याचे 'बंधन' करवलं. साऱ्या वाड्याभोवताली त्याने मंत्र म्हणून एक रेघ मारली. त्याच्या म्हणण्यानुसार त्याने भुताला त्या रेघेच्या आत आता कायमचं बंद केलं होतं. पण तेवढ्याने पाटलांचं समाधान झालं नाही. त्यांनी तो वाडा आणि तेथून जाणारा रस्ता सर्वांनाच कायमचा बहिष्कृत करायला सांगितलं. गावकऱ्यांनी अर्थातच ते मान्य केलं. त्यामुळे म्हणा की मांत्रिकाच्या प्रभावाने म्हणा लोकांना भुताटकीचे अनुभव येणं बंद झालं. झपाटलेल्या वाड्याला वळसा घालून लांबून जाण्या-येण्याची वहिवाट पडली. या रस्त्याचीही कालांतराने लोकांना सवय झाली.

दिवस झपाट्याने सरत होते. अशीच काही वर्षं गेली. गावात सुधारणेचं वारं वाहू लागलं होतं. बसची वाहतूक सुरू झाली होती. तसंच मंडईसाठी गाळे बांधले गेले होते. कुणीतरी सार्वजनिक वाचनालय सुरू केलं आणि एक दिवस तिथे एक तरणाबांड, देखणा डॉक्टरही येऊन दाखल झाला. आजवर गावातली दुखणी-बहाणी गावच्या वैद्यावरच विसंबून निभावून नेली जात.

जास्ती कमी झालं तर बैलगाडीत घालून रोग्याला तालुक्याच्या गावी नेलं जाई. त्यामुळे डॉक्टर येताच गावकरी खूष झाले. जागा भाड्याने घेऊन त्याने आपला दवाखाना थाटला. शिकला- सवरलेला डॉक्टर गावकऱ्यांना देवासारखाच वाटू लागला.

डॉक्टरच्या हाताला गुणही चांगला होता. बघता बघता तो लोकप्रिय झाला. दवाखान्यात कायम वर्दळ राहू लागली. आपला चांगलाच जम बसला असे वाटताच डॉक्टरला त्याठिकाणी एखादं हॉस्पिटल टाकावं असं वाटू लागलं. एक दिवस चार प्रतिष्ठित मंडळी आणि गावातले त्याचे मित्र बनलेले काही तरुण जमवून त्याने हा प्रस्ताव त्यांच्यापुढे मांडला. सगळ्यांनाच त्याची ही कल्पना फार आवडली.

"असं पाहा पाटील, इथं ऑपरेशची किंवा सलाईन, ऑक्सिजन देण्याची काहीच सोय नाही. एखादी बाळंतीणबाई अडली आणि ऑपरेशनची वेळ आली तर

काहीच सोय नाही. बाईला तालुक्याला न्यायचं म्हणजे तिच्या जिवाची शाश्वती नाही. आता मागच्या महिन्यातच नाही का त्या शेलारांचा म्हातारा तालुक्याला नेता नेता वाटेतच वारला. वेळेवर सलाईन दिलं गेलं असतं तर त्याला डिहायड्रेशन झालं नसतं.''

''होय होय तुम्ही म्हणता ते खरं आहे. हॉस्पिटल झालं तर अगदी बेश होईल.'' पाटलांनी मान डोलावली.

''पण त्यासाठी जागेची अडचण आहे पाहा. मी गेले आठ–पंधरा दिवस गावात चक्कर मारून जागा कुठे सोयीची दिसते का ते पाहतोय. पण काही जमत नाही.''

''हा. हॉस्पिटलला बाळंतिणीचा वॉर्डही काढायचाच. तेव्हा जागा मोठीच हवी. कारण अद्याप तुम्ही लोक सुईणीवरच अवलंबून आहात.''

सर्वांनी माना डोलावल्या. पण कुणालाच यावर उपाय सुचेना. थोड्या वेळ सारेच गप्प राहिले. मग डॉक्टरांनीच त्या शांततेचा भंग करीत म्हटले,

''मला एक कल्पना सुचलीय. गावात एक ओसाड पडलेला वाडा आहे ना, तो चांगला मोठा आहे. ती जागा पुरू शकेल हॉस्पिटलला.''

त्यांच्या त्या वाक्यासरशी पायाखालून साप गेल्यासारखे सारेच एकदम दचकले.

''छे छे छे ! त्या वाड्याचं नावसुद्धा काढू नका डॉक्टर. अहो झपाटलेला वाडा आहे तो.'' पाटील म्हणाले.

''त्या वाड्याच्या मालकाचं, दिगूचं भूत राहतं त्यात. कुणी तिकडे फिरकत देखील नाही.'' चष्मा सारखा करीत जहागीरदार म्हणाले.

''कसलं भूत घेऊन बसलाय या आधुनिक जगात? माझा तर असल्या थोतांडावर बिलकूल विश्वास नाही.'' डॉक्टर हसत म्हणाले.

''थट्टेवारी नेऊ नका डॉक्टर. मला स्वत:ला अनुभव आलाय त्या जागेचा. त्यापेक्षा असं करा मोकळी जागा घेऊन नवीनच इमारत बांधा.''

''आणि त्यासाठी लाखांनी पैसा लागेल तो कसा उभारायचा?''

''गावकरी करतीलच की थोडीफार आर्थिक मदत.'' जगन्नाथराव म्हणाले.

''तेवढ्यानेसुद्धा भागायचं नाही. आपण सर्व मिळून ५-१० हजारापर्यंतची रक्कम जमवू शकू. पण इमारतीला त्यापेक्षा कितीतरी जास्त पैसा लागेल. त्यापेक्षा आयता तो भला थोरला वाडा आहेच. त्यात कुणी राहत नाही. मग फुकटात काम होत असेल तर कशाला सोडायचं?'' डॉक्टरांनी सवाल टाकला.

त्यांच्या मित्रांनीही त्याच्याच म्हणण्याला दुजोरा दिला.

''पण तिथल्या दवाखान्यात यायला लोकच तयार होणार नाहीत, त्याचं काय?'' पाटलांनी शंका काढली.

''हे पाहा, असं करा. मी तिथं जाऊन राहतो. मला जर त्या भुताने काही केलं

नाही तर मग लोकांना तिथं यायला काही हरकत नाही ना?'' डॉक्टरांनी विचारलं.

साऱ्यांनी एकमेकांकडे पाहिलं आणि माना डोलावल्या.

''पहा बुवा. पण तुम्ही निष्कारण जीव धोक्यात घालता आहात असं माझं मत आहे.'' असं म्हणून पाटील उठले.

तरुण मंडळींपैकी आणखीही एक-दोघे त्यांच्याबरोबर ह्या वाड्यात येण्यास तयार झाले. पण डॉक्टरांनीच त्यांना अडवलं. असं करू या पहिल्या दिवशी मी तिथे एकटाच राहतो. मला काही झालं नाही तरच तुम्ही दुसऱ्या दिवशी तिथे या. साऱ्यांनाच धोका नको.'' ते म्हणाले.

ठरल्याप्रमाणे दुसऱ्याच दिवशी डॉक्टर आपल्या मित्रांसमवेत त्या वाड्यावर गेले. कित्येक दिवसांनंतर त्या जुनाट वाड्याची दारं करकरत उघडली गेली. आत धूळ आणि कोळिष्टकांचं साम्राज्य पसरलं होतं. सगळ्यांनी जिवाच्या कराराने आत पाऊल टाकलं. एकट्या डॉक्टरांच्याच मनावर कसलंही दडपण नव्हतं. सर्वांनी मिळून एकदोन खोल्या साफ केल्या. तिथल्याच लाकडी फळ्यांच्या एका कॉटवर डॉक्टरांचा बिछाना घातला गेला. संध्याकाळच्या सुमारास सारेजण तिथून निघून गेले. डॉक्टर एकटेच राहिले.

दुसऱ्या दिवशी लवकर उठून आपापली नित्यकर्मे आटोपून सारेजण झपाटलेल्या वाड्याकडे निघाले.

''गुडमॉर्निंग डॉक्टर.'' यशवंतने आनंदाने म्हटलं.

''गुडमॉर्निंग! बसा हं, आलोच तोंड धुऊन.'' डॉक्टर तोंडात ब्रश असल्याने बोबड्या स्वरात म्हणाले आणि घाईने चौकातल्या पिंपाकडे गेले. तोंड वगैरे धुऊन नॅपकिनने तोंड पुसत ते कॉटवर येऊन बसले, तेव्हा चांगले फ्रेश दिसत होते. जरा वेळ गप्पागोष्टी केल्यावर सारेजण चहासाठी तेथून बाहेर पडले. आणखी आठ-पंधरा दिवस एक दोघा मित्रांना घेऊन डॉक्टर तिथे राहिले. त्या अवधीत कुणालाही कसलाही भीतिदायक अनुभव आला नाही तेव्हा मात्र लोकांची भीड चेपली. प्रथम दबत, दबत धडधडत्या काळजाने का होईना लोक वाड्यात पाऊल टाकू लागले.

डॉक्टरांनी मग पुढच्या कामाला फारसा उशीर लावला नाही. स्वत:चा पैसा आणि थोडीफार गावकऱ्यांकडून वर्गणी घेऊन त्यांनी वाड्याची साफसफाई, डागडुजी करून घेतली. सगळीकडे नवीन पेंट देण्यात आला. हॉस्पिटलला लागणारी सर्व साधन-सामुग्री विकत घेण्यात आली. हे सर्व होईपर्यंत तीन-चार महिने सहज गेले. मग आणखी एक दोन असिस्टंट डॉक्टर्स आणि नर्सेसची नेमणूक डॉक्टरांनी केली. आणि लवकरच धूमधडाक्याने हॉस्पिटलचा उद्घाटन समारंभ झाला. झाडून सारा गाव समारंभाला उपस्थित होता.

थोड्याच दिवसांत हॉस्पिटल व्यवस्थितरीत्या सुरू झालं. आसपासच्या गावातूनही

पेशंट्सची गर्दी दवाखान्याकडे धाव घेऊ लागली. जसजसे दिवस जात होते तसतसा लोकांचा विश्वास आणि त्याबरोबरच हॉस्पिटलचा व्याप वाढतच होता. हळूहळू हाताखालच्या डॉक्टर्सवर जास्त जबाबदारी टाकून डॉक्टरांनी स्वत:कडे फक्त व्यवस्थापकीय काम ठेवलं. असिस्टंट डॉक्टर्सची राहण्याची सोयही तेथेच करण्यात आली होती.

एक दिवस डॉक्टर आतापर्यंतच्या साऱ्या घटनांचा विचार करीत आपल्या खोलीत येरझारा घालीत होते. आपल्या कर्तबगारीवर ते अगदी खूष होते. एकाएकीच ते ड्रेसिंग टेबलपाशी थबकले. आरशात पडलेलं देखणं प्रतिबिंब पाहून त्यांच्या ओठांवर हास्य उमललं. त्यांच्या त्या मधुर स्मिताने कित्येक पेशंटना आजवर दिलासा दिला होता. हळूहळू त्यांचा चेहरा कठोर बनला. हास्य कडवट बनलं. ओठांचे कोपरे मुडपत ते स्वत:शीच पुटपुटले–

"इतकी वर्षं मला तुम्ही उपाशीच तळमळत ठेवलंत. रक्तासाठी व्याकूळ होत साऱ्या वाडाभर मला एकट्यालाच सैरभैर हिंडत ठेवलंत! पण आता?... आता माझी रक्ताची सोय मी कायमची करून घेतलीय. हजारोंनी येणाऱ्या या पेशंट्सपैकी कुणाच्या नरडीचा घोट मी घेतला तर या कानाचं त्या कानाला कळणार नाही. इतक्या बायका... एखादीचा उपभोग घेऊन मी गळा घोटला तर कुणाच्या लक्षात येणार? त्या मूर्ख डॉक्टरला इथं येण्याची प्रेरणा मीच दिली. पण तो संपला कधी हे तुम्हा मूर्खांपैकी कुणालाच कधीच कळलं नाही आणि कळणारही नाही. हा: हा: हा:! " असं म्हणत डॉक्टर क्रूरपणे खदखदा हसत सुटला. एकाएकीच खट्दिशी त्यांचं हसणं थांबलं. त्याच्या चेहऱ्यावर आता मूर्तिमंत क्रौर्य दिसत होतं. दार उघडून तो बाहेर आला आणि एका स्पेशल वॉर्डचं दार त्याने हलकंच ढकललं. चाहूल लागताच आतल्या बाईने मान वर करून दाराकडं पाहिलं. डॉक्टरला उद्देशून ती काहीतरी बोलणार होती पण तिचे शब्द ओठांतच राहिले. डॉक्टरचा भयानक चेहरा आणि ओठांबाहेर डोकावणारे दोन तीक्ष्ण सुळे पाहताच भयाने किंचाळी फोडण्यासाठी तिने तोंड उघडलं. त्याच क्षणी डॉक्टरच्या मजबूत हाताचा पंजा तिच्या तोंडावर आवळला गेला. भयाने विस्फारलेल्या डोळ्यांनी ती त्याच्या विकृत चेहऱ्यावरच्या क्रूर हास्याकडे पाहातच राहिली.

◆

'वेताळाचा पूल'

त्या गोष्टीला आज १०-१५ वर्षे तरी झाली असतील. पण आजही ती आठवली की अंगावर भीतीने शहारा येतो. मी त्यावेळी नागपूर जिल्ह्यातील अकोट येथे सरकारी कामानिमित्त गेलो होतो. सरकारी नोकर असल्याने अर्थातच माझी राहण्याची सोय डाकबंगल्यात झाली होती. बंगला चांगला प्रशस्त, ब्रिटिश आमदानीतला होता. पण गावापासून एका बाजूला असल्याने वीज मात्र अद्याप आलेली नव्हती. मी जेव्हा माझं सामान घेऊन तिथे गेलो, तेव्हा प्रथमदर्शनीच अगदी खूष झालो. प्रशस्त बंगला, एकांत, रम्य परिसर, मला आणखी काय हवं होतं? एकच उणीव थोड्या वेळाने माझ्या लक्षात आली आणि ती म्हणजे बंगल्याची झाडपूस करणारा एक नोकर तिथे असला तरी त्याला स्वयंपाक मात्र करता येत नव्हता. गडी म्हातारा होता आणि कसाबसा बंगल्याची सफाई आणि बागेची देखभाल करत होता इतकंच. मी आल्यावर त्याने माझं सामान एका खोलीत नीट ठेवलं आणि झक्कपैकी गरम-गरम चहा करून आणला.

चहा पिता पिता आम्ही एकमेकांची ओळख करून घेतली. ''वस्तीला कुठे असतोस तू?'' मी विचारलं.

''इथंच असतो जी. आवारात खोपाट आहे ना माझं.''

''घरी कोण कोण आहे तुझ्या?''

''कोऽऽणी नाही. एकटा जीव अन् सदाशिव.''

''अच्छा! म्हणजे या अर्थाने तुझं नाव योग्यच ठरलं म्हणायचं.'' मी हसत म्हटलं. सदाशिवही थोडा हसला.

''पण काय रे, तुला स्वयंपाक येत नाही म्हणतोस मग आमचे जेवणाचे हालच म्हणायचे.''

''ते कशाला? गावात एक खानावळ आहे की अण्णा जोशाची, अगदी

घरच्यासारखं जेवण मिळेल बघा तुम्हाला.'' त्याने दिलासा दिला.

''मग ठीक आहे.'' चहाचा कप खाली ठेवीत मी म्हणालो.

''साहेब, रातच्याला माजा बिछाना इथं व्हरांड्यातच घालतो मी. म्हणजे तुम्हाला काही लागलं सवरलं तर उपयोग होईल.'' सदाशिव म्हणाला. मी त्याच्या सुरकुतलेल्या चेहऱ्याकडे एकवार पाहिलं. मला त्या भल्या मोठ्या बंगल्यात सोबतीची गरज लागेल हे त्याच्या अनुभवी नजरेने जाणलं होतं. पण तसं न भासवता त्याने वेगळ्याच शब्दात तसं सुचविलं होतं. अनोळखी जागा, विजेची सोय नसलेला तो एकटा बंगला हे सारं ध्यानात घेऊन मी त्याला संमती दर्शविली.

संध्याकाळ झालीच होती. मी थोडे खाण्याचे जिन्नस बरोबर आणले होते. त्यावरच रात्रीची वेळ भागवून न्यायची असं ठरवलं.

''साहेब, इथे दूध मात्र जवळच मिळतं. आणून ठेवू का?'' सदाशिवने पुन्हा एकदा अगदी नेमका प्रश्न विचारला. मनोमन त्याच्या हुषारीला दाद देत मी त्याच्या हातावर पैसे ठेवले. सदाशिव बाहेर जाताच मी दार ओढून घेऊन बॅगेतून एक कादंबरी काढली आणि कंदिलाच्या प्रकाशात वाचत पडलो.

दुसऱ्या दिवसापासून माझं रुटीन चालू झालं. अण्णा जोशांच्या खाणावळीतलं जेवण खरोखरच उत्तम होतं. अण्णा जोशांनी नवं गिऱ्हाईक म्हणून स्वत: माझी जातीने चौकशी केली. मी किती दिवस राहणार, कुठे उतरलोय, सारं विचारून झाल्यावर त्यांनी विचारलं,

''मग संध्याकाळी जेवणाचा डबा बंगल्यावरच पाठवू काय साहेब?''

''कशाला? मीच येईन ना इथे जेवायला.''

''तसं नव्हे. पण इथे आठ वाजता पंगत वाढली जाते. त्याच्यापुढे जेवून तुम्ही डाकबंगल्यावर जाणार म्हणजे रात्र होईल तुम्हाला. रस्ता तसा एकट्याचा आहे.'' जोशी म्हणाले.

''असू द्या हो. माझ्याजवळ बॅटरी आहे. शिवाय चोराबिराचं म्हणाल तर माझ्यापाशी काहीसुद्धा नाहीय चोरायला. या कामाच्या चार फायली आहेत तेवढ्या. चोराला म्हणावं ने न्यायच्या असतील तर.'' मी विनोदानं म्हणालो.

पण जोशी हसले नाहीत. बोलावं की, बोलू नये या पेचात पडल्यासारखा त्यांचा चेहरा झाला. अखेरीस ते म्हणाले,

''खरं सांगू का साहेब, डाकबंगल्याकडे जाताना तो मधे ओढ्यावरचा पूल आहे ना, ती जागा फार धोकादायक आहे बघा. रात्री १० च्या पुढे कुणीही माणूस जात नाही त्या पुलावरून. 'वेताळाचा पूल'च म्हणतात सगळे लोक त्याला.'' जोशींचं बोलणं मी हसण्यावारी नेलं, पण त्याचवेळी सदाशिवने घरून निघताना केलेली सूचनाही मला आठवली.

"सांजच्याला घरी लवकरच या बरं का मालक. फार रात्र करू नका. नाही म्हणजे....बंगला तसा आडबाजूला आहे. शिवाय जवळच्या या पुलावरून रातच्या टायमाला कुणी जात-येत नाहीत."

"असं होय? ठीक आहे. येईन लवकर." मी म्हणालो. मनातून मात्र या लोकांच्या असल्या भोळसट समजुती कधी दूर होतील या विचाराने थोडा अस्वस्थ झालो.

आणि आता अण्णाही तोच इशारा देत होते. त्यांचं बोलणं मी अर्थातच मनावर घेतलं नाही. पण रात्री मी खानावळीवर पोचलो की मला लवकरात लवकर जेवायला वाढून घरी पिटाळण्याकडे त्यांचा कटाक्ष असायचा अगदी. असे तीन-चार दिवस सुरळीत पार पडले. आणि मग एक दिवस मला ब्रिज उत्तम खेळता येत असल्याचा सुगावा त्यांना बोलता बोलता लागला. त्यांना या बातमीनं फारच आनंद झाला.

"साहेब, मग आज संध्याकाळी बसायचं का आपण? मी दोन भिडू जमवतो. तुम्ही पण जरा लवकरच म्हणजे सहाच्या सुमारालाच या इथे. रात्री आठ-साडे आठपर्यंत खेळू. म्हणजे जेवण वगैरे आटोपून तुम्ही साडेनवाच्या आत पोचाल? कसं वाटतं?" त्यांनी प्रस्ताव मांडला.

"अगदी उत्तम." मी आनंदाने म्हणालो. माझ्या फुरसतीचा वेळ त्यामुळे मजेत जाणार होता. त्यामुळे त्यांच्या प्रस्तावाने मी अगदी खूष झालो. दिवसभराचं काम संध्याकाळवर नजर ठेवूनच मी मोठ्या उत्साहाने उरकलं. ठरल्या वेळी बरोबर जोशींकडे हजर झालो. ते सर्वजण माझी वाटच पाहत होते. खानावळीच्या वरच्याच मजल्यावर प्रशस्त हॉल होता. जोशी लगबगीने मला घेऊन जिन्याने वर गेले. तिथे मध्यभागी एक मोठा टिपॉय आणि चारी बाजूला चार खुर्च्या ठेवलेल्या होत्या. पाण्याचा तांब्या, खारे-दाणे, वेफर्सच्या डिश वगैरे सारा सरंजाम अगदी जय्यत तयार होता. प्रथम चहाचा राऊंड झाला आणि आम्ही बरोबर ६॥ वाजता खेळायला बसलो. मुजुमदार आणि मी पार्टनर होतो. जोशींचा भिडू देशमाने होते. सुदैवाने मी आणि मुजुमदार दोघंही गोरेन सिस्टीमनेच खेळणारे होतो. जोशी आणि देशमाने मात्र वेगवेगळ्या सिस्टीम्सचे भक्त होते. खरं तर जोशी कल्बर्टसनवाले. देशमाने त्या मानाने नवखे. त्यामुळे काऊंट मोजायचे आणि कॉल ठोकायचा; एवढंच त्यांना माहीत होतं.

सुरुवातीला आम्हाला बऱ्यापैकी काऊंट्स येत होते. तरीही रबरला वेळ लागला. कारण कुठल्याही नवख्या खेळाडूप्रमाणे हातात चौदा-पंधरा काऊंट दिसले की देशमान्यांना स्लॅमची स्वप्नं पडायची. आम्ही दोनदा डबल्सचे चार-चार डाऊनचे पेनल्टी पॉइंट्स मिळवले. त्या-त्या वेळचा जोशींचा थयथयाट बघण्याजोगा होता.

"अहो पण मी सुरुवातीपासून पास असताना तुम्ही सिक्स क्लबपर्यंत गेलातच कसे?"

"अहो मी त्यांच्या दोन स्पेडला डबल केली, त्याचा साधा अर्थ नाही लक्षात आला तुमच्या? माझ्याकडे स्पेडचा सूट आणि दहा-बारा काऊंट्स आहेत हे कळलं नाही तुम्हाला? मग मधेच तुमचा फोर हार्ट कुठून उपटला? महामूर्खासारखा!"

त्यांचं हे पोस्टमार्टेम चालू असताना आम्हा दोघांचीही भरपूर करमणूक होत होती. त्या रबरला आम्ही तेहतीसशे पॉइंट्स प्लस झालो. पण मग मात्र गाडं फिरलं. आता काऊंट्स आमच्यावर रुसले होते. आणि जोशींच्या वन क्लबला देशमाने जंप बीड शिवाय जबाब देत नव्हते. तरीही देशमानेंच्या नवखेपणाचा फायदा घेत आम्ही एक गेम केलीच. त्यामुळे रबर त्यांचं होऊनही त्यांना फक्त पाचशे पॉइंटच मिळाले. खेळता खेळता वेळ कसा भराभर गेला ते कळलंही नाही. जेवणाचीही कोणाला आठवण नव्हती. नाही म्हणायला वेफर्स आणि खारे-दाणे तेवढे संपले होते. अखेर जोशींचा नोकर भीत भीत जेवणाची आठवण करायला वर आला, तेव्हा रात्रीचे अकरा वाजले होते. मोठ्या अनिच्छेनेच आम्ही उठलो. उरलेले दोन भिडू घरी गेले. मी आणि जोशी जेवायला बसलो.

"व्वा! मजा आली. बऱ्याच दिवसांनी मनासारखं खेळायला मिळालं." मी भात कालवीत म्हटलं.

"ते खरं हो. पण रात्र फार झाली." जोशी चुटपुटले.

"जाऊ द्या हो. आम्ही रात्र-रात्र खेळणारी माणसं, अकरा म्हणजे काही फार नाही." मी म्हणालो,

"तसं नव्हे. तुम्हाला बंगल्यावर परतायचंय हे लक्षात घ्यायला हवं होतं. एवढ्या रात्री त्या भागात जाणं बरं नव्हे." जोशी गंभीरपणे म्हणाले.

मी काहीच बोललो नाही. ते इतक्या गंभीरपणे बोलत होते की अविश्वास दाखवायची इच्छा मला झाली नाही.

"असं करा साहेब. तुम्ही आज इथेच झोपा. मी करतो तुमची व्यवस्था." जोशींनी तोड सुचवली.

"छे छे भलतंच काय? जवळ बॅटरी आहे. जाईन मी."

"तसं नव्हे. रात्रीची वेळ आहे. काही भलतं-सलतं घडलं तर मलाच अपराध्यासारखं वाटेल. त्यापेक्षा तुम्ही आपले इथेच झोपा."

"काही भलतं-सलतं व्हायचं नाही. भुता-खेतांच्या खुळचट कल्पनांवर आपला बिलकूल विश्वास नाही." मी निक्षून म्हणालो.

"तुमचा विश्वास नसेल हो. पण लोकांनी अनुभव घेतलाय. उगाच विषाची परीक्षा कशाला घ्यायची म्हणतो मी?" जोशींनी पुन्हा समजावण्याचा प्रयत्न केला.

"कसले अनुभव घेऊन बसलात जोशी? कुणीतरी पराचा कावळा करतं आणि

लोक तेवढंच धरून बसतात झालं.'' मी अगदीच उडवून लावलं. त्यामुळे जोशींनी मला अगदी नाईलाजाने जाण्याची परवानगी दिली. जेवण झाल्यावर मी बडिशेप तोंडात टाकली आणि निघालो.

''जपून जा बरं का.'' जोशी म्हणाले. त्यांच्या स्वरात चक्क काळजी होती. मी हसून मान डोलावली. गावच्या हद्दीपर्यंतचा रस्ता मी मोठ्या सपाट्याने काटला. पुढे फर्लांगाचा रस्ता दोहो बाजूला दाट झाडी असलेला होता आणि त्यापुढे तो प्रसिद्ध वेताळाचा पूल. कुणाचे मळे तर कुणाच्या शेताभोवती माजलेलं उंच झाडांचं रान यातून रस्ता पुढे जात होता. चांदण्यांच्या प्रकाशात त्या वातावरणाला अधिकच गूढता प्राप्त होत होती. दिवसा रम्य वाटणारी झाडी रात्रीच्या काळोखात भयाण वाटत होती. वाऱ्याने त्यांचा होणारा सळसळ आवाज, चोहोकडून उठणारा रातकिड्यांचा कर्कश किर्र स्वर आणि त्यात माझ्या पायांचा आवाज याशिवाय दुसरं काहीही ऐकू येत नव्हतं. झाडीकडे पाहावं तर हलणाऱ्या फांद्या आणि चांदण्यांचा प्रकाश व सावल्या यांचा असा काही लपंडाव चालायचा की, चित्रविचित्र भास होऊ लागावेत. माणसाचं मन मोठं विचित्र असतं. इतका वेळ जोशींसमोर बुद्धिवादाच्या गप्पा करणारा मी त्या वातावरणात असा काही भारला गेलो की, माझ्यामागे खरोखरच कुणाची तरी पावलं वाजताहेत असा मला भास होऊ लागला. पण मागे वळून पाहण्याचं धाडस होईना. हातातल्या विजेरीचा प्रकाश टाकला तर त्या उजेडाच्या वलयाभोवती काळोख असा काही दाटून यायचा की अंगावर काटाच यावा. कधी एकदा मुक्कामावर पोचतो असं मला होऊन गेलं. किर्ऽऽ आवाजाने तर कान किटायची वेळ आली.

तो कुप्रसिद्ध पूल जवळ येऊ लागला. तशी मला धडकीच भरली. हवेत माफक गारवा असूनही कपाळावर, मानेवर घाम येऊ लागला. या भयाण शांततेवर मात करण्यासाठी मी शिळेवर कुठलं तरी गाणं म्हणायला सुरुवात केली. पण तो माझ्याच शिळेचा आवाज मला अत्यंत अपरिचित बेगडी वाटू लागला. ताबडतोब मी शीळ बंद केली आणि एकवार चौफेर विजेरी फिरवून पावलांचा वेग अधिक वाढवला. आज रस्ता काही केल्या संपतच नव्हता. कधी तरी ऐकलेल्या चकव्याच्या गोष्टी नेमक्या या क्षणाला आठवायला लागल्या. मनात उगाचंच एक दुष्ट शंका चमकून गेली, हा चकवा असला तर आपण असेच रात्रभर चालत राहिलो तरी वाट संपायची नाही. जोशींकडून मी साडे अकराला निघालो होतो. सुमारे पंचवीस मिनिटांत मी बंगल्यावर पोचायला हवं. खात्री करून घ्यावी म्हणून मी मनगट उचलून घड्याळात पाहिलं. तर ते नेमकं बंद पडलेलं. मी एक शिवी हासडली, पण आता पूल जवळ आला होता. पंचवीस-एक पावलांवर. इतक्यात पुलावरून माझ्या दिशेने येणारा मिणमिण उजेड मला दिसू लागला. उजेड वेगाने पुढे येत होता आणि

भीतीने माझी गाळण उडाली होती. पुढे काय होतंय ते पाहण्याच्या इराद्याने मी जागच्या जागी थबकलो.

एक-दोन मिनिटांतच उजेड जवळ आला आणि विजेरीच्या प्रकाशात सायकलवर बसलेली मनुष्याकृती मला स्पष्ट दिसली. मला एकदम हायसं वाटलं. ती व्यक्ती जवळ येताच सायकलवरून उतरली आणि तो माझा मित्र असल्याचं माझ्या लक्षात आलं. विनय योगायोगानेच मला त्या गावात भेटला होता. सवड सापडताच बंगल्यावर येण्याचं त्यानं मला कबूलही केलं होतं. हे सारं आठवताच मी स्वत:च्या मूर्खपणाला लाख-लाख शिव्या मोजल्या.

''अरे काय गृहस्था, किती वाट पाह्यची तुझी?'' तो म्हणाला.

''अरे आज ब्रिज खेळत बसलो होतो जोशींच्या खानावळीत.'' मी हसून त्याचा हात हातात घेत म्हणालो.

''अरे बाबा, जोशी सोडायलाच तयार नव्हते. भलत्या रात्री पुलावरून जाण्यात धोका आहे म्हणे.''

''मग बरोबरच आहे त्यांचं म्हणणं. माहीत असून जीव धोक्यात घालण्यात काय शहाणपणा?'' विनय म्हणाला. एव्हाना त्याने सायकल वळवली होती आणि आम्ही दोघेही बंगल्याच्या दिशेने चालू लागलो होतो.

''अस्सं! मग काय हो शहाणे, आपण कसे मध्यरात्रीचे पुलावरून थेट निघालात?... की गावचीच भुतं असल्याने ओळखीची आहेत तुमच्या?'' मी थट्टेने म्हणालो.

विनयने गंभीरपणे माझ्याकडे पाहिले आणि तो म्हणाला, ''थट्टेवारी नेऊ नकोस हं. उगाच भलतीच आफत ओढवून घेशील एखादे दिवशी.''

मी काहीच बोललो नाही. इतका वेळ मनावर आलेलं भीतीचं दडपण दूर झाल्यानं मला मोकळं मोकळं वाटत होतं. त्या आनंदात माझं त्याच्या बोलण्याकडे फारसं लक्षच नव्हतं. तो काहीतरी सांगत होता आणि मी हुंकार देत होतो. लवकरच पूल संपला आणि आम्ही उजव्या हाताच्या बंगल्याकडे वळलो. विनयच्या हातात सायकल असल्याने फाटक उघडायला मीच पुढे झालो. त्याच्या जरा पुढे होऊन झपाझप पावलं टाकीत मी व्हरांड्याच्या पायऱ्या चढलो आणि दरवाजावरची कडी वाजवली.

''मालक आल्याती वाटतं.'' सदाशिवचा आवाज आला. ''हो सदाशिव मीच आहे. दार उघड.'' मी म्हणालो. सदाशिवने लगोलग दार उघडलं. एका हातातला कंदील उंच धरून त्याने मला नीट पाहिलं आणि वाटेतून बाजूला येत तो म्हणाला,

''लईच रात केलीत सायेब. अक्षी काळजीनं जीव हैराण झाला बघा.''

मी आत पाऊल टाकलं. ''ह्ये मैतर आल्याती. कवाधरनं वाट बघत्याती

तुमची.'' सदाशिव पुढे म्हणाला. आणि त्याच वेळी कंदिलाच्या प्रकाशात समोरच्या सोफ्यावर बसलेला विनय मला दिसला.

"अरे गृहस्था, इतका वेळ होतास कुठे तू?'' उठून उभा राहत विनय म्हणाला. मी आश्चर्याने अवाक होऊन त्याच्याकडे पाहतच राहिलो. मग इतका वेळ आपल्याबरोबर होता, तो कोण? हा विचार विजेसारखा माझ्या मनात चमकून गेला आणि चपळाईने मी दारातून बाहेर पाहिलं. पण तिथं मिट्ट काळोखाशिवाय काहीही नव्हतं. माझ्या हाता-पायातलं अवसान नाहीसं झालं आणि दुसऱ्याच क्षणी मी खाली कोसळलो.

◆

चित्राचा सूड

दारावरची बेल खणाणली. हातातला ब्रश डिशमध्ये ठेवून शशांकनं दार उघडलं. समोर श्रीकांतला पाहताच तो किंचित हसला; पण त्या हास्यात नेहमीचा खेळकरपणा अन् प्रसन्नता नव्हती. श्रीकांतचा चेहराही साफ उतरलेला दिसत होता. त्याच्या दाढीचे खुंट वाढले होते. डोळ्यांभोवती काळी वर्तुळं तयार झाली होती. केसांना तेलपाणी नसल्यामुळे ते शुष्क अन् अस्ताव्यस्त होऊन कपाळावर आले होते. त्याच्या अंगावर नेहमीसारखा अद्ययावत पोशाखही नव्हता. एक पायजमा अन् शर्ट या घरच्याच पेहरावानिशी तो बाहेर पडलेला दिसत होता. मुकाट्यानं आत येऊन तो खुर्चीवर बसला. शशांकनं दार लोटलं अन् तोही त्याच्या समोरच्याच खुर्चीत बसला. काही मिनिटं तशीच स्तब्धतेत गेली. शशांकनं अर्धवट काढलेल्या चित्राकडे श्रीकांत उगाचच पाहात बसला होता. त्याच्या नजरेत नेहमीची प्रशंसा नव्हती. त्याला ते चित्रतरी धडपणे दिसत होतं की कॅनव्हासवरचे सारे रंगच नुसते फेर धरून त्याच्या डोळ्यांसमोर नाचत होते, कोणास ठाऊक ! तेथली जीव गुदमरवून टाकणारी स्तब्धता अखेर शशांकनेच मोडली.

"लागला का काही तपास?" त्यानं हळूच विचारलं, पण तेवढ्या आवाजानं श्रीकांत एकदम दचकला क्षणातच स्वत:ला सावरून सुस्कारा सोडीत तो म्हणाला

"आता कसला तपास लागणार आहे शशी? आज तीन महिने होत आले. पोलीस जंग जंग पछाडताहेत; पण कुठ्ठे काही मागमूस लागत नाही बघ. मला तर वाटतं, चित्राताई आपल्याला कायमची अंतरली हेच खरं !"

"असं निराश होऊन कसं चालेल? आख्ख्या मुंबईचा काना न् कोपरा शोधून काढला पाहिजे आपण ! चित्रा आपल्याला सापडलीच पाहिजे. असं हातपाय गाळून रडत बसायला आपण काही बांगड्या भरल्या नाहीत," असं म्हणत उत्तेजित होऊन शशांक उभा राहिला.

“तू म्हणशील ते करायला तयार आहे मी शशी, पण मला मात्र मनोमन वाटतं की चित्राताई आता आपल्यापासून कायमची दूर झाली आहे. पोकळ आशा आहेत आपल्या !”

“हं ऽऽ !... माणूस ठरवतो काय आणि घडतं काय ! आम्ही दोघांनी मिळून किती मनोराज्यं रंगवली होती, किती स्वप्नांचे मनोरे उभारले होते; पण दैवाच्या एका फटकाऱ्यासरशी सारे धडाधड कोसळून मातीमोल झाले बघ. कशा-कशात मन रमत नाही आता. या चार भिंतींच्या आत स्वत:ला कोंडून घेऊन रात्रंदिवस नुसती चित्र रेखाटत असतो मी. कधीकधी तिचं चित्र समोर ठेवून, तास् न् तास बोलत बसतो तिच्याशी. कधी सारं असह्य होतं. सगळ्या भिंती खायला उठतात; अन् मग असं वाटतं की हे सारं पेटवून द्यावं आणि भणंग होऊन, “चित्रा, चित्रा !” असा टाहो फोडत जगाच्या अंतापर्यंत धावत सुटावं” शशांकचा स्वर बोलता बोलता ओलावला होता. तो कमालीचा भावनाविविश आलेला पाहताच श्रीकांतनं जवळ येऊन त्याच्या खांद्यावर थोपटीत त्याला शांत केलं.

“शांत हो शशी ! शांत हो. तुझ्या भावना ओळखतो मी. जिच्यावर जिवापाड प्रेम केलं ती आपली वाग्दत्त वधू अशी रहस्यमय रीतीनं एकाएकी बेपत्ता झाल्यानं, तुझ्या मनाला केवढा धक्का पोचला असेल ते जाणतो मी. लोणावळ्याहून परतल्यावर मोठ्या उत्साहानं आपली नवी चित्रं तिला दाखवावी म्हणून तू भेटायला आलास, तो घरी हे दु:खाचं ताट वाढून ठेवलेलं !”

“माफ कर हं श्री ! कधीकधी एकदम असा हळवा होऊन जातो बघ मी. ताबाच राहात नाही मनावर.” श्रीनं पुन्हा एकदा त्याच्या खांद्यावर थोपटलं आणि त्याला खुर्चीत बसवलं. काही वेळ तसाच स्तब्धतेत गेला.

“शशी एक विचारू ?” - एकाएकी त्याचे हात पकडीत श्री म्हणाला- “तुझ्याकडे चित्राचं अगदी अलीकडे काढलेलं एक चित्र आहे ना ?”

“हो ! तिला घेऊन मी एकदा वर्सोव्याला समुद्र किनाऱ्यावर निघालो होतो चित्र काढायला, पण वाटेतच एक स्पॉट मला खूप आवडला म्हणून तिथंच मी तिचं चित्र काढलं. तेच ना ते ?”

“हो, हो. तेच ! मला देशील का ते चित्र? रात्री खूपदा चित्राताईच्या आठवणीनं बेचैन होऊन उठतो बघ मी. त्यावेळी त्या चित्राकडं पाहात बसलो तर थोडातरी दिलासा मिळेल मला. नाही म्हणू नकोस शशी ! प्लीऽ ज !!”

“खरं म्हणशील तर मला देखील ते चित्र जिवापाड प्यारं आहे. तिचं एकच चित्र आहे माझ्याकडं. पण आता तुझं मन मोडवत नाही मला. घेऊन जा ते चित्र !”- असं म्हणून शशांकनं पुठ्ठ्यावर पिननं टोचून ठेवलेलं ते चित्र टेबलावर भिंतीला टेकून ठेवलं. दोघंही त्या चित्राकडं पाहात होते.

हिरव्यागर्द वनराईच्या पार्श्वभूमीवर चित्रासारख्या ताज्या, टवटवीत फुलाचं चित्र फारच लोभसवाणं दिसत होतं. हिरव्यागार हिरवळीवर चित्रा पहुडलेली होती. एक कुशीवर वळून गालाला हाताचा आधार देऊन, तिनं आपला चेहरा वर उचलला होता. त्यामुळे पाहणाराला तिचा चेहरा पूर्णपणे दिसत होता. तिचं विलोभनीय सौंदर्य आणि लांबट डोळ्यांतून भरून ओसंडणारा आनंद चितारण्यात, शशांकचं खरं कसब व्यक्त झालं होतं. चित्राच्या पाठीमागे एक हिरवंगार, डंवरलं झाड होतं आणि तिथून थोड्याच अंतरावर असलेल्या विहिरीचा काही भागही त्या चित्रांत दिसत होता. साऱ्या चित्रात एक प्रकारची प्रसन्नता भरून राहिली होती. अनिमिष नेत्रांनी बराच वेळ त्या चित्राकडे पाहिल्यावर श्रीकांतनं ते ब्राऊन पेपरमध्ये गुंडाळलं आणि तो जाण्यासाठी वळला.

"उद्या कोणत्या भागात जाणार आहेस ?" शशांकनं विचारलं.

"ठाणे-कल्याण साईडला. तू ?"

"वाट फुटेल तिकडे !"

श्रीकांत यावर काहीच बोलला नाही. चटकन् दार उघडून तो जिन्याच्या पायऱ्या उतरू लागला.

श्रीकांतनं त्या चित्राला फ्रेम करून घेतली आणि आपल्या बेडरूममध्ये पलंगाच्या समोरच्याच भिंतीवर ते टांगून ठेवलं. ऑफिस सुटलं की रात्र पडेपर्यंत चित्राचा शोध करीत भटकायचं, घरी येऊन जेवायचं आणि मग पलंगावर पडल्या पडल्या त्या चित्राकडे पाहात केव्हातरी झोपून जायचं, असा त्याचा दिनक्रम चालू झाला. घरी स्वयंपाकापासून सारी कामं करणारा एक म्हातारा नोकर आणि तो याखेरीज कुणीच नव्हतं. आपल्या मालकाची ती अवस्था पाहून म्हाताऱ्याच्या डोळ्यांत पाणी उभं राहायचं. चित्रा असताना हसतं खेळतं असलेलं ते घर एकाएकी मुकं बनलं होतं. उदास झालं होतं. म्हाताऱ्याचा जीव तळमळायचा पण दुःखाचे कढ आतल्या आत दाबून, तो यांत्रिकपणे कामं उरकत राहायचा.

एक दिवस असंच, नेहमीप्रमाणे पलंगावर आडवं होता होताच श्रीकांतनं चित्राकडे पाहिलं आणि त्याला आश्चर्य वाटलं. चित्रांतल्या झाडांच्या पानांचा हिरवागर्द रंग किंचित फिकट वाटत होता. हिरवळीचाही रंग फिका वाटत होता. प्रथम त्याला वाटलं आपल्याला उगाचच तसं वाटत असावं. किंवा कदाचित् शशीनं चित्रासाठी वापरलेले रंग कालांतराने फिके पडले असावेत, असं समजून श्रीकांतनं कूस बदलली आणि तो झोपी गेला.

आठ-दहा दिवस असेच गेले. एका रात्री श्रीकांत पलंगावर बसला आणि सहजच त्याची नजर समोर गेली. दचकून तो एकदम ताडकन उभाच राहिला. त्याने

आपले डोळे पुन्हा एकवार त्या चित्राकडे पाहिलं. तरीही तेच ! चित्रातल्या झाडाची पानं उन्हानं करपून जावीत तशी पिवळी पडली होती. हिरवळीची देखील दुर्दशा झाली होती. श्रीकांत अधिक जवळ गेला आणि त्याचे नेत्र एकदम विस्फारले गेले. छातीचे ठोके जलद पडू लागले. त्यानं पुन्हा पुन्हा नीट निरखून पाहिलं... चित्राच्या चेहऱ्यावर दिसणारा टवटवीतपणा आता लोप पावला होता. तिच्या डोळ्यांतला आनंद जाऊन आता ते डोळे भयानं व्याकूळ झालेले दिसत होते. तिचा सारा चेहराच भयानं आक्रसल्यासारखा दिसत होता. श्रीकांतनं आपलं मस्तक दोन्ही हातांनी गच्च दाबून धरलं. आपल्याला भ्रम होऊ लागले आहेत याबद्दल आता त्याची खात्री झाली. 'दुःखानं आपली अवस्था वेड्यासारखी होऊ लागली आहे, आपण स्वतःला सावरलं पाहिजे,' असा विचार करीत त्यानं चित्राकडे पाठ फिरविली आणि नोकराला हाक मारली. तो धावतच खोलीत आला.

"जी मालक !"

"रामजी, ते चित्र काढून कपड्यात गुंडाळून ठेवून दे जा."

मालकाकडे आश्चर्यानं एकवार पाहून रामजीनं ते चित्र काढलं आणि एका पांढऱ्या चादरीत लपेटून, सुरक्षित जागी ठेवून दिलं. तो परत जायला वळला तेव्हा श्रीकांत बेडलँप लावून कसलंसं पुस्तक वाचत पडला होता.

दुसऱ्या दिवशी हा प्रकार शशांकला सांगावा म्हणून श्रीकांत त्याच्याकडे गेला पण तो महिन्याभरासाठी काश्मीरला गेला असल्याचं कळलं. त्यानं आपल्याला न कळवता जावं याचं श्रीकांतला थोडं वैषम्य वाटलं.

यानंतर आठ-दहा दिवसांनी पोलीस तपास कुठपर्यंत आला आहे त्याची चौकशी करण्यासाठी म्हणून श्रीकांत पोलीस स्टेशनवर गेला पण त्याची निराशा झाली. इन्स्पेक्टरांनी त्याला सरळ सांगून टाकलं-

"आय ॲम सॉरी मिस्टर दातार ! आम्ही आमच्याकडून प्रयत्नांची शिकस्त केली. आत्महत्या, खून आणि पळवून नेण्याचा प्रकार या तिन्ही शक्यता गृहीत धरल्यावर, ज्या ज्या आवश्यक हालचाली करायला हव्यात, त्या सर्व आम्ही केल्या, पण काहीच तपास लागला नाही. आता लवकरच मी हे प्रकरण फाईल करून टाकणार आहे. आमचा नाईलाज आहे मिस्टर दातार."

एक अक्षरही अधिक न बोलता श्रीकांत तेथून उठला आणि घरी आला. सुन्न होऊन तो बसून राहिला होता. एकाएकी त्याला चित्राच्या त्या चित्राची आठवण झाली. का कोण जाणे, पण ते चित्र परत एकदा उघडून पाहावं अशी तीव्र इच्छा त्याच्या मनात उत्पन्न झाली. ते चित्र गुंडाळून ठेवलं त्याला आता पंधरा दिवस होऊन गेले होते. श्रीकांत उठला आणि ते चित्र टेबलावर ठेवून त्यानं वरची चादर बाजूला केली आणि...आणि चित्राकडे पाहताच त्यानं एक भेसूर, भयानक किंकाळी

फोडली आणि तो एकदम बेशुद्ध पडला.

त्याची ती किंकाळी ऐकताच हातातलं काम टाकून रामजी धावतच बाहेर आला. श्रीकांतला असा वेडावाकडा पडलेला पाहून तो अतिशय घाबरून गेला. त्यानं कसबसं थरथरत्या हातानं त्याला उचलून पलंगावर ठेवलं. शक्य तितक्या चपळाईनं त्यानं त्याच्या तोंडावर पाणी शिंपडलं आणि कांदा चेचून नाकाशी धरला. दहाएक मिनिटांत श्रीकांत हळूहळू शुद्धीवर आला. डोळे पूर्णपणे उघडल्यावर आपल्या पलंगाच्या जवळच स्टुलावर रामजी चिंताग्रस्त चेहरा करून बसलाय, हे पाहताच त्याला आश्चर्य वाटलं. आपल्याला काय झालं याचा तो विचार करू लागला अन् एकदम त्याला थोड्या वेळापूर्वीचा तो प्रकार आठवला. त्या नुसत्या आठवणीनेही त्याच्या कपाळावर घामाचे थेंब डवरून आले, पण थोड्याच वेळात त्यानं स्वत:ला सावरलं आणि रामजीकडे वळून तो म्हणाला-

''रामजी, घाबरण्यासारखं काही नाही. अलीकडे मला भ्रम व्हायला लागलेत असं दिसतंय. मघाशी शशांकने काढलेल्या त्या चित्रात मला भलतंच वेडवाकडं दृश्य दिसलं आणि घाबरून मी ओरडलो. सारखा चित्राताईचा विचार करून मी हल्ली कमकुवत बनत चाललोय हेच खरं. जा तू आता तुझ्या कामाला. मी अगदी ठीक आहे आता.''

श्रीकांत बोलायला लागताच रामजीला बरं वाटलं. त्यानं पायलगतचं पांघरूण त्याच्या अंगावर घातलं आणि त्याच्यासाठी गरमागरम कॉफी करायला तो आत गेला. थोड्याच वेळात कॉफी घेऊन तो बाहेर आला. श्रीकांत समोर स्टुलावर कॉफी ठेवून, त्यानं त्याला बसतं केलं. श्रीकांत हसला-

''अरे बाबा, मला काहीएक झालेलं नाही. हे बघ, मी माझ्या हातानं ओतून घेतो कॉफी.'' असं म्हणत त्यानं कपबशी उचलली. रामजी बाजूला उभा राहिला.

श्रीकांतनं कॉफी संपल्यावर कपबशी घेऊन रामजी आत वळणार इतक्यात त्याच्या लक्षात आलं की टेबलावरचा लँप उगाचच जळतोय. तो मालवण्यासाठी म्हणून रामजी टेबलाकडे गेला. सहजच त्याचं लक्ष त्या चित्राकडं गेलं आणि भयानं त्याची बोबडी वळली. त्याच्या हातातली कपबशी खाली पडून खळकन फुटली. त..त...प..प.. करीत तो श्रीकांतकडे गेला आणि त्याचे हात घट्ट धरून त्याच्याकडे भेदरून पाहू लागला.

''रामजी...रामजी...! काय झालं रामजी?'' श्रीकांत एकसारखा विचारत होता आणि रामजी ''म..म..मालक...'' याखेरीज काही बोलूच शकत नव्हता. अखेर श्रीकांतनं त्याला गदागदा हलवून, ''बोल काय झालं ते, '' असं म्हटलं तेव्हा कुठे हलके हलके त्याला वाचा फुटू लागली.

''मालक, मालक तुम्हाला चित्रांत दिसलं ते खरं हाय मालक. भ्रम नव्हे त्यो !''

"काय म्हणतोस काय? तुलाही तसंच दिसलं ?"

"व्हय मालक ! आता तुम्ही परत जाऊ नगासा तिकडं."

पण श्रीकांतनं त्याचं ऐकलं नाही. पलंगावरून उठताना त्यानं मनाची पूर्ण तयारी करून स्वत:ला खंबीर बनवलं आणि तो त्या चित्रासमोर उभा राहून त्या दृश्याकडे एकटक पाहू लागला.

चित्रातल्या झाडाची पानं पूर्णपणे बेपत्ता होऊन ते शुष्क झाल्यासारखं दिसत होतं. हिरवळ नष्ट होऊन तिथं वाळलेले बुडखे तेवढे शिल्लक राहिले होते. शेजारी विहिरीचा दिसणारा काठ ढासळल्यासारखा वाटत होता. आणि...आणि पहुडलेला चित्राताईच्या जागी आता एक हिडीस हाडांचा सापळा अस्ताव्यस्त पसरलेला होता. एक गोष्ट त्या चित्रांत नवीनच दिसत होती अन ती महणजे, त्या सांगाड्यात छातीच्या जागी घुसलेला एक खंजीर ! संपूर्ण चित्रातच इतका भयाणपणा आणि हिडीसपणा भरलेला होता की ते चित्र पाहताना श्रीकांतचं काळीज अजूनही धडधडत होतं.

चित्र पाहून झाल्यावर श्रीकांतनं पुन्हा त्याच्यावर चादर टाकली आणि तो कॉटवर जाऊन पडला. त्याच्या डोक्यात उलटसुलट विचारांचं थैमान चाललं होतं. शशांकनं काढलेलं ते चित्र दिवसा-दिवसागणिक बदललं होत आणि आता तर त्यांत अमूलाग्र बदल झाला होता. त्या बदलांतून एकच अर्थ निघत होता... चित्राचा खून झाला आहे. नक्कीच कुणीतरी तिच्या छातीत खंजीर खुपसून तिला ठार मारलेलं आहे. ती सारी रात्र श्रीकांतला झोप आली नाही.

सकाळ उजाडताच, प्रत्यक्ष जाऊन त्या जागेची स्वत: पाहणी करायची असा त्यानं निश्चय केला. अंधेरीला उतरून वर्सोव्याची बस पकडण्याऐवजी त्यानं लोकलमधून उतरताच टॅक्सी केली. "वर्सोवा" त्यानं ड्रायव्हरला सांगितलं. गाडी चालू होताच त्यानं खिडकीतून मोठ्या सावधपणानं बाहेर लक्ष ठेवण्यास सुरुवात केली. दहा-पंधरा मिनिटांनी ते विशिष्ट ठिकाण येताच त्यानं टॅक्सी थांबवली. खाली उतरून तो त्या जागेवर गेला. पूर्वी फक्त एकदाच तो या ठिकाणी आला होता. वर्सोव्याला जाताना वाटेतच गाडी थांबवून चित्राताईच्या चित्राचा राहिलेला भाग शशांकने पूर्ण केला होता. त्यावेळी या जागेवर संपूर्णपणे हिरवा साज चढलेला होता. पण आता तिथलं दृश्य चित्रातल्याबरहुकूम संपूर्णपणे पालटलं होतं. झाडाची पानं वाळून, गळून गेली होती. जमिनीवर गवताचे वाळलेले बुडखे तेवढे शिल्लक होते; आणि जवळच असलेल्या विहिरीचा काठ ढासळलेला होता. ते सर्व पाहत असताना श्रीकांतच्या लक्षात आलं की तिथल्या तेवढ्या एकूण परिसरात काहीतरी विचित्र अनैसर्गिकपणा भरून राहिला आहे. आपल्या मनावर कसलंतरी दडपण येत चाललं आहे. आणि मग त्याच्या मनात एकदम एक कल्पना चमकून गेली... चित्राताईचा

खून याच जागी झाला असला पाहिजे. याबाबतीत आपण एकट्यानं शोध करण्यापेक्षा, पोलिसांची मदत घेऊन आपण पुन्हा या जागेची तपासणी केली पाहिजे, असं मनाशी ठरवून तो मागं वळला. घाईनं टॅक्सीत बसत त्यानं ड्रायव्हरला सांगितलं- "चलो! अंधेरी स्टेशन!"

ड्रायव्हरला आश्चर्य वाटलं. वर्सोव्याला निघालेला हा माणूस या वैराण जागी उतरतो काय, आणि पुन्हा माघारी निघतो काय? सारंच विचित्र ! हा माणूस एकतर वेडा तरी असावा किंवा प्यायलेला तरी असावा असं ड्रायव्हरनं स्वत:शीच ठरवून टाकलं. पण त्यानं काय ठरवलं याच्याशी श्रीकांतला कर्तव्य नव्हतं. त्याला कधी एकदा इन्स्पेक्टर मान्यांना भेटतो, असं झालं होतं.

पोलीस चौकीच्या पायऱ्या चढून श्रीकांत घाईनं आत शिरला तेव्हा इन्स्पेक्टर माने कामात गर्क होते. त्याला पाहताच त्यांना आश्चर्य वाटलं. गेल्याच वेळी या गृहस्थाला आपण या प्रकरणावर पडदा टाकल्याचं सांगितलं असूनही हा पुन्हा कशासाठी आला याचा विचार करीत त्यांनी त्याला बसायला सांगितलं आणि पुन्हा कामात लक्ष घातलं. पाच-एक मिनिटांनी काम संपवून त्यांनी वर पाहिलं अन् म्हटलं-

"हं ! बोला मिस्टर दातार, काय काम काढलंत ?"

"अं ऽऽ! ... काम पूर्वीचंच आहे; पण त्याबाबत मी आता एका विशिष्ट निर्णयापर्यंत पोहोचलो आहे. माझ्या मित्रानं, शशांकनं, माझ्या बहिणीचं एक चित्र काढलं होतं. तुम्हाला आठवतही असेल तो; कारण यापूर्वी तुम्ही एकदा जबानीदेखील घेतली आहे त्याची."

त्याच्या या वाक्यावर इन्स्पेक्टरांनी मान हलवून होकार दर्शवला.

"ते चित्र त्यानं काढलं त्यावेळी चित्राताई हिरव्यागार हिरवळीवर पहुडली आहे, एका कुशीवर वळून हाताचा आधार देऊन तिनं चेहरा वर उचललेला आहे आणि तिच्या चेहऱ्यावर आनंद आणि प्रसन्नता ओतप्रोत भरली आहे, असं दिसत होतं. तिच्या पाठीमागे हिरव्यागार पानांनी डवरलेलं एक झाड आणि थोड्या अंतरावर असलेली विहीरही त्यानं हुबेहूब चितारली होती. शशांकने ते दृश्य आपलं सारं कसब पणाला लावून काढलं होतं. पण एक महिन्यापूर्वीच मी ते चित्र माझ्या घरी नेलं आणि लवकरच त्यात आपोआप बदल होऊ लागला. दर दिवसागणिक बदल हेत होत आता ते चित्र असं झालं आहे." असं म्हणत श्रीकांतनं चित्रावरचा ब्राऊन पेपर बाजूला केला आणि मान्यांसमोर ते चित्र धरलं. ते हिडीस चित्र पाहताच माने किंचित दचकले. पण नंतर त्या चित्राचं जरा वेळ निरीक्षण करून ते म्हणाले-

"मग तुम्हाला नेमकं काय म्हणायचंय मिस्टर दातार?"

"मला असं वाटतं, की चित्राताईचा खून झाला असावा आणि तो देखील याच विशिष्ट जागी ! निदान या चित्रातला हा बदल तरी तेच सुचवतोय असं मला वाटतं."

"मिस्टर दातार, केवळ एवढ्यावरूनच चित्राताईचा खून याच जागी झाला असावा, असा निर्णय माझ्यासारख्यानं घेणं धाडसाचं ठरेल. अर्थात तुम्ही म्हणता त्याप्रमाणे खरोखरीच चित्रांत बदल झाला असेल तर मात्र ती गोष्ट पूर्णपणे अनैसर्गिक आहे हे मान्य करायलाच हवं. आणि अशा अनपेक्षित किंवा अनैसर्गिक रीतीनं खुनाचा तपास लागल्याचं माझ्या ऐकिवात आहे. तेव्हा मी या तपासात पुन्हा लक्ष घालायला तयार आहे."

श्रीकांतचा चेहरा किंचित उजळला.

"आज दुपारी चार वाजता या तुम्ही इथं." मान्यांनी सांगितलं.

ठरल्याप्रमाणे श्रीकांतला घेऊन इन्स्पेक्टर माने त्या जागी गेले. त्याच्याबरोबर आणखी चार पाच पोलीस आणि एक दांडगा कुत्रा देखील होता. चित्राच्या काही नित्योपयोगी वस्तू त्या कुत्र्याला आधीच हुंगायला देण्यात आल्या होत्या. पोलीस व्हॅन थांबताच पोलिसांनी खाली उड्या घेतल्या. पाठोपाठ कुत्र्यानंही उडी मारली. तो तिथली जमीन हुंगू लागलेला पहाताच इन्स्पेक्टर माने श्रीकांतकडे वळून म्हणाले

"आमचा बादशहा फार हुशार आहे. तुम्ही म्हणता ते सत्य असलं तर दहा मिनिटांच्या आत ती जागा आपल्याला नेमकी सापडेल."

थोड्याच वेळात बादशहा एका विवक्षित जागी जाऊन तेथली जमीन पायांनी उकरू लागला. मान्यांनी श्रीकांतकडे साभिप्राय नजरेने पाहिलं. ताबडतोब बादशहाने दाखविलेल्या जागेवर खणायला सुरुवात झाली. ती जागा चित्रांत दाखवलेल्या झाडाच्या उजव्या बाजूला दोनच फुटांवर होती. थोडेसे खोल खणताच पुढे काळजीपूर्वक उकरण्याविषयी मान्यांनी सूचना दिली. आत खरोखरीच देह असेल तर, तो शक्यतो जसाच्या तसाच काढायचा होता. माने आणि श्रीकांत उत्सुकतेने खोदकाम पाहात होते आणि थोड्याच वेळात एका मृत देहाचा थोडासा भाग दिसू लागला. अजून त्या देहावरची बरीचशी माती बाजूला करायची होती. थोड्या वेळातच प्रेताच्या दोन्ही बाजूंनी सुमारे दोन फूट खणल्यावर अचानक आणखी एक वस्तू दृष्टोत्पत्तीस आली. ती एक हिरव्या रंगाची पर्स होती. बादशहाने चटकन उडी मारून ती तोंडात धरली आणि मान्यांना दिली. त्याला थोपटून बाजूला करीत त्यांनी ती पर्स श्रीकांतला दाखवली. तो काहीच बोलला नाही. मात्र कढत अश्रूंची माळ त्याच्या गालांवरून खाली ओघळू लागली. त्याच्या पाठीवरून मान्यांनी हात फिरवला अन् त्याला गाडीत बसवायला सांगितलं. पोलिसांनी तोपर्यंत तो देह वर उचलून ठेवला होता. आता हळूहळू अंधार पडायला लागला होता. मोठा टॉर्च पेटवून पोलीस त्या

खड्ड्यातील माती इकडची तिकडे करून शोध घेत होते. त्यांना त्या ठिकाणी एक खंजीर आणि अर्धवट मातीत असलेला एक सिगारेट लायटर मिळाला. मान्यांनी भराभर त्या जागेचे आणि त्या मृतदेहाचे बरेचसे फोटो घेतले आणि मग तिथं सापडलेल्या साऱ्या वस्तू त्यांनी ताब्यात घेतल्या.

मृतदेह स्ट्रेचरवर घालून गाडीत ठेवण्यात आला. खड्ड्यात पूर्ववत माती लोटून सर्वजण व्हॅनमध्ये बसले आणि गाडी पोलीसस्टेशनच्या दिशेने धावू लागली.

दुसऱ्या दिवशी सकाळी ठीक दहा वाजता श्रीकांत पोलीस चौकीवर हजर झाला. हे नीच कृत्य कुणी आणि का केलं याविषयी इन्स्पेक्टर माने यांनी काही अंदाज केला असेल तर त्याबाबत त्याला उत्सुकता होतीच. तो येताच मान्यांनी त्याला समोरच्याच खुर्चीत बसवून घेतलं.

"मिस्टर दातार, आता या प्रकरणाला वेगळं स्वरूप प्राप्त झालंय तेव्हा या कृत्याचा कर्ता कोण हे शोधून काढायची धडपड आपण करायला हवी."

श्रीकांतनं मान डोलावली. मान्यांनी चित्राची मिळालेली पर्स उघडून त्यातील वस्तू टेबलावर ठेवल्या. काही सुटी नाणी, लिपस्टिक, काजळाची पेन्सिल, पावडरचा चपटा बॉक्स आणि आरसा, इत्यादी कुणाही तरुणीच्या पर्समध्ये सापडाव्यात अशा त्या वस्तू होत्या. त्यातल्या आणखी दोन वस्तू मात्र महत्त्वाच्या होत्या. त्यापैकी एक पेन होतं. त्यावर चित्राची आद्याक्षरं होती. तो मृतदेह चित्राचाच होता या विधानास पुष्टी देणाऱ्या अनेक पुराव्यांपैकी तो एक होता. तसंच एक घडी केलेला कागद होता. तो उलगडून मान्यानी श्रीकांत समोर धरला. ते एक पत्र होतं.

"चित्रा,

'प्रिय' लिहिण्याचा हक्क मला आता राहिलेला नाही, हे तू दाखवून दिलंच आहेस. आता फक्त एक विनंती करण्यासाठी हे पत्र लिहीत आहे, मलाही तुझ्याशी फक्त एकदाच बोलायचं आहे. तू घेतलेल्या निर्णयाला माझा काहीही विरोध नाही. पण माझ्या प्रेमाखातर फक्त एकदाच आणि शेवटचीच मला भेट. वर्सोव्याच्या रस्त्यावर मी एके ठिकाणी तुझं चित्र काढलं होतं तिथंच तू ये. मी परस्पर तेथे येईन. प्लीऽज ... नाही म्हणू नकोस. चौदा तारखेला दुपारी साडेतीन वाजता !"

खाली सही नव्हती पण मजकुरावरून ते कुणी लिहिलं असावं हे सहज ओळखता येण्याजोगं होतं. शिवाय शशांकचं हस्ताक्षर श्रीकांतला पूर्ण परिचित होतं; पण हे नीच कृत्य त्याचं असल्याचं कळताच श्रीकांतला फार मोठा धक्का बसला. स्वत:ला सावरीत त्यानं ते पत्र शशांकचंच असल्याचं इन्स्पेक्टर मान्यांना सांगितलं. त्यानंतर तिथे सापडलेला लायटर मान्यांनी श्रीकांतला दाखवला आणि तोही शशांकचाच असल्याचं श्रीकांतनं ओळखलं.

"त्या लायटरवर खालच्या बाजूला त्याच्या नावाची आद्याक्षरं कोरलेली आहेत

अन तो पेटवताना, 'ट्रिंग-ट्रॉंग' असा आवाज होतो.'' श्रीकांतनं सांगितलं आणि ते वतुस्थितीला धरून असल्यानं मान्यांनी समाधानानं मान डोलावली. विचार करीत ते म्हणाले-

''... पण एवढ्या पुराव्यावर साऱ्या खटल्याची उभारणी करणं सोपं नाही मिस्टर दातार. आम्ही आणखी काही पुरावा मिळतो का, याच्या शोधात आहोतच, परंतु या केसमध्ये शशांकचा कबुलीजबाब हाच महत्त्वाचा आहे. आणि म्हणूनच त्याच्याकडून आपण तो मिळवणं जरूर आहे.'' आणखी थोडावेळ त्या दोघांचं बोलणं झालं आणि मान्यांचा निरोप घेऊन श्रीकांत तेथून बाहेर पडला.

शशांक काश्मीरहून परत आला तेव्हा श्रीकांत मध्यंतरी एक-दोनदा येऊन गेला असल्याचा निरोप त्याला शेजारून मिळाला. बेफिकीरपणे हसून त्यानं मान उडवली आणि खोलीत पाऊल ठेवलं. दुसऱ्याच दिवशी सकाळी श्रीकांतचा नोकर रामजी, त्याच्याकडे आला आणि संध्याकाळी मालकांनी त्याला भेटावयास बोलावलं असल्याचा निरोप सांगून गेला.

ठरल्यावेळी शशांक श्रीकांतच्या घरी गेला. त्यावेळी श्रीकांत आरामखुर्चीत बसून कसलसं पुस्तक वाचत होता. शशांकला पाहताच त्याने पुस्तक बाजूला ठेवलं.

''हॅलोऽ! शशांक, कशी काय झाली तुझी ट्रीप?''

''झकाऽस ! सॉरी हं, जाताना तुला सांगायचं जमलं नाही.''

''जाऊ दे रे ते ! चित्रं वगैरे किती काढलीस ?''

शशांकला त्याच्या मनमोकळ्या बोलण्याचं आश्चर्य वाटत होतं. तो येथून गेला तेव्हा श्रीकांत बहिणीच्या बेपत्ता होण्यानं, भयंकर अस्वस्थ झालेला होता. तरीही तो म्हणाला-

''चित्र होय? काढली थोडीशी! पण खरं तर तिकडे जाण्यात माझा हेतू मनाला स्वस्थता लाभावी हाच होता.''

''अस्सं!'' श्रीकांत पुटपुटला

''हं! काही तपास लागला?''

''छे! कसला आलाय तपास ! पोलिसांनी केव्हाच अंग काढून घेतलंय. मीच थोडीफार प्रगती केली आहे. ती सांगणार आहे तुला !'' शशांक दचकला, पण त्याने तसं दाखवलं नाही.

''सिगारेट घेणार?'' श्रीकांतनं विचारलं. दोघांनाही ओठांत सिगारेटस ठेवल्या आणि श्रीकांतनं लायटर पेटवला. 'ट्रिंग-ट्रॉंग!' आवाज झाल्याबरोबर शशांकचे डोळे आकुंचित बनले.

''अरे माझाच लायटर कारे हा?''

''कोण जाणे! तुझा आहे होय?'' असं म्हणत श्रीकांतनं तो त्याच्या हातात दिला. तो उलटून पालटून पाहात शशांक म्हणाला ''हे काय, माझी आद्याक्षरं आहेतच की याच्यावर ! शिवाय ही 'ट्रिंग-टाँग' आवाजाची खूणसुद्धा मोठी आहे.

''म्हणजे मग तुझाच आहे हा लायटर ! पण सध्या असू देना माझ्याजवळ?'' असं म्हणत श्रीकांतनं तो खिशात घातला. अन मग संथपणे त्याला विचारलं-

''पण काय रे? लायटर 'तिथं' कसा विसरलास ?''

''तिथं म्हणजे'

''तिथं म्हणजे त्या खड्ड्यात ! चित्राताईच्या प्रेताजवळ !'' शांतपणे सिगारेटचा झुरका घेत श्रीकांतनं विचारलं. त्या वाक्यासरशी शशांक ताडकन उठून उभा राहिला.

''तुला...तुला कसं समजलं?''

''मला सारं काही समजलंय शशांक ! तूच चित्राताईचा खून केला आहेस ! बोल खरं आहे ना हे?'' श्रीकांतनं आवाज चढवला.

शशांकचा चेहरा प्रथम भीतिग्रस्त झाला पण दुसऱ्याच क्षणी तो खलपुरुष खदाखदा हसू लागला.

''खून करणारा दुसऱ्याच्या आवाजाला भीत नसतो श्रीकांत !'' तो हेटाळणीनं म्हणाला, ''मी सारं काही अगदी काळजीपूर्वक केलंय. मीच खून केला हे सत्य असलं तरी ते सिद्ध कसं करणार तू?''

''माझ्याजवळ पुरावा आहे. तुझा लायटर आणि चित्राताईला तू लिहिलेलं पत्र, दोन्ही आहेत माझ्याजवळ, शिवाय हे सारं पोलिसांच्या समक्ष बाहेर निघालंय. तुझा खंजीर देखील मिळाला आहे त्यांना.''

शशांक पुन्हा एकदा हसला. अन् म्हणाला

''खरं सांगायचं तर आपण दोघंही या प्रकरणातून सहीसलामत सुटलो असतो पण तू निष्कारण ते प्रेत उकरण्याचा गाढवपणा केलास; आणि आपल्या हातानं स्वत:ची मान फासात अडकवून घेतलीस.''

श्रीकांतनं एकदम चमकून त्याच्याकडं पाहिलं. तशी तो पुढे म्हणाला-

''होय श्रीकांत ! माझ्या लाडक्या मित्रा, मी हे खुनाचं घोंगडं, तुझ्या गळ्यात अगदी सफाईनं टाकणार आहे. मी सांगेन की हा खून श्रीकांत दातार या चित्राच्या सख्या भावानंच इस्टेटीच्या लोभानं केला.''

''शशांक ! श्रीकांत बेभान होऊन ओरडला.

''ओरडू नकोस मित्रा! तुमच्या इस्टेटीला तुम्ही दोघंच वारस होता. आणि चित्राला ठार मारून तिच्या वाट्याचं घबाड तुलाच मिळवायचं होतं. पण खुनाचा आळ माझ्यावर यावा म्हणून तूच माझा लायटर पळवून त्या खड्ड्यात टाकलास. तूच माझ्यासारखं हस्ताक्षर काढून ते पत्र चित्राच्या पर्समध्ये ठेवलंस. बाकी तुझी

बुद्धिमत्ता नामी आहे, असंही मी कोर्टाला सांगेन बरं का! मित्रकर्तव्य या नात्यानं !''- असं म्हणून शशांक छद्मीपणानं हसला.

''ठीक आहे शशांक ! चित्राताईच्या मागे जिवंत राहून मला तरी काय सुख मिळणार आहे? पण तिचा खून तू का केलास? तिचा असा काय अपराध होता, हे तर तू मला कळू देशील ?''

विझत आलेली सिगारेट बुटाखाली चिरडीत शशांक उपरोधिकपणे उद्गारला- ''ओ येस ! का नाही? फासावर जाणाराची शेवटची इच्छा पुरी करावी म्हणतात. ऐक श्रीकांत ! चित्रा थोडीशी स्वच्छंदी स्वभावाची मुलगी होती. प्रथम ती माझ्याकडे आकर्षित झाली होती हे खरं असलं तरी तिचं माझ्यावर मनापासून प्रेम कधीच नव्हतं. मला मात्र तिचा फार मोह पडला होता. आणि खरं सांगू? - तिच्या इस्टेटीचाही. त्यामुळं ती माझ्याबरोबर मोकळेपणानं वागते, हिंडते-फिरते याचा फायदा घेऊन मी तुझ्याकडे लग्नाची गोष्ट काढली. पण तू परवानगी दिलीस, तरी तिनं तसं वचन दिलं नव्हतं. थोड्याच दिवसांत, इतर तरुणांबरोबर बोलण्यास-फिरण्यास मी तिला हटकलं तशी ती बिथरली. मी भलताच बुरसटलेल्या विचारांचा आहे, अशी माझ्यावर टीका करू लागली. हळूहळू मला टाळायलाही लागली. अखेर तिचं राजा दाणीवर प्रेम आहे हे माझ्या लक्षात आलं तेव्हा मी भडकलो. तिला याबाबत खडसावून विचारलं. तेव्हा तिनं अत्यंत तिरस्कारानं माझ्याकडे पाहात म्हटलं-'मी काही तुझी बायको नाही, तुझा राग खपवून घ्यायला! लक्षात ठेव, मी तुला कसलंही वचन दिलेलं नाही. राजावर माझं प्रेम आहे अन् त्यानं विचारलं तर मी त्याच्याशीच लग्न करणार आहे.''

''चित्रानं केलेल्या या आघातानं मात्र मी पुरता भडकलो. सुडाचे विचार माझ्या डोक्यात थैमान घालू लागले. तिच्या मनात थोडातरी पालट होईल याची मी वाट पाहिली. पण एक दिवस राजा दाणीचा हात धरून समुद्रकिनाऱ्यावर फिरताना मी तिला पाहिलं. मी पुरता बेभान झालो. मोठ्या काळजीपूर्वक प्लॅन करून मी तिला पत्र लिहिलं आणि स्वतः लोणावळ्याला गेलो. त्यामुळे खुनाच्या काळात मी मुंबईत नव्हतो हे आपोआपच सिद्ध झालं असतं. लोणावळ्याला मी जिथं उतरलो होतो त्या हॉटेलमालकानं माझ्या बाजूनं साक्ष दिली असती. स्वतःची गाडी मी विशिष्ट ठिकाणी ठेवली होती. डेक्कन क्वीननं मुंबईत येऊन नंतर मी गाडीचा उपयोग केला आणि माझा कार्यक्रम उरकल्यावर रात्री जेवणाच्या वेळी पुन्हा लोणावळ्यात हजर झालो.''

''तू लिहिलेल्या पत्राची काळजी वाटली नाही तुला?'' श्रीकांतनं विचारलं.

''नाही ! कारण त्यावर तारीख आणि सही नव्हती. कागद सापडला तरी तो मी येथून जाण्यापूर्वीचा असू शकेल असं मी म्हणू शकलो असतो !''

"...अच्छा ऽ! एकंदरीत असा प्रकार घडला तर !" एकदम वेगळाच आवाज पाठीमागून आलेला पाहून शशांकनं दचकून मागे पाहिलं. ते इन्स्पेक्टर माने होते!

"मिस्टर शशांक, तुमचं आत्ताचं सारं बोलणं टेपरेकॉर्डरवर टेप झालंय ! तेव्हा मुकाट्यानं तुमच्या पापांची शिक्षा भोगायला तयार व्हा !"

दुसऱ्याच क्षणी दोघा पोलिसांनी त्याच्या हातात बेड्या ठोकल्या. समोर दार अडवून आणखी दोघे उभे होते. शशांकचा चेहरा काळाठिक्कर पडला होता."

"मिस्टर शशांक!" माने बोलत होते- "चित्राचा खून झाला हे आम्हाला कसं कळलं याबाबत आश्चर्य वाटत असेल नाही तुम्हाला? तुमच्या प्रश्नाचं उत्तर इथं आहे !" असं म्हणत त्यानी टेबल-लँप लावला आणि चित्रावरचं आच्छादन दूर केलं. ते दृश्य पाहताच शशांकच्या तोंडून भीतीचा एक अस्पष्ट उद्‌गार बाहेर पडला.

"हे...हे कसं शक्य आहे?" तो थोड्या वेळानं म्हणाला !

"हे तुम्हीच काढलेलं चित्र आहे शशांक ! खुनाला वाचा फोडण्यासाठी त्या अतृप्त आत्म्यानं तुमच्याच कलेचा उपयोग केला." असं म्हणून त्यांनी ते चित्र परत झाकलं अन् एका पोलिसाजवळ दिलं.

थोड्याच वेळात शशांकसह इन्स्पेक्टर माने व्हॅनमध्ये बसून पोलिसस्टेशनकडे रवाना झाले.

◆

फुलवा

गुलमोहर क्लबमधील वर्दळ आता थोडशी कमी झाली होती. ऑफिस मधून परस्पर क्लबमध्ये येऊन एक दोन तास मजेत घालवणारी संसारी माणसं केव्हाच पसार झाली होती; तरीही क्लबचा तो विस्तीर्ण हॉल रिकामा वाटत नव्हता. आयुष्यभर जुगाराचाच ध्यास घेतलेले कितीतरी लोक अजूनही टेबलाभोवती बसून पत्ते कुटीत होते. आत्ताशी तर त्यांच्या डावांना रंग भरत चालला होता. पलीकडच्या रूममध्ये बिलियर्डचं टेबल होतं. तिथंदेखील खेळ रंगला होता. चित्त एकाग्र करून मंडळी खेळत होती. चार दोन प्रेक्षकही तिथे उभे राहून खेळ पाहत होते. मधूनच खेळणारांना उत्तेजन देत होते. मंद आवाजात चालू असलेली कुठल्यातरी इंग्रजी संगीताची धून तिथल्या वातावरणाला एक वेगळीच धुंदी चढवीत होती. काऊंटर वर बसलेला, लठ्ठ शरीराचा मॅनेजर आपल्या जाड भिंगातून हॉलवर नजर ठेवीत होता.

घड्याळात साडेआठचा ठोका पडला आणि अगदी कोपऱ्यातल्या टेबलाभोवती गप्पा मारीत बसलेल्या मंडळींपैकी एकजण दचकला. इतका वेळ ब्रिज खेळून, नुकतेच त्यांनी पत्ते बाजूला सारले होते आणि सिगारेट्स शिलगावून ते गप्पा मारीत बसले होते. पस्तीस ते चाळीसच्या दरम्यान वय असलेले ते पाचहीजण एकमेकांचे दोस्त होते. त्यांच्यापैकी एकजण मात्र त्या कंपूत अजून नवीनच होता. क्लब जॉइन करून त्याला पुरते दहा-बारा दिवसही झाले नव्हते. पण बाकीच्या चौघांना तो आवडला होता. त्याचं देखणेपण, आपल्या मधुर आवाजात मनमोकळ्या गप्पा मारण्याची त्याची स्टाईल, त्याची खिलाडू वृत्ती सारंच त्या चौघांना पसंत पडलं होतं. म्हणूनच तो त्यांच्यात मिसळला तेव्हा त्याच्याबद्दल औदासिन्य न दाखवता त्यांनी त्याच्याशी मैत्री केली होती.

"माझं नाव महेंद्र राजमाने. मला तुम्हा सर्वांच्या कंपनीचा आनंद मिळू शकेल

काय?'' राजमानेनं अगदी प्रथमच त्यांच्या टेबलाशी उभं राहून जेव्हा असा प्रश्न विचारला तेव्हा त्या सर्वांनी त्याचं आनंदाने स्वागत केलं होतं. टेनिसची रॅकेट खुर्चीला टेकून ठेवीत तो त्यांच्या गप्पांत सामील झाला होता.

टेनिस कोर्टवर अंधार पडायला लागला की महेंद्रने खेळ संपवून त्या चौघांत येऊन मिसळायचं असा नियमच होऊन गेला होता. पण आज गप्पांना काही केल्या रंग चढत नव्हता अन् तेवढ्यात घड्याळात साडेआठचा टोला पडला. कारखानीसनं दचकून घड्याळाकडे पाहिलं आणि तो म्हणाला –

''अरे बापरे, साडेआठ? चला आता उठायलाच हवं मला, असं म्हणत तो उठून उभादेखील राहिला.

''का रे, आज इतक्या घाईनं उठलास?'' साठेनं विचारलं.

''आज मैनाबाईनं बोलावलं होतं. ती आजारी आहे.'' तो म्हणाला.

थोडावेळ कुणीच काही बोललं नाही.

''बरं चलतो रे मी. अच्छा ऽ गुड बाय दोस्त!'' असं म्हणत कारखानीस भराभरा चालत क्लबच्या दारापर्यंत पोहोचला सुद्धा. त्याच्या पाठमोऱ्या आकृतीकडे पाहत साठे हसला.

''ही कोण मैनाबाई ? बाहेरची भानगड दिसतेय कारखानीसची.'' कोपरकरने विचारलं.

''मैनाबाई ही मुंबईतली एक धंदेवाईक आणि प्रसिद्ध वेश्या आहे.'' साठेनं खुलासा केला.

''अरेच्चा! पण या कारखानीसला घरात एवढी सुस्वरूप बायको असताना ही अवदसा कशी आठवली?'' वाघने प्रश्न केला.

''अरे बाबा लग्नापूर्वीपासूनची भानगड आहे ही. बाकी कारखानीस मात्र लकी आहे हं! लोक वेश्यांच्या नादापायी सर्वस्व गमावून बसतात, पण हा लेकाचा मात्र तिच्यामुळे गबर झालाय अगदी.'' साठे बोलला.

''ते कसं काय?'' महिंद्रने विचारलं.

''सांगतोच तुम्हाला ते सर्व.'' असं म्हणत साठेनं पेयाची ऑर्डर दिली आणि तो सांगायला लागला–

''कारखानीस हा श्रीमंत बापाचा लाडावलेला पोरगा. शाळेत असताना आम्ही मधल्या सुटीत खाण्यासाठी घरून डबा घेऊन जायचे, पण याच्याबरोबर डबा तर असायचाच शिवाय खिशांत पैसेही खुळखुळत असायचे. शाळेच्या आवाराबाहेर उभ्या असलेल्या फेरीवाल्यांकडून भेळ, भजी नाहीतरी पाणीपुरी घेऊन तो खायचा, कधी आम्हालाही द्यायचा. आम्हाला त्याचा हेवा वाटायचा. परिकथेतल्या राजकुमारासारखा वाटायचा तो आम्हा मध्यम परिस्थितीतल्या मुलांना. पण कारखानीसला मात्र

वाढत्या वयाबरोबर बाहेरच्या खाण्याची अधिक अधिक चटक लागली. खिशातले पैसे त्याला अपुरे पडू लागले तेव्हा अधिक पैसे मिळविण्यासाठी तो मटका जुगार यासारख्या नादाला लागला. मवाली मुलं त्याचे मित्र बनले. आम्ही त्याला टाळू लागलो.

"मॅट्रिक झाल्यावर आमच्याप्रमाणे कारखानीसनंही कॉलेजात नाव दाखल केलं. पण त्याचं अभ्यासात लक्ष नव्हतंच. सिगारेटी फुंकीत मवाली मित्रांबरोबर तो मुलींच्यामागे भटकत राही. त्याच्या बरोबरीचे आम्ही केव्हाच दोन-तीन वर्षं पुढे गेलो होतो, पण त्याचं त्याला सोयरसुतक नव्हतं. पुढे पुढे तो नको त्या गल्ल्या धुंडाळू लागला. सभ्य माणूस जाणार नाही अशा घरांच्या माड्याही चढू लागला. आणि अशाच एका मकानाच्या मालकिणीवर, मैनाबाईवर त्याचं प्रेम जडलं. वास्तविक मैनाबाई चाळिशीच्या घरातली बाई. पदरी चारपाच पोरी ठेवून ती धंदा करीत होती. एक गबर गिऱ्हाईक याच दृष्टीनं ती प्रथम त्याच्याकडे पाहायची. पण ह्याला तिच्यात एवढं काय आढळलं कुणास ठाऊक, ह्यानं तिचा अगदी ध्यासच घेतला. दिवसच्या दिवस तो तिच्या घरी पडून राहू लागला तिची बारीकसारीक कामंही करू लागला. पुढे पुढे त्याचं प्रेम पाहून मैनाबाईचं मन विरघळलं आणि ती त्याला वश झाली. असल्या धंद्यातल्या इतर बायकांप्रमाणेच तीही खऱ्या प्रेमाला आसुसलेली होती जणू. कारखानीसनं तिला प्रेम आणि पुरुषी संरक्षण दोन्ही दिलं. त्या बदल्यात मैनाबाई त्याच्यासाठी अतोनात खर्च करू लागली. त्याच्या वयाची तिशी उलटली तेव्हा तिनंच हट्टानं त्याला चांगल्या घराण्यातली मुलगी पाहून लग्न करायला लावलं. लग्नाचा सारा खर्च तिनंच दिला, कारण मध्यंतरीच्या काळात कारखानीस पार कफल्लक झाला होता. पण आज मुंबईत कारखानीसचे दोन फ्लॅट्स आहेत. मैनाबाईच्या आणि त्याच्या जॉईंट अकाऊंटवर भली मोठी रक्कम देखील आहे. आता बोला आहे की नाही लकी माणूस?" साठेनं कथेचा समारोप करता करता विचारलं.

"अजबच प्रकरण आहे हे!" – कोपरकरनं कॉमेंट केली.

"ती बाई निष्ठावान खरीच. बाकी असं प्रेम एखाद्याच्याच वाट्याला येतं." – वाघ म्हणाला.

"अरे बाबांनो, याहीपेक्षा अत्यंत अजब अनुभव आलाय मला प्रेमाच्या बाबतीत. तुम्ही विश्वासदेखील ठेवणार नाही मी सांगितलं तर!" महेंद्रच्या या वाक्यासरशी तिघांच्याही उत्सुक नजरा त्याच्याकडे वळल्या. त्याच्यासारख्या देखण्या हीरोच्या आयुष्यात घडलेलं असं नाजूक रहस्य ऐकण्याची इच्छा साऱ्यांनाच उत्पन्न झाली. त्याने ती गोष्ट सांगावी असा तिघांनीही आग्रह धरला. महेंद्र काहीतरी गोष्ट सांगण्याच्या तयारीत असलेला दिसताच शेजारच्या टेबलाभोवतीच्या चारपाच जणांनीही आपापल्या

खुर्च्या ओढून महेंद्र भोवती कोंडाळं केलं. मग मात्र त्याने फारसा भाव खाल्ला नाही. कपाळावरची पुढे आलेली झुलपं मागे सारून आणि सिगारेटची राख झाडून त्यानं आपली कथा सांगण्यास प्रारंभ केला –

"मध्यप्रदेशातल्या बेहरामपूर गावच्या जहागीरदाराचा मी एकुलता एक मुलगा. अमाप संपत्ती आणि शिवाय वारस मी एकटाच, त्यामुळे लहानपणापासून एखाद्या राजपुत्रासारखे माझे लाड चालत. माझा प्रत्येक हट्ट पुरविण्यात येत असे, मग तो कितीही विक्षिप्तपणाचा असला आणि त्यासाठी काय वाटेल तो खर्च आला तरी त्याची कुणाला दिक्कत नसे. माझ्या वडिलांची साऱ्या नोकराचाकरांना तशी सक्त ताकीदच होती. माझ्या रोजच्या व्यवस्थेत जरा कुठे उणं पडलं, जरा कुणाबद्दल मी तक्रारीचा सूर काढला, की बाबूजी त्या नोकराची गय करीत नसत. निर्दयपणे त्यांना फोडून काढण्यात येई. त्यामुळे सारेच मला घाबरून असत. 'छोटे मालक,' असं म्हणत प्रत्येकजण माझी मर्जी संपादन करण्याचा प्रयत्न करीत असे. पण माझी नेहमीच प्रत्येकावर खप्पा मर्जी असायची. मला ते व्यसनच लागलं होतं. आपल्या मर्जीनुसार सगळ्यांना झुलवताना मला अत्यानंद होत असे. सकाळच्या नाश्त्याच्या वेळी तर मी अगदी धमाल उडवून देत असे, कारण त्यावेळी बाबूजी घरी नसत. कुणी मी खावं म्हणून पायाशी बसून मनधरणी करू लागला की मी जोरात लाथ उडवी अन् मग तो नोकर मागे कोसळला, की टाळ्या पिटून खदाखदा हसत बसे. कुणी दूध आणलं की कपबशी त्याच्याच अंगावर मी उलटवून देई, फळाची डिश आणली की ती उधळून देऊन भलत्याच फळाचा हट्ट धरी. मग कुणीतरी दूध आणणाऱ्यावर खेकसे –

'असं दूध कशाला आणलंस घाणेरडं? छोटे मालिक त्यापेक्षा फळांचा रसच पसंत करतील. होय ना मालिक?'

'हत् रे गाढवा! तू कोण मला सांगणार? ते काही नाही, मला दूधच हवं. आत्ताच्या आता मला मसाला दूध हवंय ! लवकर !! मी दहा म्हणायच्या आत ... एक ... दो...'

अन् मग साऱ्यांची धावपळ चाले. ती बघताना मला अतिशय आनंद होई. असा धिंगाणा रोज चालत असे. बाबूजींच्या हातचा मार खायला लागू नये म्हणून सारे नोकर माझा जुलूम निमूटपणे चालवून घेत असत.

अशाच वातावरणात मी लहानाचा मोठा झालो. वाढत्या वयाबरोबर आणि शिक्षणाबरोबर माझा हट्टीपणा आणि विक्षिप्तपणा कमी होत गेला खरा, पण आपल्याला हवीशी वाटणारी प्रत्येक वस्तू हस्तगत करायचीच ही लहानपणी लागलेली सवय पुढे देखील कायमच राहिली. या माझ्या सवयीमुळेच तर ही सारी कथा माझ्या आयुष्यात घडली.

कॉलेज शिक्षणासाठी बाबूजींनी मला रायपूरला ठेवले होते. मी परत आलो आणि इस्टेटीच्या कामात लक्ष घालू लागलो. दिवाणजी मला साऱ्या गोष्टी समजावून देत होते. आमच्या मालकीचे मळे, शेती, कापड–गिरणी यांपैकी एकेका ठिकाणी ते मला न्यायचे. या साऱ्या अफाट इस्टेटीचे आपण मालक आहोत या कल्पनेनं मला अभिमान वाटायचा. दिवाणजीबरोबर मी शेतावर गेलो की शेती करणारी कुळं अदबीनं सामोरी यायची. त्यांच्याशी शेतीच्या कामकाजाविषयी मी बोलायचो.

एक दिवस असाच मी एका शेतावर गेलो असताना एका कुळानं चहाचा आग्रह केला. त्याच्या झोपडीच्या बाहेरच्या ओसरीत घोंगडं अंथरून त्यानं आम्हाला आदरानं बसवलं आणि आत जाऊन चहाची वर्दी दिली. जरा वेळानं बांगड्यांची किण किण ऐकू आली. मी सहजच वर पाहिलं आणि आश्चर्यानं पाहतच राहिलो.

एक अत्यंत रूपवान आणि रसरशीत तरुणी हातात चहाचे कप घेऊन उभी होती. तिचा गोरापान चेहरा, मोठेमोठे चंचल डोळे, गालांवर आरोग्यामुळे, चढलेली लालसर छटा आणि ओढणीच्या आडोशानं कितीही झाकलं तरीही नजरेत भरणारं उफाळतं तारुण्य ...त्या गरीब कुळवाड्याच्या झोपडीत अशी लावण्याची खाण असेल असं मला अजिबात वाटलं नव्हतं. तिचा हिरवा घागरा आणि गुलाबी ओढणी यामुळे हिरव्या देठाचं एखादं टवटवीत गुलाबाचं फूलच आपण पाहत आहोत, असा मला भास झाला. एक क्षणभरच तिची माझी दृष्टादृष्ट झाली पण लगेच तिनं नजर खाली वळवली. आमच्यासमोर कपबशा ठेवून निमिषार्धात ती झोपडीत नाहीशी झाली. तिच्या त्या क्षणभराच्या दर्शनानं मला मात्र एक वेगळीच धुंदी चढली. नसानसातलं रक्तं एकदम तापलं. कानशिलं गरम झाली. आजवर ज्या भावनांची ओळखही नव्हती त्या प्रणय भावनांना धुमारे फुटले. माझी ही अवस्था कुणाच्या लक्षात आली की नाही कोण जाणे, पण मग मी मुकाट्यानं पुढ्यातली कपबशी उचलली आणि चहा पिऊ लागलो.

त्या दिवसापासून त्या पोरीच्या ध्यासानं मला तहानभूक सुचेनाशी झाली. ती दिसावी म्हणून मी वारंवार शेतावर जाऊ लागलो. कुठेतरी तिचं ओझरतं दर्शन व्हायचं. पण तेवढ्यावर समाधान नव्हतं. एक दिवस किशाबाची, त्या कुळवाड्याची शेतावर जाण्याची वेळ साधून मी झोपडीवर गेलो. बाहेरूनच मी किशाला हाक मारली तशी ती बाहेर आली.

'बाबा शेतावर गेलेत.' ती खाली पाहत म्हणाली.

'असं होय? बरं आम्हाला पाणी मिळेल का? फार तहान लागलीय.' वेळ काढण्याच्या उद्देशानं मी धडधडीत खोटं बोलत होतो.

'देते की!' असं म्हणून ती पटकन् आत पळाली. पाणी घेऊन ती लगेचच बाहेर आली. तांब्या-भांडं तिनं जमिनीवर ठेवलं आणि ती दाराच्या चौकटीत उभी राहिली.

भान हरपून मी तिच्याकडेच पाहात राहिलो. थोडावेळ वाट बघून तिनं नजर उचलून माझ्याकडे पाहिलं, तसा मी भानावर आलो. तांब्या उचलून घटाघटा पाणी प्यायलो आणि तांब्या तिच्या हातात परत देताना मुद्दामच तिच्या बोटांना स्पर्श केला. शरीरातून वीज चमकून गेली. तिनंही दचकून वर मान केली. ती पुन्हा आत जायला वळणार तोच मी म्हटलं –

'आम्हाला नावदेखील सांगायचं नाही का?'

माझ्या या वाक्यासरशी ती लाजेनं चूर होऊन गेली. तिच्या गालावर लज्जेचा रक्तिमा परसला. 'फुलवा' कशीबशी ती म्हणाली.

'वा! रूपाप्रमाणेच नावदेखील सुंदर आहे की.' मी कौतुकानं म्हणालो. ती अधिकच लाजली आणि घरात पळाली.

'फुलवा जाऊ आम्ही?' मी विचारलं.

माझा आवाज इतक्या जवळून येताच फुलवानं न बोलता लाजून भिंतीकडे तोंड फिरवलं. तिच्या पाठमोऱ्या आकृतीकडे डोळे भरून पाहात मी मागे वळलो.

त्या दिवशी रात्री, मी शेतीचं उत्पन्न वाढविण्याकरता जातीनं कुळांवर देखरेख करणार असल्याचं बाबूजींना सांगून टाकलं. जमिनीच्या गुणधर्मानुसार आपण नवी खतं वापरणार, नव्या पद्धतीनं शेती करवून घेणार वगैरे बेत मी बाबूजींना ऐकवल्यामुळे ते खूष झाले. त्यांनी मला प्रोत्साहन दिलं आणि मग मी राजरोसपणे रोजचा शेतावर जायला मोकळा झालो. दिवसभर तिकडेच राहायचं असल्यानं खास माझ्यासाठी एक खोलीही बांधून घेतली. आणि मग फुलवा मला रोज दृष्टीस पडू लागली. कधी शेतात राबणारी, कधी बापासाठी भाकऱ्या घेऊन येणारी, कधी जळणासाठी काटक्यांचा भारा घेऊन जाणारी, कधी पाण्याचा हंडा डोक्यावर घेतलेली, तर कधी मोट हाकणारी अशी फुलवाची असंख्य रूपं मी माझ्या डोळ्यांत साठवून घेऊ लागलो. तिच्याशी बोलण्याचा प्रयत्न करू लागलो.

दिवसांमागून दिवस जाऊ लागले तशी फुलवाची भीड चेपली. ती माझ्याशी हसून बोलू लागली. तिचं ते निरागस बोलणं, लहान पोरासारखं डोळ्यांत पाणी येईपर्यंत खळखळून हसणं मला फार फार आवडू लागलं. एकीकडे शेतीची कामं चालूच होती. नांगरणी, पेरणी झाली. महिन्यामागून महिने सरले आणि पिकं भराभर वर आली. ती भरघोस पिकं पाहून माझी छाती अभिमानाने भरून आली. फुलवा मचाणावर उभी राहून पाखरं उडवण्यासाठी गोफण फिरवू लागली.

एक दिवस ती अशीच मचाणावर उभी होती. त्यावेळी पिकांतून मी पुढं येत होतो. फुलवाचा हात थांबला. माझ्या हालचालीसरशी पाखरं भरारा उडत होती. पिकांतून बाहेर येताच मी फुलवाला म्हटलं –

'बघ, माझ्याजवळ गोफण नाही तरी पाखरं कशी पळताहेत.'

'त्यांना पण कळतंय की !' खाली उतरत ती म्हणाली.

'काय? मी शेताचा मालक आहे हे कळतं त्यांना ?'

'उंहूं! बुजगावण्याला भितात पाखरं!' असं म्हणून ती खट्याळपणे हसली आणि चटकन पळून जाऊ लागली. मीही तिच्यामागे धावलो. एकदोन क्षणातच तिच्या ओढणीचं टोक माझ्या हातात आलं. त्याबरोबर ती थांबली. वळून तिनं माझ्याकडे पाहिलं. मी काहीच बोलत नाही असं पाहून घाबरून ती म्हणाली –

'रागावलात?' पण मी... मी चेष्टेने म्हणाले तसं.'

तिच्या या वाक्यासरशी मी तिचा हात धरून तिला जवळ ओढली.

'तुझ्यावर कसा रागावेन फुलवा मी? प्राणापेक्षाही प्रिय आहेस तू मला.'

'हे काय... असं काय?' असं म्हणत फुलवा माझ्या हातून सुटण्यासाठी धडपड करू लागली पण तिला मिठीत अधिकच आवळून मी हृदयाशी घट्ट धरली, आणि तिच्या कानाशी तोंड नेत हळुवार आवाजात म्हटलं –

'फुलवा, तुझ्यावर फार फार प्रेम आहे माझं. तू माझी आहेस फुलवा... एकट्याची!' तिला तशीच धरून ठेवून मी गोड गुंजन करीत राहिलो. हळूहळू फुलवाचा प्रतिकार ढिला पडला. ताठरलेलं शरीर सैल झालं. विश्वासानं तिनं माझ्या छातीवर डोकं टेकलं. हलकेच तिची हनुवटी मी बोटांनी वर उचलली आणि तिच्या मोठमोठ्या डोळ्यांचा ठाव घेतला.

'छोटे धनी!' प्रेमार्द्र स्वरात हलक्या आवाजात तिनं साद घातली.

'फुलवा!' असं म्हणत मी तिच्या ओठांवर ओठ टेकले आणि तिचं प्रदीर्घ चुंबन घेतलं.

त्या दिवशी एकमेकांच्या प्रेमपाशात आम्ही पुरते बद्ध झालो. दिवसा दिवसागणिक आमच्या प्रेमात अधिकच रंग भरू लागले. डोळा चुकवून फुलवा मला एकांतात भेटू लागली. माझं स्वप्न पुरं झालं. तिच्या सहवासाचं सुख मला पुरेपूर मिळू लागलं. पण पुढेपुढे माझं तेवढ्यावर समाधान होईना. फुलवाला पूर्णपणे आपलीशी करण्याचे विचार माझ्या डोक्यात घोळू लागले. एक दिवस मुद्दामच काही काम देऊन मी किशाबाला गावात पाठवलं. माझ्या जवळच्या एक दोन नोकरांनाही रजा दिली. किशाबा नसला की फुलवानं माझ्याकडं यायचं असा संकेतच होता. त्यानुसार फुलवा आली. तिला माझ्या खोलीत घेऊन मी दार बंद करून घेतलं. धुंदी वाढतच गेली. आणि मग त्या बेहोषीतच मी थोडीशी जबरदस्ती करून फुलवाकडून मला हवं ते सुख मिळवलं. तिच्यात मादकता किती विलक्षण होती, याचा त्यादिवशी मला अनुभव आला.

तिच्या हातून केवढी मोठी चूक झाली आहे हे लक्षात येताच, आता मी सर्वस्वी तुमची आहे, माझा सांभाळ करा, असं म्हणत ती पदर पसरून माझ्या पायाशी

बसली. मी कशीबशी तिची समजूत घातली. तिच्याशी लग्न करण्याचं वचन दिलं. आता तू लवकरच जहागीरदारीण होणार आहेस फुलवा ! रडतेस काय? असं म्हणत मी तिच्या गालावर चापटी मारली. तशी ती हळूहळू शांत झाली. बरीचशी सावरल्यावर ती तिथून निघून गेली.

त्या दिवसापासून फुलवा बदलली. तिचा बालिशपणा, खेळकर वृत्ती कमी झाली. ती गंभीर बनली. मला ती देवासमान मानू लागली. आपलं शरीर म्हणजे देवाला वाहिलेलं फूल आहे, अशी तिची समजूत तिच्या प्रत्येक हालचालीतून व्यक्त होऊ लागली. ते पाहून अपराधीपणाची भावना माझ्या मनात डाचू लागली. कारण फुलवाला मी तसं वचन दिलं, तरी तिच्याशी लग्न करण्याची माझी इच्छा नव्हती. माझ्या विवाहविषयक कल्पना फारच वेगळ्या होत्या. त्यात फुलवासारखी अडाणी स्त्री बसत नव्हती. तिच्यासारख्या कुळवाड्याच्या पोरीशी लग्न करून मला माझ्या घराण्याला काळिमा फासायचा नव्हता. भ्रमराच्या वृत्तीनंच मी तिच्याकडे आकर्षित झालो होतो. त्या आकर्षणाचा वेगच इतका प्रचंड होता, की तिच्याविषयी आपलं काही कर्तव्य असू शकतं याचा मी विचारच केला नव्हता. आणि जेव्हा मला ती जाणीव झाली तेव्हा मी खोटं बोललो, तिला लग्न करण्याचं वचन दिलं, आणि भोळी फुलवा माझ्या त्या नाटकाला फसली. तिच्या मीलनाचं सौख्य आणखी लाभावं म्हणून मी तिला अधिकाधिक फसवीतच राहिलो. आपला गांधर्व-विवाह झाला आहे. आपण पतीपत्नीच आहोत ही गोष्ट मी तिच्या मनावर वारंवार बिंबविली. बाबूजींची परवानगी मिळवून आपण लवकरच सर्वांसमक्ष विवाहबद्ध होऊ असंही सांगितलं आणि या नाटकाच्या जोरावर मी कितीदा तरी मला हवं असलेलं सुख मिळवलं.

पण एक दिवस फुलवानं मला ती बातमी सांगितली, आणि माझी सारी धुंदी खाडकन उतरली. मी पुरता हादरलो. फुलवाला दिवस गेले होते आणि आता लवकरच आपलं लग्न झालं पाहिजे असं ती मला विनवत होती. अस्वस्थ मन:स्थितीतच मी घरी आलो. त्यानंतर एकदोन दिवस मी शेताकडे फिरकलोच नाही.

अचानक या बाबतीत दिवाणजीचा सल्ला घेण्याची मला इच्छा झाली. मी त्यांना माझ्या खोलीत बोलावून घेतलं. सगळ्या गोष्टी गुप्त ठेवण्याचं त्यांच्याकडून वचन घेऊन मी सारी हकिकत त्यांना सांगितली. दिवाणजींनी एक उसासा टाकला आणि ते म्हणाले-

'मला या प्रकाराचा संशय प्रथमपासूनच आला होता छोटे मालिक, पण मनात आलेली गोष्ट, तुम्ही केल्याशिवाय राहणार नाही, हे मला माहीत होतं. म्हणून तुम्हाला हटकलं नाही. पण हे असं व्हायला नको होतं. त्या अजाण पोरीच्या आयुष्याचा मात्र सर्वनाश होणार !'

‘दिवाणजी’ ! मी ओरडलो. ‘तुमचा उपदेश नकोय मला, काही उपाय सुचत असेल तर सांगा, नाहीतर चालू लागा.’

दिवाणजी दचकले. माझ्या उद्धटपणाची मलाच शरम वाटली. थोडासा नरमाईचा स्वर काढून मी म्हणालो-

‘माफ करा दिवाणजी, माझी मन:स्थिती बरोबर नसल्याने माझ्या हातून तुमचा अपमान घडला. पण आता बाबूजींना हे सारं सांगून मी त्या पोरीशी लग्न करावं, असं तुम्हाला वाटतं का दिवाणजी?’

‘छे छे, छोटे मालिक ! तसला वेडेपणा करू नका. बडे बाबूजी या गोष्टीला कधीच तयार व्हायचे नाहीत. निष्कारण गाजावाजा होऊन बेअब्रू मात्र होईल.’

‘तर मग काय करावं म्हणता.?’

‘तुम्ही इथून कुठेतरी दूरच्या शहरी निघून जा. छोट्या धन्याचं मन इथं रमत नाही, काही दिवस नोकरी करावी म्हणताहेत, असं मी बड्या बाबूंना सांगेन. तुमचा लहरीपणा त्यांना ठाऊक आहे. ते खुषीनं संमती देतील.’

‘आणि मग?’

‘मग काय फुलवाची सुटका सहज करता येईल. तिच्या बापाला थोडाफार पैसा दिला की सगळं बिनबोभाट होईल.’

‘ठीक आहे. पण मी कुठं गेलोय हे कुणालाही कळणार नाही, याची खबरदारी घ्या.’

‘तुम्ही काही काळजी करू नका छोटे मालिक. मी सगळं व्यवस्थित करतो.’

त्या दिवशीची आमची ती बैठक संपली आणि मी निर्धास्त झालो. एकदोन दिवसांतच प्रवासाची तयारी करून मी मुंबईला एका मित्राकडे येऊन दाखल झालो.

मुंबईला आल्यावर मित्रांबरोबर मौजमजा करण्यातच मी दिवस घालवू लागलो. लवकरच मी स्वत:साठी स्वतंत्र ब्लॉक घेतला, आणि विरंगुळ्यासाठी नोकरीचा शोध करू लागलो. पाच-सहा महिने खटपट केल्यावर मला नोकरी मिळाली. मग तर माझे दिवस अधिकच आनंदात जाऊ लागले. दिवसा नोकरी, संध्याकाळी, उंची हॉटेलातून खाद्य-पेयांचा समाचार, क्लब, मद्यपान, नाटक, सिनेमा यांतच मी रमून गेलो.

फुलवाला मी माझ्या आठवणीतून कायमची हद्दपार करून टाकली होती. घरून दिवाणजींची पत्र येत. त्यांत बाबूजींनी माझ्यासाठी वधू संशोधनाला सुरुवात केल्याच्या बातम्या असत पण फुलवाचा उल्लेख मात्र नसे. दिवाणजींनी सारं व्यवस्थित केलं असणार याबद्दल मला खात्री होती आणि म्हणूनच त्याबाबतीत मीही काही विचारलं नाही.

एक दिवस असाच सारा दिवस चैनीत घालवून मी घरी आलो. कुठल्यातरी

इंग्लिश गाण्याची धून शिळेवर वाजवीत मी कुलूप उघडलं आणि आत गेलो. भिंतीवर उजव्या हाताला असलेलं दिव्याचं बटन मी दाबलं आणि सारी खोली प्रकाशानं उजळली. दिवा लावून मी वळलो आणि ... दुसऱ्याच क्षणी माझ्या छातीत धस्स झालं. जागच्या जागी थिजल्यासारखा मी उभा राहिलो. कारण समोर कॉटवर 'फुलवा' बसली होती. खाली सोडलेले पाय मजेत हलवीत ती पायातल्या तोड्यांचा आवाज करीत होती. आणि मान कलती करून मला निरखीत होती. तिच्या चेहऱ्यावर एक मिस्कील हसू होतं.

'मला सोडून गेला होतात नाही का?' लटक्या रुसव्यानं ती म्हणाली. माझ्या घशाला कोरड पडली होती.

'फुलवा, पण आत कशी आलीस तू? बाहेरून तर कुलूप होतं?' कसाबसा मी म्हणालो. माझा आवाज घोगरा झाला होता. तिनं हसून उघड्या खिडकीकडे बोट दाखवलं- फुलवासारख्या नाजूक मुलीनं माझ्यासाठी एवढं साहस करावं याचं मला कौतुक वाटलं. मी तिच्याजवळ गेलो, त्याबरोबर ती उठली.

'महीन माझे महीन !' असं म्हणत तिनं मला मिठी मारली.

'फुलवा तुला इथला पत्ता कसा मिळाला?' - तिचा चेहरा कुरवाळीत मी विचारलं.

'त्याच्याशी काय करायचंय तुम्हाला? मी तुम्हाला शोधीत होते अन् तुम्ही मला मिळालात. बस्स, इतकंच जाणते मी !'

तिच्या त्या लाडीक हावभावांनी मी घायाळ झालो.

'बरं झालं तू आलीस ! आता आपण लग्न करू आणि इथंच राहू.' मी म्हटलं. ते ऐकताच फुलवा खळखळून हसली.

'कशाला थापा मारताय? इतके दिवस फसवलंत, ते पुरं नाही वाटतं झालं?' तिनं असा सरळ वार करताच मी खजील झालो. तिच्यापासून दूर होऊन मी कपडे बदलले आणि कॉटवर बसलो, तशी माझ्या अंगा-खांद्यावर लाडीकपणे हनुवटी घासत ती म्हणाली-

पण महीन आपण लग्न केलं नसलं, तरी मी तुमच्याजवळ तशीच राहीन!' क्षण दोन क्षण अवाक होऊन मी तिच्याकडे पाहतच राहिलो.

'छे छे फुलवा ! तसं नाही करायचं. इथं एक प्रतिष्ठित माणूस म्हणून ओळखतात लोक मला.'

'मग मी रात्र पडल्यावर इथं येत जाईन आणि दिवस उजडायच्या आत जाईन कुठेतरी.'

'कुठे जाणार दिवसभर !'

'हिंडेन कुठेही.'

'वेडीच आहेस फुलवा तू. किती दिवस करणार तू हे असं?'

'माझी तृप्ती होईपर्यंत.' असं म्हणत तिनं लाजून नजर खाली वळवली आणि त्याच क्षणी मी तिला ओढून जवळ घेतली. त्यानंतर सारी रात्र मी एका धुंद सुखात घालवली.

फुलवा आली त्या दिवसापासून माझ्या सुखाला पारावारच राहिला नाही. रात्र व्हायला लागली की विलक्षण ओढीनं मी घराकडे परतू लागलो. जवळ जवळ सात आठ दिवस मी तिच्या मादक सौंदर्याच्या नशेत बेहोष झालो होतो. पण एक दिवस उठलो तेव्हा मला विलक्षण थकवा जाणवत होता. खूप मोठ्या आजारातून उठल्याप्रमाणे अशक्तपणा वाटत होता. पण तिकडे दुर्लक्ष करून मी ऑफिसला गेलो. सारा दिवस मला अगदी गळून गेल्यासारखं वाटत होतं. त्या दिवशी मी लवकर घरी आलो आणि झोपलो. रात्री फुलवा आली. तिला दृढ आलिंगनात बद्ध करून मी सुखाच्या लाटांवर तरंगू लागलो.

दुसऱ्या दिवशी मी उठलो तेव्हा उन्हं वर आली होती. फुलवा केव्हाच निघून गेली होती. माझं डोकं अतिशय जड झालं होतं आणि शरीरातलं त्राण संपल्यासारखं वाटत होतं. कसाबसा मी उठलो आणि डॉक्टरांना फोन केला. अर्ध्या-पाऊण तासातच डॉक्टर आले. त्यांनी मला व्यवस्थित तपासलं आणि माझ्या पाठीवर थाप मारीत ते म्हणाले-

'मि. महेन्द्र, तुम्हाला काही एक झालेलं नाही. अगदी ठणठणीत प्रकृती आहे तुमची!'

'पण डॉक्टर, मला फार थकल्यासारखं वाटतंय !'

'ठीक आहे. मी तुम्हाला टॉनिकच्या गोळ्या लिहून देतो. पण मला तरी तुमच्या प्रकृतीत काहीही बिघाड वाटत नाहीय.' असं म्हणून त्यांनी घाईनंच औषधांची नावं लिहून दिली आणि ते निघून गेले !

'मी ताबडतोब त्या गोळ्या विकत आणल्या. पण त्यांचाही काही उपयोग होईना. दिवसेंदिवस आपण खंगत चाललो आहोत, अशीच भावना मला होऊ लागली. एक दिवस पहाटे फुलवा निघाली तेव्हा मी तिचा हात धरला.

'फुलवा, मला बरं वाटत नाहीय. तू आज इथंच राहाना !'

फुलवा क्षणभर थांबली, पण लगेच म्हणाली,

'छे छे ! मला जायलाच हवं. रात्री परत येईन मी !'

असं म्हणत दार उघडून ती निघून देखील गेली. मला आश्चर्य वाटलं. ही अशी चमत्कारिक का वागते? आपल्याला जायलाच हवं, असं ती का म्हणाली? आणि ही नेहमी जाते तरी कुठे? माझ्या मनात प्रश्नांमागून प्रश्न उठू लागले आणि मी अस्वस्थ झालो. माझी झोप उडाली. अखेर निश्चयानेच मी उठलो. ब्लॉकला कुलूप

घातलं आणि बाहेर पडलो. पोर्चमधून गाडी बाहेर काढली आणि का कोण जाणे, समुद्रकिनाऱ्याच्या दिशेने मी निघालो. बराच वेळ मला फुलवा दिसली नाही तसा मी अस्वस्थ झालो. ती इतक्या जलद कुठे गेली असावी याचा विचार करीत असतानाच माझी गाडी कातकरी लोकांच्या झोपड्यांपाशी पोचली आणि अचानक मला फुलवा दिसली. ती या झोपड्यांतच कुठेतरी राहात असावी असं मला वाटतं न वाटतं तोच त्या झोपड्या ओलांडून ती पुढे गेली. मी अगदी संथ गतीनं तिच्या मागून गाडी चालवीत होतो. बरंच अंतर चालून गेल्यावर एकाकी असलेल्या एका घरात ती शिरली. आणि दिसेनाशी झाली. त्या घराच्या अलीकडेच मी गाडी थांबवली आणि बाहेर पडलो. पण घरापाशी येताच मी दिङ्मूढ होऊन गेलो. कारण तो एक अत्यंत जुनाट पद्धतीचा आणि पडझड झालेला बंगला होता. त्याच्या आवारात झाडंझुडपं माजली होती. घराची दारं-खिडक्या बंद होती. त्या ठिकाणी गेल्या कित्येक वर्षांत कुणीही आलं नसावं असं स्पष्ट दिसत होत, पण तरीही मी पुढं झालो. फुलवा इथं का आली याचा मला छडा लावायचा होता. फाटकाच्या वरच्या बाजूच्या कडीला मी हात घातला पण ती गंजून जाऊन अगदी घट्ट बसली होती. ती काढायला मला बरेच श्रम पडले. माझे दोन्ही हातही धुळीनं बरबटले.

क्षणाक्षणाला माझ्या मनाला आश्चर्याचे धक्केच बसत होते फाटक उघडून मी आत गेलो. वाटेत असलेल्या काटक्यांचा, पाला-पाचोळ्याचा माझ्या बुटांमुळे कर्ऽकर्र असा आवाज होत होता. घराच्या दर्शनी भागाला कुलूप होतं आणि पायऱ्यांवर धूळ साचली होती. मी डाव्या बाजूला वळलो आणि तिकडून एखादं उघडं दार दिसते का ते पाहू लागलो. पण कुठेही दार नव्हतं. मात्र मागच्या बाजूचा भिंतीचा बराच मोठा भाग ढासळलेला असल्यामुळे त्या घरात प्रवेश करता येण्याजोगा होता. एव्हाना उजाडू लागले होते. आत जावं की न जावं याचा विचार करीत मी क्षणभर जागीच उभा राहिलो. अखेरीस हिय्या करून मी पुढे झालो. त्या भगदाडातून आत शिरताना माझ्या कपड्यांना ठिकठिकाणी धूळ व कोळिष्टकं लागली पण तिकडे लक्ष न देता मी आत गेलो. ते एक प्रशस्त घर होतं. त्या मोठमोठ्या खोल्या मात्र पूर्णपणे रिकाम्या होत्या. सगळीकडे धुळीचा थरच थर होता. उंदीर-घुशी इकडून तिकडे पळताना दिसत होत्या. आढ्यापासून खाली जळमटं लोंबत होती आणि ती वाऱ्याबरोबर हेलकावत होती. माझ्या मनावर कसलं तरी विचित्र दडपण आता येऊ लागलं. त्या ठिकाणी क्षणभरही थांबू नये असं एकाएकी तीव्रतेने वाटू लागलं, पण नेटानंच मी उजव्या बाजूचा जिना चढून वर गेलो. तो एक विस्तीर्ण हॉल होता. मी आत पाऊल टाकलं मात्र आणि मला आश्चर्याचा आणखी एक प्रचंड धक्का बसला... हॉलच्या टोकाला एक धुरकटलेला आरसा भिंतीवर टांगून ठेवला होता आणि त्याच्यासमोर एका आराम खुर्चीवर फुलवा माझ्याकडे पाठ करून बसली

होती. फुलवानं एका जुनाट घरात का यावं ते मला कळेना.

'फुलवा!' मी हाक मारली पण तिनं माझ्याकडं वळूनदेखील पाहिलं नाही. थोडासा चिडूनच मी पुढे झालो. जवळ जाऊन मी तिच्या खांद्यावर हात ठेवला आणि... आणि दुसऱ्याच क्षणी मी भयानं किंकाळी फोडली. पाण्याचा बुडबुडा पकडायला गेल्यावर जसं हातात काहीच येऊ नये तशी माझी अवस्था झाली होती. फुलवाच्या देहाचा स्पर्श माझ्या हातांना झालाच नाही. ती तिथे नव्हतीच! माझ्या हाताच्या धक्क्यानं तिचे कपडे मात्र सावकाशपणे खुर्चीत पडले. भयानं थिजून मी जागच्याजागी खिळल्यासारखा झालो. मला तिथून हलतादेखील येईना. अखेर बऱ्याच प्रयत्नाने मी माझं सारं धैर्य गोळा केलं आणि माघारी वळलो. तिथून शक्य तितक्या त्वरेनं मला बाहेर पडावंस वाटत होतं पण तरीही आपली हालचाल अत्यंत संथपणे होत असल्याची जाणीव होत होती. मी फाटकाबाहेर आलो तेव्हा माझं सारं शरीर घामानं डबडबलं होतं. कसाबसा मी गाडीपर्यंत पोहोचलो आणि दार उघडून आत बसलो. माझं हृदय अजूनही धडधडत होतं. स्वत:ला सावरून घ्यायला मला बराच वेळ लागला. मी गाडी सुरू केली. तेव्हा सूर्य बराच वर आला होता.

घरी येऊन मी कॉटवर अंग टाकलं. फुलवाबद्दलच्या विचारांनी माझं डोकं भणाणलं होतं. जिच्याबरोबर आपण इतके दिवस प्रणय केला ती माणूस नसून एक हडळ होती, या एकाच विचारानं माझ्या मनाचा तोल पार बिघडवला होता. मी त्या कल्पनेनंच आता व्याकूळ होत होतो. माझ्यावर सूड उगवण्यासाठीच ती अशा रीतीनं माझा पाठपुरावा करीत होतो याबद्दल आता माझ्या मनात कसलीच शंका नव्हती. विचार करून करून माझं मस्तक शिणून गेलं. अखेर मी ठरवलं की सुटकेचा उपाय सुचेपर्यंत तरी निदान आपण रात्रीच्या वेळी आपल्या घरापासून दूर राहायचं.

त्यादिवशी संध्याकाळी ऑफिसातून परस्परच मी माझ्या मित्राकडे गेलो. बऱ्याच दिवसांनी मी त्यांच्याकडे गेलो असल्यानं त्याला खूपच आनंद झाला. आमच्या गप्पा रंगल्या. मद्यपानाची बैठकही रंगली. त्या रात्री मी त्याच्याचकडे मुक्काम करावा असा त्यानं आग्रह केला. मला तेच हवं होतं. मजेत गप्पागोष्टी करीत आम्ही जेवणं केली. आणि थोड्या वेळानं आपापल्या अंथरुणावर पडलो. मला स्वतंत्र खोली देण्यात आली होती. आत जाताच मी सगळ्या खिडक्या बंद करून घेतल्या आणि दाराला कडी घातली. मद्याच्या धुंदीमुळे मला गाढ झोप लागली.

रात्री केव्हातरी मला एकदम जाग आली. डोळे किलकिले करून मी पाहिलं तेव्हा सगळीकडे दिवे प्रकाशत असलेले मला दिसले. इतक्यात कुणाच्यातरी खळखळून हसण्याचा आवाज आला, आणि मी खडबडून जागा झालो. सभोवार पाहताच माझ्या लक्षात आलं की मी माझ्याच ब्लॉकमधल्या कॉटवर आहे. आणि

समोर फुलवा बसली होती. ती पुन्हा एकदा खळखळून हसली आणि म्हणाली-

'अखेर यावंच लागलं की नाही तुम्हांला?' माझ्यापासून दूर कुठं पळणार तुम्ही?

'फुलवा तू तूच आणलंस मला इथं ?'

'होय ! मीच आणलं.' ती शांतपणे म्हणाली.

'तू माणूस नाहीस फुलवा ! भूत आहेस...हडळ आहेस... हडळ !' मी संतापानं गरजलो.

'होय मी हडळ आहे. डाकीण आहे. आणि तुमचा सूड घेण्यासाठीच इथं आलेय !' फूत्कार सोडीत ती बोलू लागली. तिचा चेहरा आता क्रूर बनला होता. सावजाकडे पाहणाऱ्या एखाद्या हिंस्त्र पशूसारखी तिची नजर भयानक बनली होती त्यावेळी. आणि मग ती पुन्हा बोलू लागली-

'महिन, तुम्ही मला फसवलंत. मला विरहाच्या आगीत होरपळत ठेवून तुम्ही पळून गेलात. पोटातल्या बाळापासून माझी मुक्तता करण्याकरता दिवाणजींनी मला वडिलांच्या साहाय्यानं नको नको ते उपाय करायला लावले आणि अखेर त्यामुळेच हालहाल होऊन मला मरण आलं. मरताना माझ्या मनात केवळ द्वेष होता. तुमच्याविषयीचा द्वेष ! तुमच्या सर्व नाशाची केवळ एकच इच्छा त्या क्षणी माझ्या मनात होती. आणि तिच्या जोरावरच मी तुम्हाला गाठलं. त्या अखेरच्या इच्छेनंच मला तुमच्यापर्यंत आणून सोडलं. आता मीही तुम्हाला माझ्यासारखीच झिजवून झिजवून मारणार आहे,' असं म्हणून ती डाकीण खदाखदा हसत सुटली. तिचं ते हिडिस हास्य आणि क्रोधानं विकृत झालेला चेहरा मी पाहू शकलो नाही. दुसऱ्याच क्षणी माझी शुद्ध हरपली.

दुसऱ्या दिवशी मी जागा झालो तेव्हा उन्हं वर आली होती. डोक्यात जाणवणाऱ्या त्या विलक्षण जडपणाची आणि वेदनेचीदेखील मला आता सवय झाली होती. जागा होऊनही मी काहीवेळ तसाच पलंगावर पडून राहिलो. इतक्यात फोन खणाणला. हात लांब करून मी पडल्या पडल्याच रिसीव्हर उचलून कानाला लावला.

'हॅलो !' जड आवाजात मी म्हणालो.

'कोण महेन्द्रच ना ? अरे किती वेळ फोन करायचा तुला?' पलीकडून माझ्या मित्राचा अमरचा आवाज येत होता. 'काय रे ! काल अपरात्रीच पळून का गेलास ? वॉचमनन तुला हटकलं तर त्याच्याशी न बोलता उलट त्यालाच ठोसे लगावून निघून गेलास म्हणे तू ! काय झालंय तरी काय तुला ?'

त्याच्या त्या बोलण्यानं मला कालचा प्रसंग पुन्हा आठवला आणि माझ्या अंगावर काटा आला. वैतागून मी काहीच न बोलता फोन बंद करून टाकला. माझी विचारचक्रं आता पुन्हा वेगानं फिरू लागली.

विचार करता करताच मला काही दिवसांपूर्वीचा तो प्रसंग आठवला आणि वाटलं; फुलवा भूतयोनीतील आहे ही गोष्ट आपल्याला त्याच वेळी कशी लक्षात आली नाही?

त्या दिवशीची रात्र मोठीच रमणीय होती. पौर्णिमेचं चांदणं बरसत होतं. दुग्धधवल प्रकाशानं धरणी न्हाऊन निघत होती. प्रेमीजनांना अधिकच उल्हसित करणारं वातावरण होतं ते ! खिडकीतून ते दृश्य दृष्टीस पडताच फुलवाला घेऊन समुद्रकिनारी फिरायला जाण्याची मला अनावर इच्छा झाली. तिलाही ती कल्पना पसंत पडली. आम्ही दोघं गाडीनं निघालो आणि समुद्रावर पोहोचलो. सागराचं लकाकणारं पाणी, धीर गंभीर आवाजात गरजत होतं. अम्ही वाळूवर बसलो. मोठ्या प्रेमानं माझं मस्तक मांडीवर घेऊन फुलवा माझ्याशी गुजगोष्टी करू लागली. एकमेकांच्या प्रेमाला उधाण येऊ लागलं. फुलवाचं माझ्यावरचं प्रेम आणि पौर्णिमेच्या चांदण्यात अधिकच रमणीय दिसणारं तिचं सुंदर रूप पाहून तिला मागे फसवल्याबद्दल मला राहून राहून पश्चात्ताप होत होता. तिच्याशी लग्न करण्याचा मी त्यावेळी निश्चय केला आणि तिला तो बोलूनही दाखवला. फुलवा त्यावर फक्त गोडसं हसली होती. बोलता बोलता मध्यरात्र केव्हा उलटली, कळलं देखील नाही. अखेर जाण्यासाठी म्हणून आम्ही उभे राहिलो. तिला पुन्हा घरी चलण्याचा मी आग्रह करू लागलो. पण ती तिथूनच निरोप घेऊ लागली. तिच्याशी बोलत असताना सहजच चाळा म्हणून मी हातातल्या काठीनं आम्हा दोघांभोवती वाळूत एक वर्तुळ काढलं. पण माझ्या त्या कृतीसरशी ती एकदम घाबरीघुबरी झाली.

'....चला महीन, आपण दुसरीकडे जाऊ या. मला कसंतरी होतंय!' ती म्हणाली. पण मला तिच्या बोलण्याचा अर्थबोध व्हायच्या आतच ती खाली कोसळली आणि बेशुद्ध झाली. तिला उठवण्यासाठी मी खाली बसलो आणि तिला शुद्धीवर आणण्यासाठी प्रयत्न करू लागलो पण तिचं शरीर थंड पडू लागल्यासारखं मला वाटलं. मी घाबरून मदतीसाठी आसपास पाहिलं आणि मला धक्काच बसला.

आम्हा दोघांभोवती काळ्याशार धुक्याची गोलाकार भिंत तयार झाली होती. क्षणाक्षणाला ती भिंत उंच वाढू लागली तेव्हा मात्र मी पुरता घाबरलो. समोरचा समुद्र, आसपासच्या झोपड्या, माझी कार, सारं काही दिसेनासं झालं होतं. कुठल्यातरी खोल विहिरीच्या तळाशी आपण पडलो आहोत असं वाटू लागलं. थोड्याच वेळात ती गोलाकार भिंत एकत्र होऊन तिचा घुमट तयार झाला. आणि तो लहान लहान होऊ लागला. आतली हवा कमी कमी होऊ लागली. मला धड श्वासदेखील घेता येईना. आपण या काळ्या डोहांत आता गुदमरून मरणार अशी जेव्हा मला जाणीव झाली, त्याचक्षणी जिवाच्या करारानं स्वत:च्या सुटकेसाठी प्रयत्न करायचं मी ठरवलं. काहीतरी करायला हवं होतं. आमच्या भोवतीचा तो घुमट दर क्षणाला

आणखीच लहान लहान होत होता. अखेरीस निकराचा प्रयत्न म्हणून मी त्या काळ्या भिंतीवर जोरदार लाथ मारली. पण तसं केल्यामुळे माझ्या पायालाच जोरदार धक्का बसला आणि मी आत फेकला गेलो. आणि त्याचवेळी माझ्या हातातली काठी त्या धक्क्यानं पाठीमागच्या भिंतीला लागली. त्यासरशी एखादं कापड फाटावं तसं ते काळं धुकं फाटलं. ते पाहताच मला आनंद वाटला. दुखावलेल्या पायाकडे दुर्लक्ष करून मी ते भगदाड काठीनं अधिकच मोठं केलं आणि माझं शरीर त्यातून बाहेर झोकून दिलं. त्यासरशी क्षणार्धातच ते सारं धुकं विरून गेलं आणि आसपासचा सारा परिसर मला स्पष्ट दिसू लागला. मी सुटकेचा श्वास सोडला. कपाळावरचा घाम पुसला आणि मी फुलवाकडे पाहिलं. आळोखे पिळोखे देत ती उठून बसत होती. मी उठण्याचा प्रयत्न केला पण माझा दुखावलेला पाय आता पूर्णपणे लुळा पडला होता. त्याच्यातलं चैतन्यच जणू नाहीसं झालं होतं.

'फुलवा!' मी घाबरून जवळजवळ किंचाळलोच. फुलवा जवळ आली तेव्हा भयचकित नजरेनं मी त्या पायाकडे पाहत होतो. तिनं मला धीर दिला.

'घाबरू नका महीन. असल्या दुखण्यावरचा उपाय माहीत आहे मला. अर्ध्या तासाच्या आत बरा करते मी तुमचा पाय!' असं म्हणत तिनं हळुवारपणे त्या दुखऱ्या पायावरून हात फिरवायला सुरुवात केली. तोंडानं ती काहीतरी पुटपुटतदेखील होती. हळूहळू माझ्या पायात चैतन्य संचारू लागलं आणि अर्ध्या तासानं खरोखरीच माझा पाय खडखडीत बरा झाला. मला अत्यानंद झाला. त्या भरातच मी फुलवाला जवळ ओढून मी तिचं प्रदीर्घ चुंबन घेतलं. तिनं फार मोठा उपकार केला होता माझ्यावर! अशा प्रेमळ पोरीला फसवल्याबद्दल मला पुन्हा एकदा पश्चात्ताप वाटला. थोड्याच वेळात आम्ही एकमेकांचा निरोप घेतला.

या साऱ्या घटनेचं मला इतके दिवस विस्मरण झालं होतं, की फुलवानंच माझ्यावर मोहिनी घालून तो प्रसंग मला विसरायला भाग पाडलं होतं न कळे! आता मी तिच्या मोहजालातून जरा तरी स्वतंत्र झालो होतो आणि त्यामुळेच स्वतंत्र बुद्धीनं मी विचार करू शकत होतो. घरापासून दूर राहण्याचा उपाय तर फसलाच होता. मी जिथे असेन तिथून फुलवा मला घरी खेचून आणू शकत होती. त्यामुळेच मी खूप निराश झालो होतो. फुलवापासून आपण लवकरच सुटका करून घेतली नाही तर असेच खंगत जाऊन आपल्याला मरण येणार हे मला स्पष्ट कळून चुकलं होतं. म्हणूनच चित्त एकाग्र करून पुन:पुन्हा मी त्या घटनेचा विचार करीत होतो. काही वेळानं अचानक मला तो विचार सुचला आणि मी सुटकेचा नि:श्वास सोडला. फुलवाशी लढा देण्यासाठी माझ्याजवळ एकच प्रभावी शस्त्र होतं आणि ते म्हणजे माझ्या हातात त्यादिवशी असलेली ती काठी!

कोणातरी साधूनं ती काठी मागे माझ्या वडिलांना दिली होती. रात्री अपरात्री कुठे

बाहेर जायचं असेल तर बाबूजी ती काठी जवळ बाळगीत असत. मुंबईस येताना मी ती काठी सहजच बरोबर आणली होती आणि फिरायला जाताना ती बरोबर घेण्याचा मला एक छंदच जडला होता. हातातल्या काठीशी वेगवेगळ्या प्रकारे चाळा करीत चालण्या-बोलण्याने आपल्या रुबाबात भर पडते असं मला वाटायचं. पण तिच्यात काही अलौकिक शक्ती असावी, याची मात्र मला आत्तापर्यंत जाणीवच नव्हती.

त्यादिवशी मी वाळूत त्या काठीनं वर्तुळ काढलं, त्यामुळे फुलवानं धारण केलेला मानवी देह नष्ट होऊ लागला आणि तिच्यातील अमानवी शक्ती मुक्त झाली. पण त्या वर्तुळाबाहेर तिला पडतां येत नव्हतं. ती त्या वर्तुळातच कोंडली गेली होती. त्या पवित्र वर्तुळामुळे जगापासून मी आणि ती पाशवी शक्ती पूर्णपणे अलग झालो होतो आणि म्हणूनच स्वत: नष्ट होऊन जाण्यापूर्वी त्या शक्तिने माझ्यावर हल्ला चढवला होता. माझ्याजवळच्या काठीमुळं ती मला प्रत्यक्ष स्पर्श करू शकत नव्हती. पण मला गुदमरवून मारून टाकणं तिला सहज शक्य होतं. मी लाथ मारल्यामुळे धक्का बसून माझ्या सुदैवानेच केवळ ती काठी त्या भिंतीवर आपटली होती. आणि मी बचावलो होतो. पण माझ्या हालचालींमुळे वाळूतलं ते पवित्र वर्तुळ मात्र खंडित झालं होतं आणि त्या अमानुष शक्तीनं पुन्हा फुलवाच्या देहाचा आश्रय घेतला होता.

आता केवळ तेच शस्त्र वापरून मला त्या शक्तीचा प्रतिकार करता येणं शक्य होतं. तिच्या मोहपाशात न अडकता मी जर तिच्याभोवती त्या पवित्र काठीचं वर्तुळ काढू शकलो तर ती अमानुष शक्ती नष्ट होईल असा मला विश्वास वाटत होता.

तो विचार मनात येताक्षणीच मी ताडकन उठलो. तो सारा दिवस मी एका वेगळ्याच उत्साहानं, आत्मविश्वासानं घालवला. ऑफिसातून परस्परच मी दत्तमंदिरात गेलो आणि तिथल्या पुजाऱ्याकडून थोडंसं तीर्थ आणि अंगारा घेतला. मी घरी आलो तेव्हा अंधार पडू लागला होता. आत येताच मी खोलीत धूप जाळला. आमच्या कुलदैवतांचं स्मरण करून लहाणपणी बाबूजींनी मला शिकवलेली काही स्तोत्रं म्हटली. त्यामुळं घरात एक प्रकारची उदात्तता भरून राहिल्याचा भास मला झाला. माझे मनही प्रसन्न अन् कणखर बनलं. फुलवाच्या मोहिनीशी लढा देण्याकरता मला आपलं मन खंबीर बनवणं भागच होतं. त्यानंतर त्या पवित्र काठीच्या खालच्या टोकाला मी एक खडूचा तुकडा बांधला आणि ड्रेसिंग टेबलापाशी गेलो. या टेबलाच्या आरशा समोरच फुलवा आल्याबरोबर उभी राहत असे, आणि आपली एकेक वस्त्रं दूर करीत असे. तिच्या त्या कृतीमुळे मी पागल बनून जात असे, पण आज मला तसे घडू द्यायचं नव्हतं. उलट फुलवाचा तो चाळा माझ्या चांगलाच पथ्यावर पडणार होता. टेबलाच्या मागच्या भागापासून पुढे स्टूलापर्यंत येणारं एक अर्धवर्तुळ मी आधीच काढून ठेवलं आणि तिची वाट पाहू लागलो. जाणारा एकेक

क्षण मला अस्वस्थ करून सोडीत होता.

रात्रीचे अकरा वाजले आणि ती आली. पायातल्या तोड्यांचा लयबद्ध आवाज करीत आणि मोहकपणे हसत ती टेबलासमोर जाऊन उभी राहिली. अंगावरची ओढणी तिने दूर केली आणि आरशात पाहात ती आपली वस्त्रं काढू लागली. मी त्वरेनं उठलो आणि हातातल्या काठीन मघाचं ते अर्धवर्तुळ पूर्ण केले. फुलवा पाठमोरी उभी होती. आता तिच्याभोवती खडूच्या वर्तुळाबरोबरच त्या पवित्र काठीचं वर्तुळ तयार झालं होतं. मी तिच्या काही लक्षात येण्याच्या आतच बाजूला ठेवलेला अंगाराही त्या वर्तुळाच्या कडेनं विखरून टाकला आणि श्वास रोखून काय घडतं ते पाहू लागलो.

पूर्णपणे विवस्त्र होऊन ती मागे वळली आणि माझ्याकडे येऊ लागली. पण वर्तुळावर तिचा पाय पडताच ती जोरात किंचाळली. मी तिच्या नाशाची तयारी केलीय हे तिच्या लक्षात आलं. संतापाने ती थयथयाट करू लागली. दात कराकरा वाजवीत भयानक हास्य करू लागली. मी भयानं जागच्या जागीच खिळलो होतो. आता दर क्षणाला ती नवी नवी हिडिस रूपं घेऊ लागली. मध्येच ती अक्राळ विक्राळ स्वरूप धारण करून छताला भिडत होती तर मध्येच ती लहान होऊन अत्यंत विकृत व ओंगळ आकार धारण करीत होती. मोठ्या प्रयत्नानं मी माझं मनोधैर्य शाबूत ठेवलं होते. पुन्हा एकदा मी कुलदैवताचं स्मरण केलं आणि हातातलं तीर्थ तिच्या अंगावर फेकलं. तिच्या किंचाळ्या वाढल्या. अधिकच भेसूर झाल्या. पण हळूहळू तिची आकृती धूसर होत चालली आणि अखेर संपूर्ण नाहीशी झाली. तिच्या जागी एक काळाभोर धुक्याचा स्तंभ तयार झाला. तो गरगरत वर गेला. छताला भिडला आणि विरून गेला. मी सुटकेचा श्वास सोडला आणि आत्तापर्यंतचा तो मानसिक ताण सहन न होऊन खाली कोसळलो. त्यानंतर फुलवाने मला कधीच त्रास दिला नाही.''

''मित्र हो अशी आहे माझी प्रेमकहाणी!'' असं म्हणून महेंद्राने एकवार सगळ्यांकडे पाहिलं. इतका वेळ सर्वचजण त्याची कथा स्तिमित होऊन ऐकत होते, थोडा वेळ कुणीच काही बोलले नाही.

''बरंय मंडळी! आता चलतो मी.'' असं म्हणत महेंद्र उठला. रात्र बरीच झाली होती त्यामुळे इतरही सर्वजण उठले. दाराशी आल्यावर महेंन्द्र त्याच्याकडे वळून म्हणाला.

''पण मित्र हो, या कहाणीतला एक फार महत्त्वाचा मुद्दा मी तुम्हाला सांगितलाच नाही!''

त्याच्या या वाक्यासरशी साऱ्या उत्सुक नजरा त्याच्याकडे वळल्या. सर्वच मित्र त्याला ती गोष्ट कोणती तेही सांगून टाकण्याचा आग्रह करू लागले. महेंद्र हसला.

पुढे होऊन त्यानं कारचं दार उघडले आणि तो ड्रायव्हिंग सीटवर बसला.

"ए ऽ, आता भाव खाऊ नकोस! काय सांगायचं राहिलंय ते सांग ना चटकन!" साठे म्हणाला.

मान कलती करून बाहेर असलेल्या मित्रांकडे महेन्द्राने पाहिलं आणि एकेक शब्द सावकाशपणे उच्चारीत तो म्हणाला.

"ऐका तर! ही सगळी कहाणी मला केवळ दहा मिनिटांत सुचलीय!"

-आणि दुसऱ्याच क्षणी त्याने कार स्टार्ट केली.

◆

कशासाठी ? सुखासाठी !

एक

तिन्ही सांजेची वेळ झाली होती. संध्याकाळच्या धूसर प्रकाशात रुद्रपूर शहराबाहेरच्या माळरानावर एक मानवी आकृती झपाझप चालत होती. त्या व्यक्तीच्या कमरेला एक व्याघ्रजिन होतं आणि वरच्या उघड्याबंब देहावर एक पंचा गुंडाळण्याचा प्रयत्न केला होता. पण वाऱ्याने तो कळकट पंचा सगळाच गळ्यापाशी गोळा झाला होता. त्या व्यक्तीची काळीभोर छाती त्यामुळे उघडी पडली होती. मोठमोठ्या रुद्राक्षांच्या माळा त्याने गळ्यात घातल्या होत्या. कानात भलीमोठी कुंडलं घातलेली होती. त्या व्यक्तीचा बहुतेक चेहरा दाढी-मिशांनी झाकला गेला होता. डोळे लालबुंद आणि क्रूरतेची छटा असलेले होते. डोक्यावरचे केसही अस्ताव्यस्त वाढून त्यांच्या जटा बनलेल्या होत्या. पाहताक्षणीच कुणालाही भीती वाटावी, असाच त्या व्यक्तीचा अवतार होता. पायातल्या खडावांचा खटाक-फटाक आवाज करीत ती व्यक्ती जलद चालत होती. चालता चालता मध्येच त्या व्यक्तीने डाव्या बाजूला दिसलेल्या एका उंचवट्याकडे मोहरा वळवला. त्यावर चढून त्याने रुद्रपूर शहरावर नजर टाकली. दिवेलागणी झालेली होती. इलेक्ट्रिक दिव्यांनी उजळून निघालेल्या त्या शहराकडे पाहताच त्या व्यक्तीच्या चेहऱ्यावर समाधानाचं हास्य उमललं. आपण एकदाचे मुक्कामावर पोहोचलो, या कल्पनेने त्याचा शिणवटा दूर पळाला. वठू लागलेल्या त्याच्या त्या सडपातळ देहात जणू चैतन्य संचारलं. नव्या जोमाने तो पावलं उचलू लागला.

थोड्याच वेळात तो शहरात पोचला. वेशीजवळच्या मारुतीच्या मंदिराला वळसा घालून तो डाव्या हाताला वळला. थोडीशी तुरळक वस्ती सोडली, तर गेल्या सात-आठ वर्षांत तेथे काहीच नवीन घडलेलं दिसत नव्हतं. त्या व्यक्तीच्या

अपेक्षेप्रमाणे 'वाडा' जागेवरच उभा होता. त्याला समाधान वाटलं. पडझड झालेली असली तरी अजून त्याचं घर शाबूत होतं. पुढच्या दारावरची चौकट कुणी काढून नेली होती... भिंतीलाही खिंडारं पडली होती. त्यामुळे दारात येताच ओसरीपर्यंतचा भाग दिसत होता. दारापासून ओसरीपर्यंत सर्वत्र रानझुडपं माजली होती. ओसरीवरचं आतल्या भागात जाणारं दार मात्र बंद होतं आणि त्याला कुलूप दिसत होतं. आलेल्या व्यक्तीच्या चेहऱ्यावर त्या दृश्यामुळे फारसा फेरफार झाला नाही. जणू हे सर्व असंच असणार, अशीच त्याची अपेक्षा होती. तो बिनदिक्कत आत घुसला. रानझुडपं तुडवत तो ओसरीवर पोचला. ओसरीचे कठडेही कुणी काढून घेतल्याचं त्याच्या ध्यानात आलं. इकडे तिकडे शोधून त्याने एक दगड मिळवला आणि एकाच दणक्यात ते कुलूप तोडलं. थोड्याशा प्रयत्नानंतर कर्र कर्र आवाज करीत दार एकदाचं उघडलं गेलं. त्याची चाहूल लागताच आतली चारदोन वटवाघळे इकडे-तिकडे फडफड करीत पळू लागली. ते पाहून आत शिरण्याचा विचार त्याने सोडून दिला. काळोखात काही दिसणंही शक्य नव्हतं. दार पुन्हा ओढून घेऊन त्याचे ओसरीकडे नजर वळवली. अंगणातल्या झाडोऱ्याचा उपयोग करून त्याने थोडासा ओसरीचा भाग स्वच्छ करून घेतला. आपलं सामान एका कोपऱ्यात ठेवून त्याने त्यातलीच एक छोटी बादली आणि दोर उचलला आणि उजव्या अंगाच्या बोळातून तो सराईतासारखा मागील दारी गेला. तिथं एक विहीर होती. नवागताने चार-दोन बादल्या शेंदून काढल्या आणि भराभर अंगावर, डोईवर रिकाम्या केल्या. तो तसाच ओल्या अंगाने आणि ओल्या कपड्याने निथळत ओसरीवर गेला. त्याने धुनी पेटवली. एका दगडाला टेकवून तंत्रदेवतेचा फोटो ठेवला. धूपदानात धूप घालून ते पेटवले आणि मंत्र म्हणायला सुरुवात केली. काय वाटेल ते झालं, तरी रोजची ठराविक तंत्रसाधना आणि जपजाप्य झालंच पाहिजे, असा त्याचा नियम होता... आपण एक सिद्ध पुरुष आहोत, असा त्याचा दावा होता. हिमालयात, दऱ्याखोऱ्यांत आणि गुहांमध्ये राहून त्याने हठयोगाद्वारे काही सिद्धी प्राप्त करून घेतल्या होत्या. स्वत:च्या शरीराला नानाप्रकारे कष्टवून तपस्या केली होती. आज सात-आठ वर्षांनंतर तो आपल्या जन्मगावात, हक्काच्या वाड्यात येऊन दाखल झाला होता. त्याच्या मनात काही खास हेतू होते आणि ते सफल करण्याची जिद्द धरूनच तो परतला होता. पेटलेल्या धुनीच्या लालसर प्रकाशात दाढी-मिशांच्या जंजाळातून चमकणारे त्याचे ते लालबुंद डोळे अधिकच क्रूर भासत होते. त्याच्या बुबुळात प्रतिबिंबित होत असलेला समोरच्या ज्वालांचा नाच मोठा विचित्र दिसत होता. जप पुरा होताच सुखदेव उठला. होय ! त्याचं नाव सुखदेवच होतं. पण आता तो स्वत:ला अंगारक महाराज म्हणवून घेत असे. अंगारकाने आपली ओली वस्त्रं फेडून कोरडी परिधान केली आणि ओली वस्त्रं पिळून सुकायला टाकली.

नंतर त्याने आपलं सामान पुढे ओढलं. त्यातलंच एक ताट बाहेर काढून समोर ठेवलं आणि मग झोळीतून भिक्षा मागून मिळालेले पदार्थ तो समोरच्या ताटात ठेवू लागला. त्याने मग यथास्थितपणे आपलं भोजन उरकलं आणि खरकटी भांडी कोपऱ्यात सारून तेथेच पथारी पसरली. धुनी आता विझत चालली होती. तिचा प्रकाश मंद झाला होता. पण अंगारकाला त्याची पर्वा नव्हती. तो लवकरच निद्राधीन झाला...

दोन

पहाट झाली. अंगारकाची सारी प्रात:कर्मे आणि साधना संपेपर्यंत उन्हं चांगली वर आली होती. फुटक्या तुटक्या कौलारातून जागजागी कोळिष्टकं लोंबत होती. उंदीर-घुशींनी पुष्कळ ठिकाणी उखिर-वाखिर करून ठेवलं होतं. अंगारक तसाच आत घुसला. सगळ्या खोल्या हिंडून पाहायचा त्याने निश्चय केला होता. सगळीकडे थोड्याफार फरकाने त्याला तेच दृश्य दिसलं होतं. मनुष्यवस्तीच्या काहीच खुणा कोठेच दिसत नव्हत्या. सामानसुमानही कुठल्याच खोलीत नव्हतं. न्हाणीघरातल्या एका फुटक्या तपेल्याखेरीज तिथे काहीही नव्हतं ! पण अंगारकाला त्याचा काहीच विधिनिषेध नव्हता. आपले लालबुंद डोळे इकडे तिकडे फिरवत, दमदार पावलं टाकीत तो चालतच होता. एका खोलीपाशी तो रेंगाळला... ती त्याची खोली होती. शोधक नजरेने तो इकडे-तिकडे पाहत होता. अखेरीस त्याची नजर भिंतीत बसवलेल्या एका काळ्या रंगाच्या शिसवी फळीकडे गेली. त्याला एक कडी बसवलेली होती. अंगारकाने चटकन पुढे होऊन ती कडी खेचली. फळीचं दार उघडलं गेलं. आतल्या बळदवजा लांबलचक कोनाड्यात पूर्णपणे काळोख होता.

अंगारकाने पुढे झुकून आपला हात बराच आत घातला तेव्हा त्याला एका पत्र्याच्या पेटीचा स्पर्श झाला. त्याचे डोळे चमकले. काही वर्षांपूर्वी त्याने ठेवली होती त्याच ठिकाणी ती पेटी होती. अंगारकाने ती ओढून बाहेर काढली. धुळीतच फतकल मारून त्याने ती पेटी उघडली आणि त्याच्यासमोर अजब वस्तूंचा खजिनाच उघडा पडला. हाडांचा पंजा, कवटी, कवड्यांच्या माळा, औषध खलायचे वेगवेगळ्या आकाराचे दगडी खल, काही बाटल्यातली रसायने, छोटेसे तराजू, काचनळ्या! एक ना दोन, त्यात अक्षरश: हजारो वस्तू होत्या. अंगारकाच्या मुखावर स्मितरेखा फुलली. सुखाचा शोध करता करता आपण जादूगारांच्या, किमयागारांच्या आणि साधूंच्या मागे कितीक वर्षं कशी वेड्यासारखी घालवली ते त्याला आठवलं. त्याच्या नजरेसमोर पंधरा वर्षांचा छोटा सुखदेव उभा राहिला. गांजलेला, कुचंबलेला, रडवेला आणि म्हणूनच आतल्या आत धुमसत असलेला !...

...सुखदेव लहान असतानाच त्याचे वडील वारले, त्यामुळे पितृछत्रविहीन मुलाला ज्या पद्धतीचं आयुष्य काढावं लागतं, तेच त्याच्या वाट्याला आलं. सुखदेवची विधवा आई एकत्र कुटुंबातल्या प्रथेनुसार केवळ कष्ट उपसण्यापुरतीच आपलं अस्तित्व दाखवू शकत होती. एरव्ही कोपऱ्यातल्या केरसुणीइतकंही तिला महत्त्व नव्हतं. त्यामुळे त्या एवढ्या मोठ्या नांदत्या-जागत्या घरात राहूनही सुखदेवची आबाळ होत होती. इतर मुलांना मिळत असलेल्या चार चैनीच्या गोष्टी तर राहोच, पण जरुरीच्या वस्तू मिळण्याची देखील मारामार होत असे. सुखदेवची आई बिचारी त्याला जवळ घेऊन चार आसवं ढाळण्यापलीकडे काहीच करू शकत नव्हती. त्यामुळे कळायला लागल्यापासूनच सुखदेव मनातल्या मनात कुढू लागला होता. सुखदेव तसा बुद्धीने हुषार होता आणि म्हणूनच आपण आणि घरातील इतर मुलं यांच्यात केला जाणारा फरक त्याला जाणवत होता. खेळणी, नवे कपडे, फटाके, एखादा सिनेमा, ह्या क्षुल्लक गोष्टींसाठी देखील तळमळत बसण्याशिवाय त्याच्याजवळ दुसरा उपाय नव्हता. पुढे सुखदेव जसजसा मोठा होऊ लागला, तसतसा या वस्तू आपल्याला मिळाल्या तर काय मौज होईल अशी मनोराज्यं करण्यात त्याचा वेळ जाऊ लागला. आपल्याला हव्या असलेल्या गोष्टी कशा तऱ्हेने प्राप्त करून घेता येतील याविषयी विचार करण्यात त्याचे तासन् तास खर्च होऊ लागले.

सुखदेव याच वातावरणात तेरा वर्षांचा झाला. एक दिवस असेच शाळेच्या फीसाठी त्याला काकांकडून बरीच बोलणी खावी लागली. ''खायला काळ अन् भुईला भार'' वगैरे शब्दांनी तो घायाळ झाला. काकाने मोठ्या मिनतवारीने दिलेले पैसे त्याच्या तोंडावर फेकावेत अशी इच्छा असूनही त्याने ते तसेच हातात ठेवले आणि तो शाळेत गेला. 'हे असं का?' हा एकच प्रश्न त्याच्या डोक्यात थैमान घालीत होता. इतर आनंदी मुलांसारखं सुखाचं आयुष्य आपल्या वाट्याला यावं म्हणून आपण काय केलं पाहिजे हाच विचार तो करीत होता.

त्यादिवशी मास्तरांनी प्रारंभ केला तो रामदासांच्या एका श्लोकानेच ! विवेचन करता करता नकळतच ते त्याच्या मर्मावरच बोट लावून ठेवून गेले–

''जगी सर्व सुखी असा कोण आहे, विचारी मना तूची शोधून पाहे.'' आपल्या ओघवत्या वाणीने अनेक उदाहरणं देऊन मास्तरांनी विवेचन केलं. एकाग्र चित्ताने ऐकणाऱ्या सुखदेवच्या मनावर त्यातला प्रत्येक शब्द कोरला गेला.

''सर्व पाशांपासून मुक्त झालेला माणूस किंवा पशू यांखेरीज सुखी कुणी असू शकत नाही. प्रत्येकाला काही ना काही दुःख असतंच. माणूस विचार करतो म्हणून त्याच्याबाबत सुख-दुःखाचा प्रश्न उद्‌भवतो. पशूंना बुद्धीच नसते, त्यामुळे खाणे-पिणे आणि नित्यव्यवहार यातच ते सुखाने जगतात. पण माणसाला बुद्धीची देणगी असते म्हणूनच तो पशूसारखा सुखी होऊ शकत नाही.''

त्या दिवसापासून सुखदेवमध्ये थोडा बदल झाला. सदैव आपल्याच दुःखात चूर असलेल्या सुखदेवला इतरांची, आसपासच्या लोकांचीही दुःखं जाणवायला लागली. आणि मग त्याच्या मनाने एकच ध्यास घेतला. मनुष्यप्राण्याला सुखी बनवायचं ! जे आजवर कुणाला जमलं नाही, ते आपण करून दाखवायचं! या एका विचाराने त्याला झपाटून टाकलं. त्याचं अभ्यासावरचं लक्ष उडालं. माणसाची प्रत्येक गरज, त्याला हवी असलेली प्रत्येक वस्तू निर्माण करणारी काही जादू आपण करू शकलो तर काय बहार होईल ! या विचाराने त्याच्या डोक्यात जोर धरला. आणि मग तो जादूटोण्यावरची पुस्तकं मिळवून वाचू लागला. रस्त्यावर खेळ करणाऱ्या जादूगारांमागे हिंडू लागला.

एक दिवस असाच एक जादूगार त्याला दिसला. रस्त्यावरच्या गर्दीत मिसळून सुखदेवही त्याचा खेळ पाहत होता. जादूगाराची बडबड आणि हालचाल दुसऱ्याला खिळवून ठेवणारी होती. हातातला डमरू वाजवीत तो एकेक प्रयोग करून दाखवीत होता. आपल्या हातातली अंगठी गायब करत त्याने प्रेक्षकांमधील एकाच्या खिशातून काढून दाखवली. त्यानंतर मडक्यात एक कवडी ठेवून त्याचं तोंड बांधलं आणि काही मंत्र पुटपुटून त्या कवडीचे सोन्याच्या चिपेत रूपांतर करून दाखवलं. ते पाहताच सुखदेव हरकून गेला. ही विद्या आपण शिकायचीच असं त्याने ठरवलं. खेळ संपताच तो त्या जादूगाराच्या मागे मागे त्याच्या मुक्कामावर गेला. एका झोपडपट्टीजवळ एक पाल उभं करून त्या जादूगाराने आपला तात्पुरता संसार थाटला होता.

सुखदेव तिथं गेला. त्या जादूगाराला त्याने आपला हेतू सांगताच तो बायकोकडे पाहून हसला. "तू असं कर, रोज सकाळपासून माझ्याकडे येत जा. म्हणजे मी शिकवीन तुला सारं." सुखदेवला अस्मान ठेंगण झालं. तो रोज नेमाने त्या जादूगाराकडे जाऊ लागला. तहान-भूक विसरून त्याच्या बरोबर खेळ करीत हिंडू लागला. चार-आठ दिवस जादूगाराने त्याला राबवून घेतलं. सुखदेव आपसूकच कंटाळून परत जाईल असा त्याचा कयास होता. पण सुखदेव जादूगाराचा मुक्काम हलेपर्यंत येतच राहिला. अखेर जादूगारालाच त्याची दया आली. त्याने सुखदेवला जवळ बसवून सांगितलं.

"पोरा, तुला वाटतं, तशी सोने तयार करायची विद्या मला अवगत नाही. मला फक्त हातचलाखी करता येते आणि त्यावरच मी पोट भरतो. मला सोनं तयार करता येत असतं, तर मी एखाद्या राजवाड्यातच राहिलो नसतो का? ह्या गाडग्या-मडक्यांचा दरिद्री संसार घेऊन गावोगाव कशाला भटकत फिरलो असतो ? तू अजून लहान आहेस. शाळा शीक. मोठा हो. चांगला पगारदार होशील. असल्या फंदात पडू नकोस." जादूगाराच्या त्या उत्तराने सुखदेवची निराशा झालीच. पण

उलट त्याच्यात अधिकच जिद्द निर्माण झाली. त्याने अधिकच हिरिरीनं जादूगारांचा तपास चालवला. पुस्तकांच्या आधारे कवटी, हाडके जमवून स्वत:देखील काही प्रयोग करून पाहयला सुरुवात केली. पण काहीच निष्पन्न होईना. काही जादूगारांनी त्याला फसवण्याचा प्रयत्न केला. काहींनी सरळच वाटाण्याच्या अक्षता लावल्या, तर काहींनी स्वत:च्या स्वार्थासाठी त्याला राबवून घेतलं. एकाने तर त्याला आपण रसायनांच्याद्वारे किमया करून सोनं उत्पन्न करतो, अशी भूलथाप देऊन दोन-तीन महिने आपल्याकडेच ठेवून घेतलं...

घरी सुखदेवच्या अशा अचानक बेपत्ता होण्यामुळे प्रथम प्रथम जरा गोंधळ होई, पण मग ती नित्याचीच गोष्ट होऊन बसली. शाळेत गेलेला सुखदेव अकस्मात बेपत्ता होई आणि मग परते तेव्हा अर्धपोटी राहिल्याने अशक्त झालेला, खंगलेला असायचा. दिलेले कपडे फाटलेले आणि घाणेरडे असत. आपण कुठे होतो, याविषयी सुखदेव काहीच बोलत नसे. भरपूर मार देऊन का होईना, पण त्याला घरात घेतलं जाई, पण पोरगा बिघडला, याविषयी मात्र सर्वांचीच खात्री झाली होती.

जादूगारांकडून निराशा झाल्यावर सुखदेव साधू-महंतांच्या नादी लागला. त्यातले बरेचसे भोंदू निघाले. उपजीविकेचा एक मार्ग म्हणूनच ते साधू बनलेले होते. त्यापैकी एकाने तर सुखदेवचा भीक मागण्यासाठी उपयोग करायचं ठरवून, त्याचे डोळे फोडण्याचादेखील प्रयत्न केला, पण त्या भयानक संकटातून सुखदेव कसाबसा बचावला. तरीही त्याच्या डोक्यातलं वेड मात्र अजिबात कमी झालं नव्हतं. सुख! सुख!! सुखाचा मार्ग! हा एकच ध्यास लागला होता. काही खरे साधूही त्याला भेटले. पण त्यांची साधना अजून अपुरी होती. त्याला शिष्य बनवून घेणं त्यांनी नाकारलं. काहींना एखाद-दुसरी क्षुल्लक सिद्धी प्राप्त झालेली त्याला आढळली. त्यांच्याजवळ तो काही दिवस राहिला, पण त्याला हवं ते त्यांच्याजवळ गवसेना. अखेर एक दिवस सुखदेव घरातून बेपत्ता झाला तो कायमचाच ! तो थेट हिमालयाच्या दिशेने वाटचाल करू लागला. तेथे कुणीतरी महान तापसी साधू आहे, असं त्याला समजलं होतं. त्याचा शिष्य बनायचं, असं ठरवूनच सुखदेवनं घर सोडलं.

खूप हाल-अपेष्टा भोगून सुखदेव हिमालयात पोचला. तिथे एका हठयोग्याशी त्याची गाठ पडली. त्याच्या मार्गदर्शनाखाली त्याने हिमालयाच्या गिरी-कंदरात खूप तपस्या केली आणि आज आठ वर्षांनी तो घरी परतला होता, अंगारक महाराज म्हणून ! माणसाला सुखी बनवण्याचा मार्ग आपण शोधून काढला आहे, असा त्याला विश्वास वाटत होता आणि अधिकारी 'स्वामी' बनून तो परतला.

तीन

त्या जुनाट वाड्यात कुणीतरी साधू राहायला आला आहे, ही गोष्ट हळूहळू कर्णोपकर्णी पसरत गेली. अंगारकाचा तो विचित्र पोशाख आणि दाढी-मिशांच्या जंजाळात लपलेला क्रूर वाटणारा चेहरा यामुळे तो लोकांच्या नजरेस चटकन येऊ लागला. तो कोण, कुठला आणि त्या वाड्यात कशासाठी आला, याविषयी लोकांचं कुतूहल चाळवलं गेलं. अंगारकाच्या घराण्याला ओळखणाऱ्या म्हाताऱ्या-कोताऱ्यांनी तो सुखदेव असावा, अशीही शंका व्यक्त केली. काहींनी त्याच्याशी बोलण्याचाही प्रयत्न केला, पण अंगारकाने तुसडेपणाने तो हाणून पाडला. आपल्या आखीव दिनक्रमात त्याला कुणाची ढवळाढवळ नको होती. अंगारक आता शहरातही हिंडू-फिरू लागला होता. आपल्या अस्तित्वाची लोकांना सवय व्हावी, हाच त्याचा हेतू होता.

एक दिवस तो असाच संध्याकाळच्या वेळी धुनी पेटवण्याच्या खटपटीत होता. तेवढ्यात त्याला मोठ्या दरवाजाजवळ चाहूल ऐकू आली. त्याने मान वळवून पाहिलं. तिथे दहा-बारा पोरं गुपचूप उभं राहून तो काय करतो, ते लक्षपूर्वक पाहत होती. अंगारकाला त्यांची विलक्षण चीड आली. त्यांना भेदरवून टाकण्याचा त्याने निश्चय केला. जवळच्याच बादलीला पुढे ठेवून अंगारक म्हणाला, "जा बाई, पाणी घेऊन ये..." तशी ती बादली तरंगतच मागील दारी गेली आणि पुढच्याच क्षणी पाण्याने भरून तरंगत आली आणि अलगद पायरीवर थांबली... तो अद्‌भुत प्रकार अचंब्याने पाहणाऱ्या त्या मुलांना आणखी एक धक्का देण्याचं त्याने ठरवलं. आपल्या पोतडीतून त्याने एक हाडाची कवटी काढली आणि काहीतरी मंत्र पुटपुटून तिला म्हटलं, "जा, त्यांना काय हवंय ते विचार." त्यासारशी ती कवटी एकदम सूर मारून हवेत झेपावली आणि मुलांसमोर तरंगत थांबली. "तुम्हाला काय हवंय ?" तिने भसाड्या आवाजात विचारलं. या प्रकाराने गर्भगळीत होऊन ती मुले जागीच खिळून राहिली. भयाने त्यांच्या जिभा टाळ्याला चिकटल्या होत्या आणि मग एकाएकीच ती कवटी खि खि करून खिदळू लागली. ते दृश्य खरोखरच भयंकर होतं. पोरांची तर पाचावर धारण बसली. त्यांच्यापैकीच कुणीतरी एकजण भानावर आलं आणि त्याने "पळा रे पळा" अशी आरोळी ठोकली. त्यासरशी सगळेजण जिवाच्या आकांताने तेथून पळत सुटले.

त्यांची फजिती पाहून अंगारकाला मनापासून हसू आलं... असले चमत्कार दाखवणं म्हणजे त्याच्या हातचा मळ होता, पण त्या दिवशीच्या प्रकारापासून अंगारकाच्या वाड्याकडे कुणी फिरकेनासे झालं. तो कुणीतरी फार मोठा मांत्रिक आहे, अशी आसपासच्या लोकांची खात्री पटली. त्यामुळे त्याच्याबाबत फाजील

उत्सुकता दाखविण्याचं त्यांनी सोडून दिलं. उलट ते त्याला टाळू लागले. तिन्हीसांजेनंतर तर त्या बाजूने जाण्याची कुणाची छातीच होईना.

अंगारकाला हा बदल मनापासून रुचला. आता आपण हवे ते करण्यास मोकळे झालो याचं समाधान वाटलं.

चार

डॉ. श्रीपाद जोगदंड हा तसा रसिक अन् दिलदार माणूस ! त्याचा डॉक्टरीचा व्यवसाय मोठा धडाक्याने चालू होता. जेवायला फुरसत राहू नये इतकी त्याची प्रॅक्टिस जोरदार होती. पण या नीरस व्यवसायात राहूनही त्याच्यातला कलाकार जागा होता. चित्रकलेचे त्याला मोठं वेड होतं. सुटीच्या दिवशी तो हमखास निसर्गरम्य ठिकाणी जाऊन आपली चित्रकलेची हौस पुरवून घेत असे. त्याची चित्रकलाही मोठी उत्कृष्ट होती. आपल्या कलेचा दर्जा वाढावा यासाठी एक अभ्यासविषय म्हणूनही तो त्याकडे पाही. त्यासाठी शहरात भरणारी चित्रांची प्रदर्शने तो वेळात वेळ काढून पाही. प्रसिद्ध कलाकारांची नावाजलेली चित्रं आपल्या संग्रही ठेवण्याचाही त्याला हव्यास होता. इतर कलाकार, त्यांच्या कलेतून त्यांना व इतरांना मिळणारी अनुभूती, चित्रासाठी अवलंबिलेली नवी तंत्रं आणि नित्यनवे विषय हे सारंच तो अगदी चिकित्सकपणे न्याहाळी.

जोगदंडचं खाजगी आयुष्यही तसं सुखाचं होतं. त्याची स्वत:ची एक छोटीशी टुमदार बंगली होती. घरात त्याची म्हातारी आई आणि तरुण, सुंदर पत्नी एवढीच माणसं होती. गतवर्षीच त्याचं लग्न झालं होतं. त्यामुळे जोगदंडला सारं जग कसं एखाद्या स्वप्निल दुनियेसारखं भासत होतं. पण या साऱ्यालाच जणू कुणाची तरी दृष्ट लागली.

एक दिवस जोगदंड आपल्या पत्नीला घेऊन फिरायला निघाला होता. एकाएकीच त्याला रवींद्र नाट्यगृहाच्या हॉलमध्ये एक चित्रप्रदर्शन भरल्याची आठवण झाली. कलाकारही तसा नावाजलेला होता. त्यामुळे डॉ. जोगदंडला ते प्रदर्शन पाहण्याची इच्छा निर्माण झाल्यास नवल नव्हतं. त्याने हळूच आपल्या पत्नीला तसं सूचित केलं. तिलाही त्याचं वेड माहीत होतं. त्यामुळे तिने अजिबात आढेवेढे न घेता तिकडे येण्याची तयारी दाखविली. जोगदंडने गाडी नाट्यगृहाच्या आवारात पार्क केली आणि ती दोघेही खाली उतरून हॉलच्या दिशेने चालू लागली. हॉल पताकांनी आणि तोरणांनी सुशोभित केला होता. दारातून आत जाताच समोरच पंचारती घेऊन उभ्या असलेल्या रमणीचं चित्र काढलेलं होतं. हातातल्या तबकात तेवत असलेल्या निरांजनाचा प्रकाश तिच्या चेहऱ्यावर फाकलेला दिसत होता. त्या प्रकाशात तिचं

प्रसन्न आणि सात्त्विक मुख अधिकच जिवंत वाटत होतं. ते चित्र इतकं सुंदर होतं की, आत येणाऱ्या प्रत्येकाचे पाय जागीच खिळून राहत होते. पार्टिशनचा बोळ पार करून हॉलमध्ये जाण्याचं स्मरण होण्यास कितीकांना बराच वेळ लागे. डॉ. जोगदंडांनाही ते चित्र फार आवडलं. तेथेच त्याला त्याच्या मित्रांचंही एक टोळकं भेटलं. त्यांनी त्याची कलाकाराशी ओळख करून दिली. ''हे डॉक्टर जोगदंड! हे देखील चांगल्यापैकी चित्रकार आहेत.'' एक मित्र म्हणाला.

''छे छे मी आपला शिकाऊ चित्रकार आहे एवढंच. हौस म्हणून काहीतरी काढतो झालं.'' डॉक्टर विनयाने म्हणाला.

''तुम्हाला नवचित्रकलेत इंटरेस्ट आहे का हो?'' कलाकाराने विचारलं.

''खरं सांगायचं तर मला त्यातलं फारसं कळत नाही. माझी आविष्कारपद्धती जुनी आहे. तुम्ही काढलीच असतील तशी काही चित्रं!''

''हो आहेत ना. प्रदर्शनात मोजके नमुने ठेवलेत की.''

''मग आम्हालाही त्यातला अर्थ समजावून सांगा.''

''ओ येस. चला मी येतो तुमच्याबरोबर.'' असं म्हणून तो कलाकार डॉ. जोगदंड आणि त्याच्या मित्रांसमवेत प्रदर्शनाकडे वळला.

एकेका चित्राची तारीफ करीत, रसिकतेने न्याहाळीत सर्वजण पुढे पुढे जात होते. त्यातल्या अशाच एका चित्रापाशी डॉ. जोगदंड थांबला. ते चित्र उंचावरून खाली कोसळणाऱ्या एका धबधब्याचं होतं. धबधब्याचे रौद्र स्वरूप, त्याचे फेसाळ पाणी, वर उडणारे तुषार हे सारंच काही इतकं हुबेहुब होतं की, जोगदंड पाहतच राहिला. एक-दोन क्षणातच तो देहभान विसरला. पाहता पाहता चित्रातला भव्यपणा त्याला खरोखरच जाणवू लागला. समोर धबधबा कोसळतो आहे आणि आपण जवळच उभे आहोत असं त्याला वाटू लागलं. पाहता पाहता त्या धबधब्याने एकदम विराट रूप घेतलं. ''धो धो'' आवाज करीत तो पुढे झेपावला. डॉ. जोगदंडचा ग्रास गिळण्यासाठीच जणू तो रोंरावत पुढे आला. जोगदंडची जीभ भयाने टाळ्याला घट्ट चिकटली होती. भीतीने त्याची स्वत: विषयीची शुद्ध-बुद्ध हरपली होती आणि पुढच्याच क्षणी ते घडले. एकाएकी मोठा-मोठा होत गेलेला तो धबधबा रोंरावत जोगदंडच्या अंगावर आला आणि त्यांच्या डोक्यावरून पलीकडे निघून गेला. डॉ. जोगदंडला समजलं ते एवढंच!

''या चित्राच्या वेळी मी जोगच्या धबधब्याकडे......'' असं म्हणत कलाकाराने मागे वळून पाहिलं. पण डॉ. जोगदंड त्याला दिसले नाहीत. त्याने इकडे तिकडे नजर टाकली. पण कोणत्याच घोळक्यात त्याला ते दिसेनात. इतक्यात त्याची नजर मिसेस जोगदंडांकडे गेली.

''मिसेस जोगदंड, डॉक्टर कुठे गेले?'' त्याने विचारलं.

"अं? आत्ताच इथे होते की." तीही इकडे-तिकडे बघत म्हणाली. पण सबंध हॉलमध्ये तिला डॉक्टर कुठेच दिसेनात, तेव्हा ती संभ्रमात पडली.

"त्यांना काही महत्त्वाचं काम होतं का?" कलाकाराने विचारलं.

"छे हो. आणि असले तरी मला घेतल्याशिवाय ते कसे निघून जातील?"

"हो तेही खरंच." कलाकार वरमून म्हणाला.

मिसेस जोगदंड चेहरा वरवर निर्विकार ठेवून हॉलमधून बाहेर पडली. आवारात गाडी त्याच जागी पार्क केलेली दिसत होती. पण डॉक्टरांचा मात्र पत्ता नव्हता! हा काय चक्रमपणा! की मुद्दामच मला खिजवण्यासाठी त्यांनी काही नाटक केलं असेल?" असा विचार करीत मिसेस जोगदंडने गाडी स्टार्ट केली. ती भरवेगाने गाडी चालवत प्रथम दवाखान्याकडे गेली. खिडकीतून तिने दारावरचं कुलूप पाहिलं आणि पुन्हा गाडीला वेग दिला. पण डॉक्टर घरीही आलेले नाहीत हे पाहून ती बुचकळ्यात पडली. अखेर तिने त्यांची वाट बघायची असं ठरवलं. अस्वस्थ चित्ताने घडाळ्याच्या काट्याकडे नजर ठेवीत तिने आपलं काम चालू ठेवलं होतं. पण रात्रीचे दहा वाजले तरी डॉक्टरांचा पत्ता नव्हता. डॉक्टरांच्या आईही काळजीत पडल्या.

"अग, हा गेला तरी कुठे?" अखेर न राहवून त्यांनी विचारलं. मिसेस जोगदंडला मग सारं सांगावंच लागलं. आपल्याला न सांगता-सावरता त्यांनी असं निघून जावं हे खरं तर तिला अपमानास्पद वाटलं होतं. पण सांगण्याशिवाय इलाज नव्हता. एक गोष्ट मात्र ती सासुबाईंजवळ बोलली नाही. कारण ती बोलणं म्हणजे आपल्या भित्रेपणाचं प्रदर्शन करण्यासारखं तिला वाटलं आणि राहून राहून तिला त्याचीच आठवण येत होती. प्रदर्शनाच्या हॉलमध्ये हाताच्या अंतरावर उभा असलेला तो विचित्र माणूस! भगवी कफनी, गळ्यात रुद्राक्षांच्या माळा, पायात खडावा आणि दाढीमिशांच्या जंजाळात लपलेला क्रूर चेहरा! शी! त्या चेहऱ्याची नुसती आठवण देखील अंगावर भयाण काटा आणीत होती. तो विचार झटकून टाकत मिसेस जोगदंड फोनकडे वळाली. तिने अगदी जवळच्या संबंधितांना फोन करून डॉक्टरांची चौकशी केली. पण कुणाकडेच ते गेले नव्हते. हताश होऊन तिने फोन क्रेडलवर ठेवला. अखेर दुसऱ्या दिवशी सकाळपर्यंत वाट बघायची असा निर्णय घेऊन दोघी झोपी गेल्या.

दुसऱ्या दिवसाची संध्याकाळ होत आली तरी डॉक्टर जोगदंड स्वत: किंवा त्याची एखादी चिठ्ठी, फोन यांपैकी कशाचाच पत्ता नव्हता. शेवटी मिसेस जोगदंडांनी नाइलाजाने पोलिसांकडे तक्रार नोंदवली आणि मग तिसऱ्या दिवशी रूद्रपूरच्या 'प्रभात' वृत्तपत्रात डॉ. जोगदंडचा फोटो झळकला. शेजारीच ठळक अक्षरात बातमी छापली होती, "सुप्रसिद्ध डॉक्टर जोगदंड रहस्यमयरीत्या बेपत्ता!"

पाच

सौ. विद्यादेवी टिपणीस ही तशी श्रीमंत असामी! गर्भश्रीमंतांमध्येच मोडणारी. वयाची पस्तीशी उलटून गेलेली, गोरी-घारी, किंचितशी स्थूल अशी ही बाई! मुंबईच्या धावपळीच्या आयुष्याला कंटाळून त्यांनी रूद्रपूरामध्येच स्थायिक व्हायचं ठरवलं होतं. रूद्रपुरात असलेला जुनाट वाडा पाडून त्या जागी नवे बांधकाम करण्याचं कॉंट्रॅक्ट त्यांनी एका इंजिनियरला दिलं. त्याला आता सहा-सात महिने होऊन गेले होते. नुकतंच बिल्डिंगचं काम पूर्ण झालं होतं आणि घरभरणीचा कार्यक्रम करण्यासाठीच सौ. विद्यादेवी रूद्रपुरात येऊन दाखल झाल्या होत्या. बिल्डिंग तीन मजली करण्यात आली होती. त्यातला एक मजला स्वत:साठी ठेवून घेऊन बाकीचे ३-३ खोल्यांचे ब्लॉक्स भाड्याने देण्याचा त्यांचा विचार होता. बिल्डिंगचं बांधकाम त्यांना फारच पसंत पडलं होतं. सिव्हिल इंजिनियर श्री. वाघ यांना त्यांनी तसं बोलूनही दाखवलं. प्रत्येक ब्लॉकची गॅलरी बाहेरून बघणारांना षटकोनी आकाराचे डिझाईनच वाटावं अशी होती. इंजिनियर वाघांची ही कल्पना निश्चितच अभिनव होती. घरबांधणीच्या कार्यक्रमाचा थाट अगदी दणकेबाज करायचा असं विद्यादेवींनी ठरवलं होतं. त्याप्रमाणे शहरातल्या सर्व प्रतिष्ठितांना निमंत्रणं गेली होती.

अखेर एकदाचा तो दिवस उजाडला. विद्युत रोषणाईने बिल्डिंग सुशोभित केली गेली. आतल्या बाजूनेही पताका, फुगे, तोरणे लावून सबंध बिल्डिंग शृंगारित करण्यात आली. पूजा अर्चादि कार्यक्रम सकाळीच पार पाडण्यात आला. त्या नंतर जवळच्या आप्तेष्टांना भोजन देण्यात आलं. इतर निमंत्रितांसाठी स्वागत-समारंभ संध्याकाळच्या वेळी आयोजित करण्यात आला होता. विद्यादेवींची बरीच धांदल उडाली होती. सर्व कामं नोकरांकरवीच करवून घ्यायची असली, तरी प्रत्येक गोष्टीत जातीने लक्ष घालून ती पार पाडणं नक्कीच कठीण होतं. इंजिनियर वाघांची मदत असल्याने त्यांचा बराच त्रास वाचला होता.

संध्याकाळ झाली. स्वागत समारंभाचा हॉल गालीचे अंथरून आणि टेबल-खुर्च्यांची आकर्षक मांडणी करून सजवण्यात आला. तेथील लाईट्स मंद पण पुरेसा उजेड देणारे होते. पार्टीसाठी खाद्यपेयांची सारी व्यवस्था हॉटेल 'रसना'कडे देण्यात आली होती. संध्याकाळी सातच्या सुमारास पार्टीला सुरुवात झाली. एकापाठोपाठ एक मोटारी, स्कूटर्स बिल्डिंगच्या आवारात येऊन थांबू लागल्या. आलेल्या मंडळींचं स्वागत, त्यांना आत हॉलमध्ये घेऊन येण्याचं काम विद्यादेवी मोठ्या हौसेने करीत होत्या. हॉलमध्ये त्यांचा मुलगा आणि सून निमंत्रितांचं आदरातिथ्य करण्यात गुंतली होती. हास्यविनोद, गप्पा यांना ऊत आला होता. आणि तरीही सारंच वातावरण आखीव औपचारिक होतं.

"अरे सुमतीबेन निघालात इतक्यात? " विद्यादेवी परत निघालेल्या शहा कुटुंबीयांना म्हणाल्या.

"होय, आज रात्रीच्या गाडीने सुमित्राला मुंबईला जायचंय म्हणून जरा घाई आहे." सुमतीबेन हसत उत्तरल्या.

"असं का? पण आता येत जा अधून मधून. ओळख झालीच आहे ती आता वाढवायची बरं का !"

"हो. हो. जरूर."

"अहो ती रोज येऊन त्रास देणार बघा तुम्हाला. कारण तिलाही रूद्रपुरात अगदी कंटाळा आला होता. आता तुमची कंपनी मिळाली म्हणजे तिलाही करमेल." मिस्टर शहांनी दुजोरा दिला. तिघेही बोलत बोलत बाहेर आले. विद्यादेवींनी शहा कुटुंबीयांना मोटारीपाशी सोडलं. कार स्टार्ट करून ती मंडळी निघाल्यावर निरोपाचे हात हलले आणि विद्यादेवी परतल्या. सहजच त्यांचं लक्ष वर गेलं. मोठ्या अभिमानाने त्यांनी आपली स्वकष्टार्जित वास्तू डोळाभरून पाहिली. संगीताच्या तालावर नाचणारी त्यावरची विद्युत रोषणाई कुणालाही मोहित करील अशी होती. विद्यादेवी क्षणभर ते नर्तन पाहत थबकल्या, तबल्याच्या बोलागणिक तालबद्ध रीतीने उघडमीट करणाऱ्या त्या दिव्यांची त्यांना मौज वाटत होती. हिरव्या निळ्या-पिवळ्या दिव्यांच्या आकर्षक रचनाही त्या नर्तनातून तयार होत होत्या. पाहता पाहता विद्यादेवी तल्लीन झाल्या. षटकोनी आकाराच्या गॅलऱ्यांवरून फिरणाऱ्या विद्युतदिव्यांकडे त्यांचं लक्ष वेधलं गेलं होतं. क्षणार्धातच विद्यादेवींचं देहभान हरपलं. आपण कोण, इथं का उभे राहिलो हेही त्या विसरल्या. तबल्याचे बोल साऱ्या विश्वाला व्यापून राहिल्यासारखे त्यांना वाटू लागले. अनिमिष नेत्रांनी त्या समोर पाहत होत्या आणि पुढच्याच क्षणी ते घडलं. समोरचा तो गॅलरीचा षटकोन एकाएकी मोठमोठा होत पुढे आला. त्या षटकोनातून आपण आत गेलो एवढीच जाणीव विद्यादेवींना झाली आणि त्यानंतर विद्यादेवी तिथे होत्या या गोष्टीचा मागमूसही कुठे राहिला नाही !

पार्टी संपत आली तरी बाहेर गेलेल्या विद्यादेवी परत आल्या नाहीत ही गोष्ट त्यांच्या मुलाला खटकली. तो थोडासा अस्वस्थ झाला. एका घोळक्यातून हलकेच निसटून त्याने वाघांना एका बाजूला गाठलं. "अहो वाघ, आई गेलीय तरी कुठे ?" त्याने विचारले "हो बराच वेळ झाला त्या हॉलमध्ये कुठे दिसल्याच नाहीत." ते इकडे तिकडे पाहत म्हणाले, "थांब हं मी आता बघून येतो" असं म्हणून वाघ लगबगीने बाहेर गेले, पण विद्यादेवी बाहेरही नव्हत्या! पार्टी संपली. सर्वत्र विद्यादेवींसाठी शोधाशोध झाली. आप्तेष्टांना फोन लावले गेले. मुंबईला ट्रंककॉलही लावण्यात आला पण व्यर्थ !

सौ. विद्यादेवी टिपणीस रहस्यमयरीत्या बेपत्ता झाल्या होत्या!

सहा

पंडितरावांनी चहा संपवून बाजूला ठेवला आणि नुकताच लेटरहोलमधून आत सारलेला दैनिक 'प्रभात'चा अंक उचलण्यासाठी ते उठले. कोचावर आरामशीरपणे बसून त्यांनी 'प्रभात'चा अंक उघडला आणि पहिल्याच पानावर फोटोसह छापलेल्या त्या बातमीने त्यांचं लक्ष वेधून घेतलं. तो एका निवृत्त लष्करी अधिकाऱ्याचा फोटो होता. "लष्करी अधिकारी श्री. थोरात गूढरीत्या बेपत्ता !" असा जाड टाईपातील मथळा त्याशेजारी पाहून पंडितराव चांगलेच चमकले. रूद्रपुरातील चांगली नावाजलेली माणसं बेपत्ता होण्याचा हा पाचवा प्रकार होता! अस्वस्थ चित्तानेच त्या मथळ्याखालील बातमी ते वाचू लागले—

"येथील निवृत्त लष्करी अधिकारी श्री. थोरात हे काल संध्याकाळी अचानक गायब झाल्याचे खळबळजनक वृत्त आमच्या नुकतेच हाती आले आहे. अशा तऱ्हेने माणसे बेपत्ता होण्याच्या हा पाचवा प्रकार असून पोलीसखाते मात्र झोपा काढत स्वस्थ बसून आहे. श्री. थोरात काल आपल्या बंगल्यापुढील छोट्याशा बागेत बसून चहापान करीत होते. त्यांची पत्नी काही खाण्याचे जिन्नस आणण्याकरता आत गेली आणि पाचच मिनिटांनी बाहेर येऊन पाहते तो थोरात खुर्चीवर नव्हते! त्यांनी बागेत इकडं-तिकडं पाहिलं. पण ते कुठेच नव्हते. बागेचा माळी जवळपासच काम करीत होता. त्यानेही आपण मालकांना फाटक उघडून बाहेर गेलेलं पाहिलं नाही असं शपथेवर सांगितलं. मालक खुर्चीवर बसले होते व आपण नळावर झारी भरून घेऊन माघारी वळालो, तेव्हा मालक तिथे नव्हते असं त्याचं म्हणणं होतं. ते घरात गेले असावेत अशीच त्याची समजूत होती. फाटक उघडताना मोठा आवाज होतो व तसा आवाज आपण ऐकलेला नाही असा त्याचा दावा आहे. हवेत विरघळावेत तसे श्री. थोरात पाहता पाहता गायब झाले आहेत ! अद्यापही त्यांचा तलास लागलेला नाही. यापूर्वी बेपत्ता झालेल्या चौघांचा देखील काहीच ठावठिकाणा कळालेला नाही. पोलिसखात्याचे डोळे आता तरी उघडतील काय?"

पंडितरावांनी ती बातमी वाचून संपवली आणि ते चांगलेच अस्वस्थ झाले. हा काय प्रकार असावा तेच त्यांना कळेना ?

खाऊची लालूच दाखवून लहान मुलं पळवून नेणारी टोळी अस्तित्वात असते हे त्यांना माहीत होतं. पण मोठी माणसं अशा तऱ्हेने इतर कुणाला चाहूल देखील लागू न देता बेपत्ता होतात याचा अर्थ काय ? प्रतिकाराचा थोडातरी प्रयत्न मोठी माणसे जरूर करतील. मग हा काही जादूविद्येचा तर प्रकार नसेल ? या कल्पनेचं त्यांचं त्यांनाच हसू आलं. इतक्यात दारावर टकटक झाली आणि त्यांची विचारांची

साखळी तुटली. अनिच्छेनेच ते उठले आणि त्यांनी दार उघडलं. विभाकर त्यांचा मित्रही होता. आणि बऱ्याच बाबतीत मदतनीस देखील. विभाकरबरोबर चर्चा करण्यासही त्यांना आवडत असे. त्यामुळेच नुकत्याच वाचलेल्या ताज्या बातमीविषयी आपण त्याच्याशी बोलायचं असं त्यांनी मनोमन ठरवलं.

"ये, आत बैस." पंडितराव त्याचं स्वागत करीत म्हणाले. विभाकर त्यांच्या समोरच्या खुर्चीत बसला. पण नेहमीप्रमाणे त्याचा चेहरा प्रसन्न दिसत नव्हता. त्याला काहीतरी सांगायचं आहे, आणि ते सांगावं की नाही या संभ्रमात तो पडला असावा, असं पंडितरावांच्या स्पष्टपणे लक्षात आलं. त्यामुळे स्वत: गप्प राहून विभाकरच्याच बोलण्याची ते वाट पाहू लागले.

पंडितराव हे एक महान योगी होते. त्यांची साधना जबरदस्त होती. साधनेच्या बळावर काही अतींद्रिय शक्ती त्यांना प्राप्त झाल्या होत्या. त्यांचे चारित्र्य अत्यंत निर्मळ होते आणि म्हणूनच त्यांचे आत्मिक बळ, नैतिक सामर्थ्य प्रचंड होतं. देवधर्म, यज्ञयाग त्यांच्या घरात सदोदित चालू असत. अमंगल शक्तींपासून पीडित झालेले असंख्य लोक लांब लांबून येऊन त्यांच्यापाशी शांत होत असत आणि पंडितराव आपल्या योगसामर्थ्याच्या बळावर त्यांना संकटमुक्त करीत. या कामासाठी ते कुणाकडून पैसाही घेत नसत. अशा पुष्कळ केसेसमध्ये विभाकर त्यांना मदत करीत असे. त्याला अध्यात्मविद्या आणि गूढविद्या यांचं आकर्षण होतं. आणि पंडितरावांचा सहवास त्याला फारच प्रिय वाटे. पंडितरावांची शास्त्रशुद्ध विचारसरणी, अमंगल शक्तींशी मुकाबला करतानाचे अनेक चित्तथरारक प्रसंग त्याला ज्ञात होते. विभाकरसारखा चाणाक्ष आणि संवेदनाक्षम, पापभीरू तरुण पंडितरावांना मदतनीस म्हणून योग्य वाटला होता.

विभाकरने काहीतरी बोलण्यासाठी तोंड उघडलं आणि पंडितरावांनी गालातल्या गालात स्मित केलं. "मी तुमच्याकडे आज एका वेगळ्याच कारणासाठी आलोय." विभाकरने सुरुवात केली, "काल सकाळी माझ्या बाबतीत एक चमत्कारिक घटना घडली, आणि तेव्हापासून मी अस्वस्थ आहे. काल दोनदा मी तुमची भेट घेण्याच प्रयत्न केला, पण तुम्ही घरी नव्हता. म्हणूनच आज अगदी सकाळीच आलोय."

"पुढे बोल" पंडितराव डोळे मिटून चित्त एकाग्र करीत म्हणाले.

"काल सकाळी नेहमीप्रमाणे फिरायला बाहेर पडलो होतो. नेहमीचा रस्ता सोडून मी काल गुलटेकडीकडे मोर्चा वळवला. टेकडी चढून मी वर आलो तेव्हा नुकताच सूर्य उगवला होता. दृश्य मोठं मनोरम दिसत होतं. ते पाहात मी थोडा वेळ बसलो आणि मग कोवळ्या उन्हात थोडा वेळ तेथेच बसावं असं ठरवून बरोबर घेतलेलं पुस्तक उघडलं. वाचता वाचता किती वेळ गेला कुणास ठाऊक! मी वाचनात चांगलाच तल्लीन झालो होतो. एकाएकी माझं लक्ष पुस्तकातल्या एकाच

वाक्यावर केंद्रित झालं. इच्छा असूनही माझी नजर पुढे सरकेना. त्या वाक्याच्या शेवटी असलेल्या प्रश्नचिन्हाने माझी नजर जणू बांधून टाकली. हळूहळू ते प्रश्नचिन्ह माझ्या डोळ्यांत मावेनासं झालं. मोठे मोठे होत त्या प्रश्नचिन्हाने जणू सारं विश्वच व्यापून टाकलं. माझ्या भोवतालच्या विश्वाचा मला विसर पडला. सारे आवाज क्षणार्धात थांबले. त्या प्रचंड प्रश्नचिन्हाखेरीज काहीही शिल्लक राहिलं नाही. माझे देहभान हरपलं. एकाएकी ते प्रश्नचिन्ह जबडा उघडून माझा ग्रास घेण्यासाठीच जणू पुढे सरकलं. आणि पुढच्याच क्षणी पत्त्याच्या पानासारखा मी आसमंतात फेकला गेल्याची मला जाणीव झाली. सारे विश्वच माझ्याभोवती गरगरा फिरू लागले. मला भोवंड आली. स्वत्वाची जाणीव क्षीण होत चालली आणि त्याच क्षणी ते घडलं ! आसमंताच्या त्या पोकळीत मला तुमचा चेहरा दिसू लागला. तुमचे सामर्थ्यशाली नेत्र मला बोलावीत आहेत असं वाटलं आणि कोणीतरी हात धरून खेचावं तसा मी पृथ्वीकडे खेचला गेलो ! आपण दगडावर पुस्तक वाचीत बसलो आहोत याची मला जाणीव झाली. माझ्या कपाळावर चांगलाच घाम जमा झाला होता. मनातली ती प्रचंड उलथापालथ काही क्षणच झाली असेल. पण मला मात्र कित्येक वर्षं उलटून गेल्यासारखी वाटत होती. मी घाईनेच तेथून उठलो. आणि त्वरेने टेकडी उतरू लागलो.''

''हे घडले त्यावेळी टेकडीवर तू एकटाच होतास ?'' दोन भुवयांमधला भाग चिमटीने दाबून धरीत डोळे मिटूनच पंडितरावांनी विचारलं.

''प्रथम एकटाच होतो. पण मी भानावर आलो तेव्हा मात्र माझ्यापासून काही अंतरावर एक बैरागी उभा असून माझ्याकडे रोखून पाहत आहे असं मला दिसलं.''

पंडितराव ताडकन उठून उभे राहिले.

''काय म्हणालास, बैरागी?'' त्यांनी विचारलं. ते एकदम उत्तेजित झाले होते. कसलेतरी कोडं उलगडत असल्यासारखा त्यांचा चेहरा दिसत होता.

''तू त्याचं वर्णन करू शकशील?'' काहीसे शांत होत त्यांनी विचारलं.

''हो जरूर ! त्यानं भगवी कफनी घातली होती. गळ्यात रुद्राक्षांच्या माळा होत्या. आणि विशेष म्हणजे दाढीमिशांच्या जंजाळात लपलेला त्याचा चेहरा, विशेषत: डोळे क्रूर दिसत होते.''

''अस्सं !'' असं म्हणत पंडितराव खाली बसले.

काही क्षण तसेच पसार झाले. विभाकरनेही त्यांच्या विचारात काहीही बोलून अडथळा आणला नाही.

''याचा अर्थ एवढाच आहे विभाकर, की कोणीतरी मनोबलाच्या जोरावर तुला सशरीर कोठेतरी घेऊन जात होतं. पण तुझी माझ्याशी असलेली मानसिक संलग्नता त्या व्यक्तीच्या प्रयत्नाआड आली आणि तू स्वत:चं संरक्षण करू शकलास.''

पंडितराव म्हणाले. पुन्हा काही क्षण ते गप्प बसले आणि मग एकदम उठून उभे राहत त्यांनी म्हटलं, "विभाकर यापूर्वी बेपत्ता झालेल्या प्रत्येकाच्या घरचा पत्ता मिळव. आपल्याला त्यांच्याकडे थोडीशी चौकशी करायला हवी."

विभाकर क्षणभर अवाक होऊन त्यांच्याकडे पाहत राहिला आणि मग म्हणाला, "त्यांच्या वेळीही तो बैरागी तेथे उपस्थित असावा अशी तुम्हाला शंका येतेय का?"

"तशी शक्यता आहे." एवढंच बोलून ते बाहेर जाण्याची तयारी करू लागले. त्यांचा चेहरा विलक्षण निग्रही दिसत होता.

सात

संध्याकाळ झाली होती. पंडितराव आणि विभाकर झपाझप चालत शहराबाहेरच्या जुनाट वाड्याकडे निघाले होते. आज दिवसभरात त्यांनी आपलं चौकशीचं काम पूर्ण केलं होतं. आणि पंडितरावांना आलेली शंका खरीच असल्याचं त्यांच्या लक्षात आलं होतं. आत्तापर्यंत बेपत्ता झालेल्या प्रत्येक व्यक्तीच्या वेळी जुनाट वाड्यात रहाणारा तो विचित्र बैरागी उपस्थित होता हे सांगणारा कुणी ना कुणी साक्षीदार त्यांना मिळाला होता. त्यामुळे त्यांचा संशय अधिकच बळकट झाला होता. माणसांना बेपत्ता करण्यामागे याच बैराग्याचा हात असावा, अशा निष्कर्षापर्यंत पंडितराव येऊन पोचले होते. पण तसं करण्यामागे त्याचा काय हेतू असावा हे मात्र त्यांना कळत नव्हतं. तो त्यांना मनोबलाच्या आधारावर कुठे नेत असावा? आपल्या काही वैयक्तिक हेव्या-दाव्यातून त्याचे हे कृत्य निर्माण झालं असेल? पंडितरावांना ह्याच प्रश्नांची उत्तरं हवी होती. त्यासाठीच ते अधीर होऊन भराभर पाय उचलीत होते.

ते दोघे अंगारकाच्या वाड्यापाशी पोचले, तेव्हा सूर्य अस्ताला गेला होता. दिंडी दरवाजाच्या खिंडारातून ओसरीवर बसलेला बैरागी त्यांना दिसला. पंडितरावांनी निश्चयाने ओठ आवळले.

दरवाजापासून ओसरीपर्यंत सर्वत्र रानझुडपं माजली होती. पंडितराव आणि त्यांच्यामागून विभाकर त्या वाटेने ओसरीपर्यंत आले. अंगारक समोर धुनी पेटवून त्यात कसलीशी आहुती देत मंत्र म्हणत बसला होता. या दोघांना पाहताच त्याच्या जपात व्यत्यय आला आणि संतापाने त्याच चेहरा लालबुंद झाला. आपल्या हातातले उडीद त्याने जवळच ठेवलेल्या कवटीवर फेकले. त्याबरोबर तिने हवेत सूर मारला. पंडितरावांच्या पुढ्यात तरंगत ती खिदळू लागली. हवेत झोके घेत, खिदळत ती पंडितरावांना विचारू लागली.

"तुम्हाला काय हवं ?"

पंडितरावांच्या जागी दुसरा कुणीही सामान्य माणूस असता, तर गर्भगळीत

झाला असता. पण पंडितरावांवर त्याचा काहीसुद्धा परिणाम झाला नाही. एकदोन क्षणच त्यांनी हा प्रकार पाहिला आणि मग ते अचानक करड्या स्वरात ओरडले...

"चूप !" आणि खरोखरच कवटी एकदम गप्प झाली. पंडितराव पायऱ्या चढून वर आले. त्यांची भेदक नजर त्या कवटीवर स्थिर झाली होती आणि पुढच्याच क्षणी कवटीची दोन शकले होऊन अंगारकाच्या पायाशी पडली. संतापाने अंगारक ताडकन उठून उभा राहिला.

"तू स्वत:ला फार शहाणा समजतोस, पण माझ्यापुढे तुझी डाळ शिजायची नाही." तो ओरडला.

पंडितरावांनी प्रसन्न स्मित केले. अंगारक चिडला. पंडितरावांच्या दृष्टीला दृष्टी भिडवून तो रोखून पाहू लागला आणि मग अचानक पंडितराव आणि विभाकर यांना आपण एका जंगलात उभे आहोत, अशी जाणीव झाली. ते एक श्वापदांनी भरलेलं निबिड अरण्य होतं आणि सर्वत्र कोलाहल माजला होता. जंगलात वणवा पेटला होता आणि तो वेगाने पसरत चालला होता. प्राणभयाने पशू पक्षी चीत्कारत सैरावैरा धावत सुटले होते. आपल्या अक्राळ-विक्राळ ज्वाला परजीत वणवा त्या दोघांच्या दिशेने पुढे पुढे येत होता. प्राणभयाची एक भयानक लहर त्यांच्या सर्वांगातून सरसरत गेली आणि त्याचवेळी पंडितरावांनी विभाकरचा हात हातात घेतला. वणवा अदृश्य झाला. आपण ओसरीवर आहोत, याची जाणीव होते ना होते, तोच आपण एका खवळलेल्या महासागरात पडल्याची त्यांना जाणीव झाली. त्यांचं जहाज फुटलं होतं. कित्येक माणसे खवळलेल्या समुद्रानं गडप केली होती. आकाशाला भिडणाऱ्या प्रचंड लाटांवर माणसं उंच उचलली जात आणि क्षणात गडप होत. पंडितराव आणि विभाकरही कुठल्यातरी फळकुटाच्या साहाय्याने लाटांशी झुंज देत होते. आपल्या प्राणांविषयीची त्यांची आशा जवळजवळ मालवत चालली होती. अचानक ते दोघे एका महाभयानक, विक्राळ लाटेबरोबर उंच उचलले गेले. त्यांच्या हातातली फळकुटे दूर फेकली गेली आणि... आणि त्याचक्षणी पंडितरावांनी आपल्या मनोबलाने त्या दृश्यावर मात केली. समोरचं ते दृश्य पुसलं गेलं. आपण अंगारकाच्या समोर उभे आहोत, हे विभाकरच्या लक्षात आलं. त्याचे तळहात घामाने किंचित ओलसर झाले होते, पण पंडितरावांवर मात्र कसलाही परिणाम झालेला दिसत नव्हता...

"अंगारका, असली भासमय दृश्यं दाखवून तू मला मानसिक यातना देऊ शकशील, अशी जर तुझी कल्पना असेल, तर ती खोटी आहे." तुझ्या या दृश्यामध्ये मी थोडावेळ भाग घेतला, याचे कारण एवढंच की, तू काय करू शकतोस, तेच मला पाहायचं होतं."

"तू थापा मारतोस." अंगारक उत्तरला.

“ठीक तर ! आणखी प्रयत्न कर.” पंडितराव म्हणाले.

अंगारकाने पुन्हा प्रयत्न केला. पण पंडितराव जागचे ढळले नाहीत. एखाद्या अभेद्य कवचाला टकरून मागे यावे, तशी अंगारकाच्या मानसिक शक्तींची अवस्था होत होती.

“तुला काय हवंय ?” कंटाळून त्याने विचारलं.

पंडितरावांनी स्मित केलं...

“तू या शहरातल्या काही व्यक्तींना बेपत्ता केलं आहेस, असा तुझ्यावर आरोप आहे. तू त्यांना कुठं नेलंस ? त्यांनी विचारलं.

“खरं तर तुझ्या या प्रश्नाचे उत्तर द्यायला मी बांधलेला नाही. पण तुला वाटते तसा मी त्यांचा बळी मात्र दिलेला नाही. मी त्यांना दुसऱ्या सृष्टीत नेलं आहे. आणि ते सर्वजण मजेत आहेत.”

“हे सर्व कशासाठी?”

“मनुष्यजातीला सुखी करण्यासाठी.”

“तुला काय म्हणायचंय ?”

“माणसाचा हव्यास, आणि त्याची ऐहिक सुखाची आसक्ती त्याला कधीच सुख देऊ शकत नाही. आणि हे सारं होतं त्याचं मूळ म्हणजे त्याची विचारशक्ती ! विचारशक्तीच नसेल तर हव्यासाचा, महत्त्वाकांक्षेचा प्रश्नच येणार नाही. मी निर्माण केलेल्या सृष्टीत कोणत्याच माणसाला आपण कोण, कुठले हे स्मरत नाही. इतर जगाहून आपले भिन्न अस्तित्वही त्याला ज्ञात नाही. जे मिळेल तेवढ्यावरच तो खूष असतो. सुखात असतो.”

“थोडक्यात तू त्यांना पशूच्या पातळीवर नेऊन ठेवलेस.” पंडितराव म्हणाले.

“अंगारका, तुझा हेतू चांगला आहे. पण मार्ग चुकीचा आहे आणि विचार विकृत आहेत. तू ज्यांना बेपत्ता केलेस त्यांच्यावर अवलंबून असणाऱ्या, त्यांच्यावर प्रेम करणाऱ्या अनेकांना तू दुःखी करून टाकलेस.”

“मी त्यांनाही माझ्या सृष्टीत नेईन...”

“पण त्यांची विचारशक्ती नष्ट करून होय ना? अंगारका, माणसाची बुद्धी हीच त्याचे इतर प्राण्यांहून वेगळेपण सिद्ध करते. ती नष्ट झाली तर त्याच्यात आणि इतर पशूत काहीच अंतर उरणार नाही. आपल्या बुद्धीच्या जोरावर माणसाने निर्मिलेली सुखाची अनंत साधनं आहेत. त्यांनाही अर्थ उरणार नाही. पशूंच्या पातळीवर येऊन आपल्या प्राथमिक शारीरिक गरजा भागवणे यालाच जर तू सुख म्हणत असशील, तर ती तुझी फार मोठी चूक आहे.”

“हे पाहा, मला तुमचा उपदेश ऐकून घ्यायची इच्छा नाही. मी जे कार्य एकदा अंगीकारलेलं आहे ते शेवटपर्यंत तडीला नेणार. मी जिवंत असेपर्यंत या जगातली

जेवढी म्हणून शक्य होतील तेवढी सारी माणसं सुखी करणार. मला कुणीही अडवू शकणार नाही.'' अंगारक रागाने म्हणाला.

''मी अडवू शकतो तुला. अंगारका, तू माझ्या या मित्रावर प्रयोग केला होतास. पण तो फसला. याचं कारण मीच हे माहीत आहे तुला ?''

''अस्सं! हाच तर तो माणूस ! तो त्यादिवशी माझ्या हातून चुकून सुटला असेल. पण आता तशी चूक होणार नाही.'' माझ्या पुढच्या प्रयोगासाठी कुणाला निवडावं याचाच मी विचार करीत होतो. तुम्ही माझ्या वाटेत आडवं येण्याची भाषा माझ्या देखत करता आहात. तेव्हा तुमची निवड करणं मला योग्य वाटतं. मी प्रथम तुम्हाला त्या सृष्टीत नेऊन टाकीन आणि मगच इतर माणसांकडे दृष्टी वळवेन. माझं हे आव्हानच समजा. जा, तुम्हाला काय तयारी करायची ती करा.'' अंगारक छद्‌मीपणाने म्हणाला.

''अंगारका, तुझा हा शेवटचा निर्णय आहे ? मला वाटतं अद्याप वेळ गेलेली नाही. तू तुझा हट्ट सोड.''

''तुम्ही कृपा करून इथून चालते व्हा. मला अधिक काहीच ऐकून घ्यायची इच्छा नाही.'' अंगारक ओरडला. त्यावर पंडितराव काहीच बोलले नाहीत. ते शांतपणाने मागे वळले आणि धीरोदात्त पावलं टाकीत चालू लागले. त्यांच्या मागून विभाकरही निघाला. त्यांच्या पाठमोऱ्या आकृतीकडे अंगारक संतापाने फुललेल्या जळजळीत नेत्रांनी पाहत राहिला.

आठ

पूजा आटोपून पंडितराव पाटावरून उठले आणि त्यांनी शेजारी दुसऱ्या एका पाटावर निऱ्या करून ठेवलेलं धोतर उचललं. पीतांबर बदलून त्यांनी धोतर नेसलं आणि पीतांबराची घडी करून तो व्यवस्थित जागेवर ठेवला. उघड्या अंगाने गळ्यातले जानवे सारखे करीत ते बाहेरच्या खोलीत आले, तेव्हा त्यांना समोरच सोफ्यावर पेपर वाचीत असलेला विभाकर दिसला. पंडितरावांची चाहूल लागताच विभाकरने पेपर बाजूस ठेवला. कपाळावर, दंडावर भस्माचे पट्टे ओढलेले पंडितरावांचे गौर शरीर त्याला विलक्षण तेजस्वी वाटलं. त्यांचं दर्शन त्याला नेहमीच प्रसन्न करीत असे. आत्ताही त्याला त्यांच्या दर्शनाने एकदम प्रफुल्लित झाल्यासारखं वाटलं...

''हं, काय म्हणता विभाकरराव?'' पंडितरावांनी हसत हसत गमतीने म्हणाले. खुषीत असले की त्याला ते विभाकरराव संबोधत.

''काही नाही. सहजच आलो होतो.'' विभाकर हसून उत्तरला. पंडितरावांनी अंगात शर्ट चढविला आणि ते त्याच्यासमोर खुर्चीत स्थानापन्न झाले.

"काय चहा-कॉफी घेणार ?" त्यांनी विचारलं.

"नको. घेऊनच निघालोय. मी बघायला आलो होतो की, बैराग्याने तुम्हाला त्याच्या सृष्टीत नेलं की काय ?" विभाकर म्हणाला... त्याच्या त्या वाक्यावर दोघेही मोठ्यांदा हसले.

"तू समजतोस तसा काही तो कच्चा माणूस नाहीय हं." पंडितराव जराशाने म्हणाले.

"मग अद्याप त्याच्या आघाडीवर सामसूम कशी ?"

"कारण योग्य संधीची वाट पाहतोय तो. आत्तापर्यंतच्या प्रत्येक उदाहरणावरून एक गोष्ट सिद्ध झालीय. ती म्हणजे ज्याचं ट्रान्स्फर्मेशन करायचं त्या व्यक्तीची कुठेतरी तंद्री लागायला हवी. त्याचं मन कोणत्यातरी वस्तूच्या ठिकाणी एकाग्र व्हायला हवं. तरच त्याला त्याच्या मानसिक शक्तींचा उपयोग करून त्या व्यक्तीला नाहीसा करणं शक्य होतं. सध्या तो माझ्या घरावरून, माझ्या मागून चकरा मारतोय. पण मी सदैव जागरूक असल्याने त्याला हवी तशी संधीच मिळत नाहीय... त्यामुळे सध्या रागाने धुमसण्याखेरीज तो काहीच करू शकत नाहीय." पंडितराव उत्तरले.

"तसे करण्यात तुमचा काहीतरी खास हेतू दिसतोय. एरवी तुम्ही त्याच्याशी लगेच टक्कर दिली असती."

"अर्थातच. रागावलेला माणूस चुका करतो आणि त्याने चुका कराव्यात अशीच माझी इच्छा आहे." पंडितराव म्हणाले. विभाकर आज संध्याकाळी काहीतरी विशेष घडणार, असं मला माझी मनोदेवता सांगतेय. तुझी इच्छा असेल तर ऑफिसातून सुटल्यावर तू सरळ इकडेच ये."

"ठीक आहे." विभाकर म्हणाला. आणखी थोडावेळ गप्पा मारून तो जाण्यासाठी उठला.

संध्याकाळी ठरल्या वेळी विभाकर पंडितरावांच्या घरात हजर झाला. दोघेही लगेच घराबाहेर पडले. वेळ घालवण्यासाठी मजेत फिरायला जावं तसं ते हिंडत हिंडत शहराच्या मध्यवस्तीतल्या एका मोठ्या सडकेवर आले. समोरून कुणाच्यातरी लग्नाची वरात येत होती. गर्दी टाळण्यासाठी ते दोघे सडकेच्या कडेला जाऊन उभे राहिले. अंधार पडू लागला होता. त्यामुळे वरातीतली रोषणाईने सजलेली, होडीचा आकार दिलेली मोटार फारच सुंदर दिसत होती. मोटारीपुढे शोभेचे दारूकाम करण्यात येत होतं. संथ गतीने मिरवणूक हलके हलके पुढे पुढे सरकत होती आणि अचानक पंडितरावांच्या अंतर्मनात कुठेतरी धोक्याची घंटी घणाणू लागली. भोवतालच्या गर्दीकडे त्यांनी एक शोधक दृष्टिक्षेप टाकला. पलीकडच्या फुटपाथवर उभा असलेला तो बैरागी त्यांना लगेच ओळखू आला. त्याच्या चमत्कारिक वेषाने तो कोठेही असला तरी लगेच उठून दिसत असे. पंडितरावांनी विभाकरला खूण केली आणि

ते थोडे पुढे झाले. बैराग्याची नजर आपल्याकडे वेधली जावी, अशीच त्यांची इच्छा होती. ते मोठ्या तन्मयतेने समोरच लावलेल्या भुईनळ्याच्या आतषबाजीकडे पाहू लागले... पण अर्थातच ते पूर्ण सावध होते...

पलीकडे उभ्या असलेल्या अंगारकाचं त्यांच्याकडे लक्ष जाताच तो खूष झाला. आपला प्रयोग करण्यास ही नामी संधी आहे, असं वाटून त्याने पंडितरावांवर आपल्या मानसिक शक्ती केंद्रीभूत केल्या.

ते भुईनळ्याकडेच पाहत आहेत याविषयी खात्री करून घेण्यासाठी त्याने क्षणभरच भुईनळ्याकडे पाहिलं. आणि त्याची नजर तिथेच खिळून राहिली. भुईनळ्याच्या आतषबाजीखेरीज बाकी सर्व जग जणू अदृश्यच झालं. थोड्याच वेळात तो भुईनळा आकाशाला भिडला. आणि त्यातल्या एका ठिणगीने विराट रूप धारण केलं. आ वासून त्याकडे पाहत असलेल्या अंगारकाला ती ठिणगी आपल्या दिशेने येत असल्याची जाणीव झाली. आणि एका क्षणातच ती पलीकडे निघूनही गेली. आपल्या शरीराचा विलक्षण दाह झाला एवढंच अंगारकाला समजलं.

''चल!'' पंडितराव विभाकरला म्हणाले.

''तो...तो बैरागी... तुम्ही त्याला...'' समोरच्या फुटपाथकडे आश्चर्याने पाहत विभाकर पुटपुटला.

''तुझा तर्क बरोबर आहे विभाकर. मी त्याला त्यानेच बनवलेल्या सृष्टीत पाठवून दिलं.''

रस्त्यात कुणीच कुणाशी बोललं नाही. घरी येताच अस्वस्थ झालेल्या विभाकरनेच विषयाला तोंड फोडलं.

''पण पंडितराव, तो नेहमीच येथून त्या सृष्टीशी संपर्क साधीत असणार. तेव्हा तेथून परत येणे त्याला सहजच शक्य नाही का?''

''आहे. पण त्याची मंत्रशक्ती त्याच्याजवळ आहे तोपर्यंतच! मंत्रशक्तीच्या जोरावरच तो या जगाशी असलेला संबंध पूर्ण तुटू न देता तिकडे संपर्क साधू शकत असेल. परंतु आता त्याला तिकडे पाठवताना त्याचीच युक्ती वापरली आहे. त्यामुळे तिकडे गेलेला अंगारक मांत्रिक असणार नाही. त्याला स्वत:चं असं वेगळं व्यक्तीवैशिष्ट्यही असणार नाही. त्याने इतरांना बनवलं तसाच तोही एक बुद्धिहीन, विचारहीन परंतु सुखी मनुष्यप्राणी बनला आहे. आपण जेथे राहतो, त्याहून वेगळे जग अस्तित्वात आहे याची देखील त्याला कल्पना असणार नाही.''

पंडितरावांच्या या उत्तरावर विभाकर क्षण-दोन क्षण त्यांच्याकडे अवाक होऊन पाहत राहिला. आणि मग त्याने विचारलं.

''आणि त्याने तिकडे नेलेल्या माणसांचं काय? त्यांच्यासाठी तुम्ही काहीच करणार नाही?''

“मी त्यांच्यासाठी फक्त प्रार्थना करू शकेन. दुसरं माझ्या हाती सध्यातरी काही नाही. अंगारकाच्या मंत्रांचा त्यांच्यावरचा प्रभाव संपला, की आपण कोण, कुठे आलो, याविषयीचे ज्ञान त्यांना आपोआपच होईल. आणि मग साहजिकच आपल्या माणसात परत येण्याची त्यांना प्रबळ इच्छा होईल. त्यांची ही दुर्दम्य इच्छाशक्तीच त्यांना इकडे परत आणायला साह्य करील, पण त्यासाठी किती कालावधी लागेल हे मात्र मी आज सांगू शकत नाही.” पंडितराव म्हणाले.

थोडावेळ विभाकर काहीच बोलला नाही.

“बिचारा अंगारक! माणसाला सुखी बनवण्यासाठी त्याने आयुष्यभर धडपड केली. पण त्याला जो मार्ग सापडला त्या मार्गाने एकट्यानेच जगायची त्याच्यावर पाळी आली.”

पंडितरावांनी खांदे उडवले. “आपल्या मूर्खपणापायी हजारो माणसांना तो ‘पशू’ बनवणार होता. त्याच्या जाण्याने मानवजातीवरचे केवढंतरी संकट टळलं आहे.”

◆

बळी

ज्युलीनं आपल्या लांबसडक पापण्या हलकेच उघडल्या तेव्हा दिवस चांगलाच वर आला होता. आपण आपल्या घरात नसून डाकबंगल्यातच झोपलो आहोत याची आठवण येताच ती लगबगीने उठून बसली. हवेत एव्हाना उष्मा जाणवू लागला होता. “अरे देवा ! आज लवकर उठायचं ठरवलं होतं आपण! आता ब्रेकफास्ट वगैरे होऊन बाहेर पडेपर्यंत नक्कीच नऊ वाजणार आणि मग ते रणरणते ऊन !” ती स्वत:शीच पुटपुटली. अजून जॉर्ज पति-पत्नी उठलेले दिसत नव्हते.

जॉर्जची आठवण येताच तिला तिरस्कार वाटला. जन्मानं खरं तर तो भारतीय तरुण ! पण तरीही भारताबद्दल त्याच्या मनात द्वेष भरलेला होता. असं म्हणतात की तो आठ-दहा वर्षांचा असतानाच त्याचे आई-वडील वारले. त्यानंतर दोन-तीन वर्षं त्याला फारच हालअपेष्टा सोसाव्या लागल्या. पुढे मिशनरी लोकांनी त्याला संभाळलं आणि आपल्या शाळेत शिक्षणही दिलं. त्याचं सारं आयुष्य अशाप्रकारे गेलं की हिंदुस्थानबद्दल त्याच्या मनात काडीचंही प्रेम राहिलं नाही. पुढे तो इंग्लंडमध्येच स्थायिक झाला होता आणि तिथेच त्याने लग्नही केलं होतं. भारतातल्या खेडूत लोकांच्या वागण्याची, अंधश्रद्धांची त्याच्या मनातली आठवण मात्र इतकी तीव्र होती की भारतीय लोक म्हणजे खेडवळ व मूर्ख लोक अशी त्याची ठाम समजूत झाली होती.

ज्युली आणि जॉर्जची बायको ब्रिजिता या दोघींच्या आग्रहाखातर केवळ तो भारतात आला होता. त्या दोघींना भारतातील प्रेक्षणीय स्थळं पाहायची होती. भारतीयांची संस्कृती जाणून घेण्याचा प्रयत्न करायचा होता. ज्युलीला तिच्या वर्तमानपत्रासाठी त्यातल्या काही ठिकाणांचे फोटो व माहिती हवी होती. हिंदुस्थानी रीतिरिवाजांविषयी तिला लेख लिहायचे होते; आणि त्यामुळे मोठ्या रसिक दृष्टीने प्रत्येक गोष्टीकडे ती पाहात होती. आग्र्याचा ताजमहाल पाहताना तिचं मन तृप्त

होऊन गेलं होतं. अजिंठा-वेरुळच्या लेण्यातलं सौंदर्य निरखताना तिच्या डोळ्यांचं पारणं फिटलं होतं. म्हैसूरच्या वृंदावन गार्डनमध्ये तऱ्हेतऱ्हेच्या आकाराच्या फवाऱ्यांवर केलेल्या रंगाच्या किमयेनं जे स्वर्गीय दृश्य निर्माण केलं होतं, त्यात ती स्वत:ला हरवून बसली होती. श्रीकृष्णाची मथुरा पाहताना तिचं हृदय उचंबळून आलं होतं. याखेरीज कन्याकुमारी, मद्रास, गोवा, हैद्राबाद, मुंबई, ग्वाल्हेर, काशी, पंढरपूर, गया, हरिद्वार, दिल्ली अशा अनेक ठिकाणी जाऊन तिनं जे जे म्हणून पाहण्याजोगं आहे ते ते सर्व तिथं पाहिलं होतं. निरनिराळ्या प्रांतातल्या सणांची अन् प्रथांची माहितीही तिनं मिळवली होती. पुष्कळदा भारतीयांचं श्रद्धावान, भावूक मन तिला जवळून पाहायला मिळालं होतं. एकंदरीतच भारत तिला आवडला होता.

पण ती अशा तऱ्हेने प्रत्येक गोष्टीचा आस्वाद घेत असतानाच जॉर्ज मात्र त्या साऱ्याचीच टवाळी करीत होता. भारतीयांच्या प्रत्येक कृतीला मूर्खपणाचा शिक्का मारून छद्मीपणानं हसत होता. आतादेखील ते त्या दुष्काळी प्रदेशात आले ते त्याच्या या छिद्रान्वेषी वृत्तीमुळेच. भारत किती कंगाल आहे हे त्याला त्या दोघींना दाखवून द्यायचं होतं. उपासमारीनं अशक्त झालेल्या स्त्री-पुरुषांचे आणि पंडुरोगाने ग्रासलेल्या लहान मुलांचे त्याला फोटो घ्यायचे होते. कालचा सबंध दिवस या उजाड, रखरखीत प्रदेशातून प्रवास करताना, तो मोठ्या उत्साहाने काचेतून बाहेर पाहात होता आणि त्या शुष्क दृश्यांतून आसुरी आनंद मिळवीत होता. बाहेर आपले पर्णहीन हात पसरून आकाशाकडे पाहत उभी असलेली शुष्क झाडं, आणि मधूनच दृष्टीस पडणारी मोडकळीस आलेली एखादी झोपडी याखेरीज काहीही दिसत नव्हतं. वेगाने जाणाऱ्या त्या कारमुळे तापलेली धूळ तेवढी वर उडत होती. बाहेरचा उष्मा भयानकपणे जाणवत असल्याने ब्रिजिता आणि ज्युली त्यावेळी अगदी गळून गेल्या होत्या. पाठीमागे मान टाकून त्या स्वस्थ पडल्या होत्या. पण जॉर्जवर त्यांच्या या उदासीनतेचा किंचितही परिणाम झाला नव्हता. रात्रीच्या मुक्कामासाठी ती सारीजणं डाकबंगल्यात उतरली होती.

"बाईसाहेब..." देवेंद्रच्या आवाजानं ज्युली एकदम दचकली.

"आपण आपल्या सहप्रवाशांना कृपा करून जागं कराल तर बरं होईल. ऊन्हं व्हायच्या आत आपल्याला प्रवासाची सुरुवात करता येईल."

देवेंद्र हा भारतीय तरुण त्या सर्वांचा मार्गदर्शक आणि मदतनीस म्हणून काम पाहत होता. तो देखणा तरुण ज्युलीला फार आवडला होता. त्याच्या रूपाबरोबरच त्याची शिष्टाचारपूर्ण अशी वर्तणूक आणि त्याच्या काळ्याभोर, विशाल डोळ्यांतली बुद्धिमत्तेची चमक तिच्यावर अधिकच प्रभाव पाडीत होती. देवेंद्रकडे पाहून ती संमतिदर्शक हसली आणि चटकन् उठून जॉर्ज पति-पत्नींना उठविण्यास गेली.

थोड्याच वेळात ती सारीजण ब्रेकफास्टसाठी टेबलाभोवती जमली. उष्मा वाढू

लागला होता. कुठूनतरी आदिवासी लोक वाजवीत असलेल्या ढोलक्यांचा आवाज कानावर येत होता. जॉर्जच्या चेहऱ्यावर तिरस्कारयुक्त हास्य विलसत होतं. एकदम त्याचं बाजूच्या खिडकीतून बाहेर लक्ष गेलं आणि त्याने ज्युलीला खुणावून तिकडे बघायला सांगितलं. तिने तसे करताच ती एकदम दचकली. डाकबंगल्यात माणसांचा वावर पाहून काही आदिवासी बाहेर जमा झाले होते. त्यांच्या शरीरातले हाड न् हाड मोजता येईल इतके ते कृश होते. खोल गेलेल्या डोळ्यांत कुठल्याही प्रकारे जिवंतपणाची छटा दिसत नव्हती. थिजलेल्या दृष्टीने ते बंगल्याकडे पाहत होते. हाडांचे सापळेच थडग्यांतून उठून समोर येऊन उभे राहिले असावेत असा भास होत होता.

''वा! काय माणसं आहेत! जनावरं बरी यांच्यापेक्षा.'' जॉर्ज उपहासाने म्हणाला.

ज्युलीला मात्र त्यांच्याबद्दल सहानुभूती वाटली. एक सुस्कारा सोडून ती पुढ्यातल्या चमच्यांशी चाळा करू लागली.

''फार सुंदर देश आहे बरं का मिस्टर देवेंद्र तुमचा ! पूर, दुष्काळ, उपासमार, यांनी जनता हैराण झालीय. महागाई दिवसेंदिवस कडाडते आहे. रुपयाचं अवमूल्यन झालंय ! राजकारणात भ्रष्टाचार, अंदाधुंदी माजलीय. प्रत्येकजण सत्तेसाठी हपापलाय. आपलाच स्वार्थ साधून घेण्यासाठी टपून बसलाय. कुणाचा कुणाला ताळमेळ नाही. अशा परिस्थितीत इतर बलाढ्य आणि पुढारलेल्या राष्ट्रांच्या मांडीला मांडी लावून बसण्याचा आणि सल्लामसलती करण्याचा उद्धटपणा तुमच्याने करवतो तरी कसा? इतर देशांच्या कृतीवर टीका-टिप्पणी करण्याचं तुमचं हे कृत्य, म्हणजे एखाद्या भिकाऱ्यानं भीक घालणाऱ्यालाच उपदेशामृत पाजण्याइतकं असह्य आणि मूर्खपणाचं आहे.''

जॉर्जची ही बडबड देवेंद्रसारख्या देशाभिमानी तरुणाला अर्थातच सहन होणारी नव्हती. क्षणार्धात त्याचे डोळे लाल झाले. आपल्या लांबसडक बोटांनी तो आता जॉर्जचा गळा आवळणार की काय असा रंग दिसू लागला. पण मोठ्या संयमाने त्याने स्वत:ला सावरलं. तेथले तंग वातावरण निवळावं म्हणून ज्युलीने विषयांतर करण्यासाठी विचारलं -

''मिस्टर देवेंद्र, इथून थोड्याशा अंतरावर तो जो जुनाट किल्ला दिसतोय त्याविषयी तुम्ही काही सांगू शकाल काय?''

देवेंद्राने तिच्याकडे पाहिले आणि तो थोडासा हसला.

''तो फार जुना किल्ला आहे,'' तो सांगू लागला. ''त्या किल्ल्याविषयी सांगण्यासारखं फारसं काहीच नसलं तरी आसपासच्या खेड्यांत मात्र त्याचं फार महत्त्व आहे; कारण वरुणदेवाला माणसाचा बळी देण्यासाठी ते याच जागेचा उपयोग करीत असत. आता कायद्याने ती प्रथा बंद करण्यात आली आहे. तरीही

असा बळी दिल्याखेरीज पाऊस पडत नाही असा समज त्यांच्यात अजूनही कायम आहे.''

''म्हणजे ते लोक अजूनही माणसाचा बळी देतात की काय?'' ब्रिजिताने घाबरून विचारलं.

''बाई ग ! ते असं करायला धजावतात तरी कसे?'' ज्युली पुटपुटली. भारतीयांच्या अडाणीपणाचा आणखी एक दाखला मिळाल्याने जॉर्जने विजयी चेहऱ्याने ज्युलीकडे पाहिलं.

इतक्यात देवेंद्रच पुन्हा म्हणाला.

''हा ज्याच्या त्याच्या दृष्टिकोनाचा प्रश्न आहे. बाईसाहेब, हे लोक एका माणसाने इतर लोकांच्या जीवनासाठी आत्मत्याग करणे एवढाच या गोष्टीचा अर्थ घेतात. या उलट ज्या लोकांशी आपलं काही शत्रुत्व नाही अशा परदेशातल्या लोकांना मारून त्यांच्यावर राज्य करण्यासारखी गोष्ट मात्र ते जंगलीपणाची समजतात.'' असं म्हणत त्यानं खुर्ची मागं सरकवली आणि तो उभा राहिला.

त्याचा हा फटका अर्थातच वर्मी बसल्याने जॉर्ज उसळला.

''म्हणजे तुमच्या या अडाणी टोळ्यांच्या बळी देण्याच्या पद्धतीची आणि आधुनिक युद्धपद्धतीची तुलना करू पाहता की काय तुम्ही?'' दातओठ खात जॉर्ज म्हणाला. पण त्याचं बोलणं ऐकून घ्यायला देवेंद्र तिथं थांबलाच नव्हता.

ब्रेकफास्ट झाल्याबरोबर त्या दुष्काळी प्रदेशांतल्या स्त्रीपुरुषांची छायचित्रं घेण्यासाठी आपण बाहेर पडणार असल्याचं जॉर्जनं जाहीर केलं. त्याच्या या वर्तणुकीचा तिटकारा वाटत असल्यानं ज्युलीनं त्याच्याबरोबर जाण्याचं नाकारलं. ब्रिजितानेही आपल्याला उन्हात फिरण्याचा कंटाळा आला असल्याचं सांगितलं. दोघींच्या नकारामुळे वैतागलेला जॉर्ज देवेन्द्राकडे वळून म्हणाला-

''ठीक आहे. मिस्टर देवेंद्र, चला. मला त्या खेडुतांच्या वस्तीवर जायचं आहे.''

''माफ करा मिस्टर जॉर्ज! मी येणार नाही.'' हाताची छातीवर केलेली घडी तशीच ठेवून देवेंद्रानं थंडपणे उत्तर दिलं.

जॉर्जच्या तळपायाची आग मस्तकात गेली. संतापाने त्याच्या कपाळावरील शीर ताड्ताड् उडू लागली.

''बस्स् झालं ! त्यासाठी तुम्हाला पगार दिला जातोय. यायलाच पाहिजे तुम्ही!'' संतापाने बेभान होऊन तो ओरडला.

''तुमचा गैरसमज झालाय मिस्टर जॉर्ज! तुम्हाला प्रेक्षणीय स्थळं दाखवावी यासाठी मला पगार मिळतोय. दुसऱ्या कशासाठीही नव्हे.'' मुळीच न संतापता देवेंद्र उत्तरला.

जॉर्ज आ वासून त्याच्याकडे पाहतच राहिला. त्याचा संताप अनावर झाला होता. पण तरीही तो संयम राखण्याचा प्रयत्न करतोय हे अगदी स्पष्टपणे दिसून येत होतं. त्याने आपली हॅट चढवली आणि एक अक्षरही न बोलता तो बाहेर पडला. सकाळच्या कडक उन्हाचे चटके त्याला जाणवू लागले. पण त्याकडे लक्ष देण्याच्या मनःस्थितीत तो नव्हता. भारतीयांबद्दलच्या चिडीने त्याचे मन व्याप्त झालं होतं. पायाखालचा रस्ता अगदीच ओबडधोबड आणि खाचखळग्यांचा होता. शेतांमध्ये झुडपांचे वाळलेले बुडखे इतस्ततः दिसत होते. अधूनमधून त्याला ठेचा लागत होत्या. मध्येच त्याचा तोल जात होता आणि स्वतःला सावरता सावरता शिव्या हासडीत होता. उन्हामुळे त्याच्या अंगातून घामाच्या धारा वाहत होत्या. त्यामुळे अशा उन्हात गरम सूट घालून येण्याचा मूर्खपणा केल्याबद्दल तो स्वतःवरच जळफळत होता.

थोड्याच वेळात तो त्या खेडुतांच्या वस्तीजवळ येऊन पोहोचला. क्षणभर थांबून त्याने आपल्या सेंट शिंपडलेल्या हातरुमालाने एकवार चेहरा पुसून जरा साफ केला आणि नंतर तो पुढे झाला. झोपड्यांच्या बाहेर आणि दारात मिळेल तेवढ्या सावलीत स्त्रीपुरुष अजिबात हालचाल न करता पडलेले होते. त्यांचे चेहरे उपासमारीने इतके रोड झालेले होते की, एका दृष्टिक्षेपात त्यांच्यापैकी कोण तरुण आणि कोण म्हातारे आहे हे देखील ओळखणं अशक्य होतं. तो तिथे आल्यावर कोणीही उठून बसलं नाही. अगदी निश्चलपणे ते सर्वजण पडून राहिलेले होते. परंतु त्यांचे डोळे मात्र तो जसाजसा फिरेल तसतसे त्याच्या मागोमाग फिरत होते.

जॉर्ज मोठ्या आनंदित मुद्रेने इकडे-तिकडे फिरू लागला. त्याला ते दृश्य म्हणजे करमणुकीचा विषय वाटत होता. आता चांगल्यापैकी फोटो घेऊन भारताचं दारिद्र्य चव्हाट्यावर मांडता येईल या कल्पनेने त्याला आनंदाच्या उकळ्या फुटत होत्या. इतक्यात एक बालक छातीशी घेऊन अर्धनग्नावस्थेत पडलेली एक तरुण स्त्री त्याच्या दृष्टीस पडली. जॉर्ज तिच्याजवळ गेला, तेव्हा ते बालक मृत आहे हे त्याच्या लक्षात आलं; पण दुधाच्या निरर्थक आशेने उघडे पडलेले त्याचं तोंड अजूनही तसंच उघडं दिसत होतं. हा फोटो चांगला येईल या विचाराने तो खाली वाकला आणि त्या स्त्रीला सावलीतून हलविण्याच्या उद्देशाने त्याने तिच्या खांद्याला स्पर्श केला. पण त्याने तसे करताच त्याला तिथल्या भयाण शांततेत एक वेगळीच निःस्तब्धता पसरल्याची जाणीव झाली. तो एकदम मागे सरकला आणि त्याने सभोवार पाहिलं.

प्रत्येक झोपडी-झोपडीतले स्त्री-पुरुष एकदम पैशाचिक शांतपणे उठून उभे राहिले होते. सगळ्या झोपड्या आयताकृती जागेत पसरलेल्या होत्या; आणि सर्व बाजूंनी एकाएकी उभी राहिलेली ती माणसं, मधल्या मोकळ्या जागेकडे हलके

हलके सरकू लागली होती. त्यांच्या हालचालीत अतिशय भयाण शांतता दिसून येत होती. निदर्यपणे पाहणाऱ्या त्या असंख्य काळ्याभोर डोळ्यांनी आपली नजर बांधून, भारून टाकल्यासारखी झाली आहे असं जॉर्जला वाटू लागलं. भूताप्रमाणे अगदी सावकाश गतीने ते चोहोबाजूंनी पुढे येत होते. जवळ...! अधिक जवळ...!!

भीतीची एक लाट त्याच्या शरीरातून थरथरून गेली. त्याच्या अंगावर काटा उभा राहिला. हवालदिल होऊन सभोवार पाहत तो हळूहळू मागे सरकू लागला. लवकरच त्याची पाठ एका झोपडीला टेकली आणि त्याच्याभोवती चारीबाजूंनी गूढ आणि भयाण असे काळेभोर डोळे आणि काळेशार चेहरे यांची गर्दी झाली.

एक प्रकारचा उग्र दर्प आता त्याच्या नाकाला जाणवू लागला. स्वत:च्या बचावासाठी हातदेखील न उचलता तो स्वत:च जणू काळाच्या जबड्यात ओढला जात होता. असहायपणे ! एकाएकी त्याच्या डोक्यात एक कल्पना चमकून गेली; आणि लगेच आपला कोट फाडून त्याने बऱ्याचशा नोटा बाहेर काढल्या. ‘‘हे घ्या... हे घ्या !’’ असे म्हणत तो त्या नोटा त्यांच्याकडे भिरकावू लागला. पण संथपणे पुढे सरकणाऱ्या पावलांखाली त्या नोटाही तुडवल्या गेल्या. त्यांची ती पैशांविषयीची उदासीनता पाहून जॉर्जची शेवटची आशाही मावळली आणि तो भयाने जागच्या जागीच थिजल्यासारखा झाला. त्याच्या घशाला कोरड पडली. जीभ आत ओढली जाऊ लागली. ‘‘वाचवा... वाचवा...!’’ असं खूप जोरात किंचाळावं असं त्याला वाटत होतं पण जीभ टाळूला घट्ट चिकटली होती. प्रयत्न करूनही त्याच्या तोंडून शब्दही फुटेना.

...डाक बंगल्यामध्ये जॉर्ज पोहोचला नव्हता तरीही कुणाला त्याबद्दल फारशी काळजी वाटली नाही. पण जेव्हा आसपासच्या प्रदेशात ढोलक्यांचा आवाज घुमू लागला तेव्हा सारीजण अस्वस्थ होऊन गेली. थोड्याच वेळात त्या नि:स्तब्ध शांततेतून बंगल्याभोवतालच्या परिसरात माणसं जमू लागली. ते लोक बेभान होऊन ढोलकी वाजवीत होते. त्यांच्या त्या वेळच्या रानटी, आनंददर्शक आरोळ्या आणि चित्रविचित्र चीत्कार ह्यांनी वातावरण भारून टाकलं होतं. बंगल्यापासून थोड्या अंतरावर त्यांचा थयथयाट चालू होता. त्यामुळे ज्युली आणि ब्रिजिता दोघीही भीतीने गारठून गेल्या होत्या.

दिवस कलू लागला. झाडाच्या सावल्या लांब होऊ लागल्या. तेव्हा मात्र साऱ्यांनाच जॉर्जबद्दल काळजी वाटू लागली. अखेर सारी जणं जॉर्जच्या शोधार्थ बाहेर पडली. बंगल्याबाहेर पडताच त्यांना सर्वत्र ढोलक्यांचा आवाज घुमत असलेला ऐकू येऊ लागला. त्या रानटी लोकांचा तो विजयदर्शक थयथयाट पाहून ब्रिजिताच्या मनात अशुभाची पाल चुकचकली. बराच वेळ हिंडूनही जॉर्जचा पत्ता लागेना.

तिघांचेही चेहरे त्याच्याविषयीच्या चिंतेने काळवंडून गेले. अखेर हताश होऊन ते परतणार तोच एका ठिकाणी गिधाडांचा समुदाय जमा झालेला त्यांनी पाहिला. ते सर्व अधिक जवळ गेले आणि तिघांच्याही छातीत धस्स झालं! कारण त्या गिधाडांचं भक्ष्य झालेली व्यक्ती म्हणजे खुद्द जॉर्जच होता. त्याचा चेहरा ओळखूही न येण्याइतका विद्रूप बनला होता. ते दृश्य पाहून ब्रिजिता एकदम किंचाळली. ज्युलीदेखील भीतीने पांढरीफटक पडली.

त्या दोघींना कारमध्ये बसवून देवेंद्रने जॉर्जचे शव एका पांढऱ्या चादरीने आच्छादलं आणि अलगद उचलून त्याने ते स्टेशनवॅगनमध्ये ठेवलं. एक शब्दही न उच्चारता देवेंद्रने आपली जागा घेतली. परतीच्या प्रवासाच्या साऱ्या योजना मनाशी पक्क्या करीत तो कार चालवू लागला. ज्युलीच्या खांद्यावर डोकं ठेवून ब्रिजिता मुसमुसत होती आणि ज्युली एखाद्या संगमरवरी पुतळ्याप्रमाणे स्तब्ध बसली होती. तिच्या तोंडून शब्दही फुटत नव्हता. नि:स्तब्धपणे त्यांचा प्रवास चालू होता.

अन् मग थोड्याच वेळात पावसाला सुरुवात झाली. पावसाचे मोठेमोठे टपोरे थेंब गाडीच्या टपावर, बाजूंवर आपटत होते. त्यांचा होणारा ताड् ताड् आवाज कर्णकटू वाटत होता. घनघोर पावसाच्या त्या आवाजांतूनही ढोलक्यांचा तो विजयसूचक आवाज सर्वांच्या कानांवर येत होता. आधाशाप्रमाणे ते पावसाचे पाणी पिणाऱ्या, तहानलेल्या रोम-रोमांतून जणू तो आवाज घुमत घुमत वर येत होता, आणि अजूनही घुमत होता. हृदयाला भेदून जात होता.

◆

प्रीत बावरी युगायुगांची

"पट्टे बांधा!" ही लाल अक्षरे समोरच्या बोर्डावर झळकली आणि सर्वांची एकच धांदल सुरू झाली. एअर होस्टेसही आपल्या डौलदार चालीनं आणि स्मितमुखानं प्रवाशांना मदत करण्यासाठी पुढे सरसावली. नवशिक्या मंडळींना तिची नजर चटकन हेरत होती आणि आपल्या चपळ बोटांनी ती सहजतेने त्यांचे पट्टे बांधत होती. आपला प्रवास संपुष्टात आल्याचं तिनं जाहीर केलं आणि सर्वांनी समाधानाचा सुस्कारा सोडला. ग्रेगरीने खिडकीतून बाहेर नजर फेकली. खाली पसरलेला अवाढव्य खंडप्राय भारत पाहून त्याला आनंदाचं भरतं आलं. भारतात जाण्याची त्याची फार वर्षांपासूनची इच्छा आज तृप्त होत होती. भारताची संस्कृती, तिथल्या ऋषि-मुनींनी लिहिलेलं मौलिक ग्रंथसाहित्य, तिथलं सामाजिक जीवन, चालीरीती याविषयी त्यानं बरंच काही वाचलं होतं आणि त्याविषयी त्याला दांडगं कुतूहल होतं.

भारतात जायला निघालेल्या सांस्कृतिक शिष्टमंडळात त्याची निवड झाली तेव्हा तो याच कारणासाठी हर्षभरित झाला होता. चित्रकलेचं साहित्य त्यानं बरोबर घेतलं होतंच. भारतात आपल्याला चित्रांसाठी खूप नवनवे विषय मिळतील आणि त्यावरची आपली चित्र जागतिक कीर्तीची ठरतील अशी त्याला खात्री वाटत होती. एकंदरीतच तो अगदी खूष होता. त्या खुषीतच त्याने आपल्या सहकाऱ्यांकडे पाहिलं. त्यांचेही चेहरे आनंदी दिसत होते. ते एकंदर पंधराजण होते. त्यांत कुणी लेखक होते, कुणी कवी होते, कुणी गायक तर कुणी वादक ! शर्ले व्हाइट आणि सुझान हेवर्ड या दोघी आंतरराष्ट्रीय कीर्तीच्या नर्तिका होत्या. त्यातली सुझान हेवर्ड ग्रेगरीवर आषक झालेली होती. तरुण आणि देखण्या ग्रेगरीवर तिनं अनुरक्त व्हावं यात काहीच विशेष नव्हतं. तोही एक जागतिक कीर्तीचा चित्रकार होता; पण आपल्याच तंद्रीत, धुंदीत मग्न असलेल्या ग्रेगरीला सुझानबद्दल वेगळं काहीच वाटत

नव्हतं. ती सुंदर आहे हे त्याला मनापासून पटत होतं. तिचं नृत्यही त्याला विलोभनीय वाटत होतं; पण म्हणून तिच्यावर त्याचं प्रेम जडलं आहे असं मुळीच म्हणता येत नव्हतं. आत्तादेखील ग्रेगरीनं तिच्याकडे पाहताच तिचे डोळे आनंदाने चमकले.

"ओ हो ऽ ! ग्रेगरी, अखेर आपण भारतात पोहोचलो तर !" ती हर्षभरानं ओरडली. ग्रेगरी त्यावर मनापासून हसला आणि पुन्हा बाजूच्या खिडकीतून बाहेर पाहू लागला.

अमेरिकेचं ते सांस्कृतिक शिष्टमंडळ भारताशी असलेले स्नेहाचे संबंध अधिक दृढ करण्यासाठी आलेलं होतं. भारतीय संस्कृतीची ओळख करून घेणं, भारतीय कलाकारांचा परिचय करवून घेणं, त्यांना आपली कला दाखवणं, नृत्य-गायनाचे बहारदार कार्यक्रम काही निवडक ठिकाणी घडवून आणणं आणि त्याद्वारे आपल्या देशाची प्रतिष्ठा वाढवणं हेच त्या शिष्टमंडळाचं उद्दिष्ट होतं. त्यातला प्रत्येकजण जातिवंत कलाकार होता आणि म्हणूनच अत्यंत प्रिय अशा कामगिरीवर आपल्याला पाठविण्यात आल्याचा आनंद त्यांना झाला होता.

थोड्याच वेळात विमानाची चाकं दिल्लीच्या विमानतळाच्या धावपट्टीला लागली आणि थोडंसं पुढं जाऊन एका विवक्षित ठिकाणी विमान थांबलं. शिष्टमंडळाच्या स्वागतासाठी सांस्कृतिक खात्याचे राज्यमंत्री आणि परराष्ट्रमंत्र्यांचे सचिव उपस्थित होते. त्यांच्या स्वागताला हात हलवून प्रतिसाद देतच ग्रेगरीनं विमानाच्या शिडीवर पाय ठेवला. त्याचं अनुकरण करीत त्याचे इतर सहकारी देखील हसतमुखानं पाठोपाठच उतरू लागले.

सकाळची ताजी, किंचितशी थंड हवा, कोवळी परंतु स्वच्छ, चकचकीत उन्हं ! सगळंच वातावरण कसं प्रसन्न होतं. त्या पार्श्वभूमीवर फुलांचे विविधरंगी गुच्छ हातांत घेऊन स्वागत करणारी ती भारतीय मंडळी अधिकच उठून दिसत होती. ग्रेगरी त्या साऱ्याच वातावरणावर खूष होऊन गेला. मोठमोठे श्वास घेऊन त्यानं ती ताजी हवा छातीत भरभरून घेतली. या परक्या देशाबद्दल का कुणास ठाऊक प्रथमदर्शनीच त्याला अत्यंत आपलेपणा जाणवला.

राज्यमंत्र्यांच्या अणि इतर उच्च अधिकाऱ्यांच्या स्वागताचा हर्षभरानं स्वीकार करून ते सर्वजण पुढे निघाले. कस्टम्सची तपासणी पूर्ण होताच आपापलं सामान त्यांनी ताब्यात घेतलं. बाहेर त्यांच्यासाठीच तयार ठेवण्यात आलेल्या आरामशीर वाहनात सर्वजण जाऊन बसले. आणि थोड्याच वेळात त्यांना घेऊन जाणारी गाडी वेगानं सरकारी गेस्ट-हाऊसच्या दिशेने धावू लागली.

ते सर्वजण ब्रेकफास्टसाठी टेबलाजवळ बसले होते. सकाळच्या स्वच्छ कोवळ्या उन्हामुळं त्या सर्वांनाच प्रसन्न वाटत होतं. सुझाननं खुर्चीवर बसण्यापूर्वी सर्वांवरून

एकदा नजर फिरवली आणि त्यांच्यात ग्रेगरी नाही हे तिच्या तत्काळ लक्षात आलं. ती चटकन मागं वळली आणि डायनिंग-रूममधून बाहेर आली. एडवर्डनं जॉर्जकडे पाहून डोळे मिचकावले.

"बघितलंस जॉर्ज, आम्ही इकडे तिच्या एकेका नेत्रकटाक्षासाठीच झुरतोय; पण आमच्याकडे ढुंकून देखील बघायला तयार नाही आणि तो ग्रेगरी तिच्यापासून दूर दूर पळतो तरी ही आपली त्याच्यावरच मरतेय !"

"हं ऽ ! नशीब असतं बाबा एकेकाचं !" जॉर्जनं नाटकीपणानं सुस्कारा सोडीत म्हटलं आणि टेबलाजवळ खसखस पिकली. टेबलावर आकर्षक डिशेसमधून ऑम्लेट, सँडविचेस, टोमॅटो-सूप असा भरपूर ब्रेकफास्ट ठेवलेला होता. तो पाहूनच साऱ्यांच्या भुका खवळल्या होत्या. पण ग्रेगरी आणि सुझान येईपर्यंत थांबणं जरुरीचं होतं. त्यांना सोडून ब्रेकफास्ट करणं शिष्टाचाराला सोडून झालं असतं. म्हणून ते सर्वजण तसेच चुळबुळत स्वस्थ राहिले.

सुझान डायनिंग रूमच्या बाहेर आली आणि तिन गेस्टहाउसच्या सगळ्या खोल्या पालथ्या घातल्या; पण ग्रेगरी कुठंच दिसेना. गोंधळून ती मुख्य प्रवेशद्वारापाशी आली आणि तिला हसूच फुटलं. कारण गेस्ट-हाउसच्या पायऱ्यांवर नाइट-ड्रेस घातलेला ग्रेगरी धुळीची पर्वा न करता अगदी आरामात बसला होता. त्याच्या हातात त्याच्या चित्रांचं पॅड होतं आणि त्यावर अडकवलेल्या ड्रॉइंग-पेपरवर तो भराभर पेन्सिलीने स्केचिंग करीत होता. सुझान अजिबात आवाज न करता त्याच्यामागे जाऊन उभी राहिली. त्याचं चित्र जवळजवळ पुरं होत आलं होतं. समोरच्या रस्त्यावर एक महागडी लाल इंपाला गाडी उभी होती आणि तिच्या खिडकीतून एक पांढरेशुभ्र केसाळ कुत्रं बाहेर डोकावत होतं. त्याचंच चित्रण तो करीत होता. त्याने कल्पनेनेच त्या गाडीच्या विरुद्ध बाजूला, रस्त्याच्या कडेला बसलेला एक भिकारी रंगवला होता. त्या गाडीतल्या कुत्र्याला घाबरून एक वाळकुटे मांजर त्या भिकाऱ्याच्या आश्रयाला येऊन बसलेलंही दाखवलं होतं. त्या मांजराचा भेदरलेपणा, कुत्र्याचा गुरगुरणारा चेहरा सारंच उत्कृष्ट चितारलं होतं. श्रीमंती आणि दारिद्र्य यांची उत्कृष्ट प्रतीके होती ती ! शेवटचे एक-दोन फटकारे त्याने मारले आणि सुझानच्या अस्तित्वाची दखल घेतली.

"ग्रेग डिअर, चल ना लवकर, सर्वजण खोळंबलेत तुझ्यासाठी." ग्रेगरीने तिच्याकडे किंचित रोषाने पाहिलं.

"तुम्ही सर्वजण मला एकटा का सोडीत नाही?" त्याने रागाने विचारलं.

"अरे पण त्यामुळे आपले पुढचे प्रोग्रॅम्स अपसेट होणार नाहीत का? आज आपल्याला दिल्ली, आग्रा हिंडून बघायचंय माहीत आहे ना?" ती समजावणीच्या सुरात म्हणाली.

“असेल, मला त्या आखलेल्या प्रोग्रॅमशी काही कर्तव्य नाही. माझा मी स्वतंत्र आहे. मी माझ्या घरी आलोय, कसाही वागायला मी मोकळा आहे.” ग्रेगरी रागाने म्हणाला. आपल्या कागद-पेन्सिली गोळा करून तो झटक्याने उठला आणि चपापून पुन्हा खाली बसला. अद्यापि डोळे विस्फारून त्याच्याकडे आश्चर्याने पाहत असलेल्या सुझानवर नजर रोखून त्याने विचारलं,

“काय म्हणालो मी आत्ता?”

सुझान हसली. “तुझं तूच आठवून बघ, मी तर एकदम बुचकळ्यातच पडले.”

“खरंच असं वाक्य कसं काय माझ्या तोंडून बाहेर आलं, कुणास ठाऊक! आणि अगदी अजाणताच मी ते बोलून गेलो.” गोंधळून ग्रेगरी म्हणाला, “जसं काही दुसरंच कुणी तरी माझ्या तोंडून बोललं असा भास होतोय.”

“कदाचित खरोखरच तू पूर्वजन्मी इथला रहिवासी असशील.” सुझान मिस्कीलपणे म्हणाली.

“छट् पूर्वजन्मासारख्या भाकड गोष्टींवर आपला बिलकूल विश्वास नाही.”

“माझा तरी कुठाय? मी उगाच तुझी थट्टा केली. ते जाऊ दे. तू चल बरं आधी आत.” सुझान म्हणाली आणि तिने जवळजवळ ओढीतच त्याला डायनिंगरूममध्ये आणले.

ते दोघे येताच साऱ्यांनीच बशांवर कांटे-चमचे वाजवून आणि ओरडा करून त्यांचं स्वागत केलं. हसत-खिदळत ब्रेकफास्ट आटोपला आणि मग ते सर्वजण ठरल्याप्रमाणे दिल्ली-आग्रा शहरांमध्ये हिंडायला म्हणून बाहेर पडले.

त्या दिवसापासून सांस्कृतिक शिष्टमंडळाचा झंझावाती कार्यक्रम सुरू झाला. नित्य नव्या स्थळांना भेटी, तिथे काही निवडक कार्यक्रम सादर करणं, चित्रांचं प्रदर्शन, कलाकारांच्या भेटी यात त्यांचा वेळ कसा भर्रकन जात होता. ग्रेगरी देखील खूष होता. त्याची एकच तक्रार होती. भारतात आल्यापासून त्याला होत असलेलं अनोखं सुख एकलेपणानं भोगायची, हळुवारपणे कुरुवाळायची संधी त्याला मिळत नव्हती. जरा कुठे ग्रुपपासून तो अलग होऊ लागला की सुझान त्याच्या पाठोपाठ येऊन हजर व्हायची. सुझानचा त्याला त्यामुळे राग येऊ लागला होता; पण तिचं त्याच्यावर असलेलं तारुण्यसुलभ प्रेम तो नजरेआड करू शकत नव्हता.

मग त्यावर त्याने एक वेगळाच उपाय योजला. अपरात्री केव्हा तरी आकस्मिक जाग आली की तो उठून हलकेच बाहेर सटकू लागला. बागेत, गच्चीवर किंवा एखाद्या एकांतस्थळी जाऊन बसणं त्याला आवडू लागलं. त्या वेळी आपलं शरीर पिसासारखं हलकं होत असल्याचा भास त्याला होई. वाऱ्याच्या प्रत्येक झुळकीत एक वेगळीच आपुलकी, मायेचा स्पर्श असल्यासारखं वाटे. थंडीच्या वेळी अंगावर

उबदार पांघरूण लपेटून घ्यावं तसं या झुळकीनं सारं शरीर वेढून टाकण्याची त्याला अनिवार इच्छा होई. हे सारं एकट्यानंच भोगण्यात आनंद होता. त्यात दुसऱ्या कुणालाही सहभागी करून घेता येत नव्हतं.

त्याच्या ग्रुपनं दिल्लीच्या आसपासची काही शहरं आणि हिमालयाच्या कुशीतली सिमला, हरिद्वारसारखी शहरं पाहिली आणि मग एक दिवस त्यांना जयपूरच्या राजाचं आमंत्रण आलं. जयपूरसारख्या ऐतिहासिक पार्श्वभूमी असलेल्या शहरात राहायला मिळणार या कल्पनेने सर्वांनाच आनंद झाला.

जयपूर! लाल दगडांनी बांधलेले भव्य प्राचीन राजवाडे आणि रम्य निसर्गसौंदर्य यांनी नटलेलं एक सुंदर शहर! जयपूरच्या महाराजांनी शाही थाटात सांस्कृतिक शिष्टमंडळाचं स्टेशनवर स्वागत केलं. मिरवणुकीनंच त्यांना राजवाड्यात आणण्यात आलं. हा सारा सोहळा ते सर्व मोठ्या अपूवाईनं पाहत होते. त्यांच्या चकित नजरा इथं तिथं दौडत होत्या. राजवाड्याच्या भव्य वास्तूत प्रवेश करताना ग्रेगरीला तर एक वेगळीच थरथर अनुभवास आली.

ते एक सुंदर वास्तुशिल्प होतं. राजवाड्याच्या सभोवताली भला-मोठा आणि आकर्षक बगीचा होता. राजवाड्याच्या डाव्या अंगाला सुमारे पाचशे फुटांवर एक विस्तीर्ण तलाव होता. तो नैसर्गिक होता आणि त्याच्या नैसर्गिकतेची जपणूक अत्यंत कुशलपणे करण्यात आली होती. तलावाच्या काठांवर मोठमोठे वृक्ष आपली गर्द छाया पसरून उभे होते. कुणाचीही नजर बांधून ठेवील असंच ते एकंदर दृश्य होतं. पण आता ते पाहत बसायला त्यांना वेळ नव्हता. जनतेचे आणि हुजऱ्यांचे मुजरे स्वीकारीत, रूबाबदारपणे पावलं टाकीत पुढं चाललेल्या महाराजांच्या पाठोपाठ राजवाड्यात प्रवेश करणं भाग होतं.

त्यानंतरचा सारा वेळ गडबडीतच गेला. महाराजांबरोबर चहापान, नंतर त्यांच्यासमवेत साऱ्या राजवाड्याची पाहणी, नंतर गप्पा आणि रात्री शाही मेजवानी! या सर्वांत कुणालाच इकडे-तिकडे व्हायला क्षणाचीही फुरसत मिळाली नाही. महाराज तरुण आणि देखणे होते. त्यांच्या घाऱ्या डोळ्यांतली तीक्ष्ण चमक दुसऱ्यावर छाप पाडणारी होती. सुझान तर गंमतीने म्हणाली सुद्धा-

"ग्रेग, डियर, मी तुझ्या प्रेमपाशात आधीच सापडले नसते तर नक्कीच या महाराजांवर प्रेम केलं असतं !"

ग्रेगरी यावर चिडून काही तरी उत्तर देणार होता; पण सुझानच्या चेहऱ्यावरचे मिस्कील भाव पाहून तो गप्प बसला. त्याने चिडावं अशीच तिची अपेक्षा असणार हे लक्षात घेऊन तो फक्त हसला. खरोखरच कुठल्याही स्त्रीला भुरळ पाडील असाच तो पुरुषसिंह होता, हे त्याला मान्य होतं.

"पण सुझान, आज या सुधारलेल्या जगातही हे लोक त्यांच्या पूर्वीच्याच

परंपरांना आणि रूढींना चिकटून जगतात असं दिसत नाही ?''

''होय, मघाशी चिकाच्या पडद्याआडून महाराणी आपल्याशी स्वागताचं वाक्य बोलली तेवढंच; पण तिचं नखसुद्धा आपल्याला पाहायला मिळालं नाही.''

''त्यांच्या जुन्या रिवाजानुसार स्त्रियांचा महाल वेगळा आहे. इतर कुणालाही त्यांचं दर्शन होणार नाही अशीच त्याची योजना असते.''

इतक्यात दारावरच्या चपराशाने ''बा ऽ आदब, बा मुलाहिजा'' म्हणून सरकारस्वारी येत असल्याबद्दलची लांबलचक ललकारी ठोकली आणि सर्वत्र शांतता पसरली. जेवणाच्या टेबलाकडे जाण्यासाठी सर्वजण उठून उभे राहिले.

भोजनाचा आणि मद्यपानाचा कार्यक्रम बराच वेळ रंगला. सुस्त शरीराने सर्वजण झोपण्यासाठी निघाले. तेव्हा रात्र झाली होती. पाहुण्यांसाठी बांधलेल्या खास महालात त्या सर्वांची राहण्याची व्यवस्था करण्यात आली होती. मुख्य राजवाड्यापासून काही अंतरावर बांधलेली ती एक छोटीशी, टुमदार बंगली होती. तिचे बांधकाम जेमतेम वीस-एक वर्षांचे जुने होते. तरीही त्याला आधुनिकतेचा वास येऊ नये, राजवाड्यांच्या प्राचीन पद्धतीच्या बांधणीपुढं ती इमारत ठिगळासारखी उमटून पडू नये अशी काळजी घेण्यात आली होती. त्यामुळंच त्या साऱ्या दृश्यात ती इमारत सहजतेने सामावली जात होती. तोही एक प्राचीन महालच वाटत होता.

भरपूर जेवण आणि मद्य यांच्या सेवनाने साऱ्यांनाच झोप अनावर झाली होती. महालात शिरताच ज्याला जिथे वाटेल तिथं त्यानं गुबगुबीत गाद्यांवर आपलं सुस्तावलेलं शरीर लोटून दिलं. झोपेचा अंमल त्यांच्यावर कधी चढला ते त्यांना कळल सुद्धा नाही !

ठण् ..ठण् .. ठण्... !अपरात्री केव्हा तरी ग्रेगरीची झोप चाळवली, तेव्हा कुठल्या तरी घड्याळात पडत असलेले ठोके त्याला ऐकू आले. बाजूच्या खिडकीतून येत असलेला गार वारा अंगाला झोंबत असल्याचं त्याला जाणवलं. मोठ्या अनिच्छेनंच खिडकी बंद करण्यासाठी तो उठला. खिडकीवरचा पडदा बाजूला करून त्यानं बोल्ट काढले. दार बंद करताना सहजच त्याचं लक्ष बाहेर गेलं आणि हात तसेच ठेवून तो पाहतच राहिला.

आकाशातून शांतपणे बरसणाऱ्या स्वच्छ, दुधी चांदण्यानं सृष्टीला एक वेगळीच झिलई दिलेली होती. समोर विस्तीर्ण तलाव पसरलेला होता. त्याचं पाणी लकाकत होतं. काठावरच्या वृक्षांच्या सावल्या त्या लहरत्या पाण्यावर गूढपणे हलत होत्या. सारं वातावरण नि:शब्द होतं आणि तरीही त्यात एक वेगळंच आकर्षण होतं. ग्रेगरी मागं वळणार तोच त्यानं तो आवाज ऐकला. कुणीतरी गात असावं काय? पण कोण?... आणि इतक्या अपरात्री...? वाऱ्याच्या झुळुकी बरोबरच तो सुरेल स्वर त्याच्या कानांवर अगदी स्पष्टपणे येऊन आदळला,

''सैयाबीना ऽऽ घर सुना ऽऽ हाये ऽ सैयाबीना ऽऽ...''

कुणी तरी स्त्री पहाडी ठुमरी आळवीत होती. तिच्या त्या आवाजातली दर्द, आर्तता हृदयाला हेलावून सोडणारी होती. तिच्या सुरेल तानांनी वातावरणाला एक वेगळीच गूढ रम्यता लाभली होती.

काही तरी विचार करून ग्रेगरीने खिडकी बंद केली आणि हलक्या पावलांनी तो बाहेर पडला. एखाद्या अस्पष्ट, अंधुक दिव्याचा मागोवा घेत चालावं तसा तो त्या सुरांचा पाठलाग करीत चालत होता. मध्येच स्वर अस्पष्ट होत होते, मध्येच एखाद्या झुळुकीबरोबर सुरेलशी तान स्पष्टपणे कानांवर येत होती ''जबसे ऽ बलम परदेस ऽऽ सिधारे ऽऽ... !''

ग्रेगरी तलावाच्या काठावर जाऊन पोचला. तेव्हा गाणं बंद झालं होतं. आवाज येथूनच येत होता याविषयी त्याच्या मनात शंकाच उरली नव्हती. डोळे फाडफाडून तो सर्वत्र पाहत होता आणि अखेर त्याला ते दिसले. दूर पैलतीरावर सावकाशपणे काठावर लागत असलेली एक छोटीशी होडी होती ती ! पण क्षणातच ती काठावरच्या झाडांच्या सावल्यात दिसेनाशी झाली. होडीत बसलेल्या त्या स्त्रीचे त्याला अगदी चुटपुटते दर्शन झालं होतं. निराश होऊन ग्रेगरी परतला.

अंथरुणावर पडून त्याने डोळे मिटण्याचा प्रयत्न केला; पण त्याच्या मनाला एक विचित्र हुरहूर लागून राहिली होती. कोण असावी ती? एखादी विरहव्याकूळ प्रेयसी? ...की राजघराण्यातली कुणी अभागिनी?... त्या अवेळी आपलं दुःख मोकळं करण्यासाठी बाहेर पडलेली ती स्त्री त्याच्या मनाला चटका लावून गेली होती. तिच्याबद्दल विचार करताकरताच त्याला केव्हा तरी झोप लागून गेली.

दुसऱ्या दिवसाचे सारे कार्यक्रम आखल्यानुसार पार पडले. रात्रीच्या त्या अज्ञात स्त्रीबद्दल ग्रेगरी कुणाजवळ चकार शब्दाने बोलला नाही; पण त्याच्या नकळतच तो रात्र होण्याची वाट पाहत होता. ती स्त्री आजही येईल असं त्याची मनोदेवता सांगत होती.

आदल्या दिवसाप्रमाणेच अपरात्री केव्हा तरी ग्रेगरीला ती अचानक जाग आली, रातराणीचा धुंद दरवळ त्याच्या नाकात शिरला आणि तो उठून खिडकीशी आला. त्याने तलावाकडे नजर टाकली आणि त्याच्या अपेक्षेनुसार दूरवर तरंगणारी ती छोटीशी होडी त्याला दिसली. त्याचक्षणी वाऱ्याच्या झुळकेबरोबर तरंगत आलेले सुरेल स्वर त्याच्या कानी आले.

''जबसे ऽ बलम परदेऽ स सिधारेऽ''

ग्रेगरी क्षणाचाही विलंब न करता खिडकीपासून दूर झाला. शक्य तितक्या त्वरेने तो तलावाच्या काठावर आला. त्या स्त्रीचं आर्त आवाजातले गीत अजूनही ऐकू येत होतं. ती होडी मात्र मधूनच चांदण्यांच्या प्रकाशात स्पष्टपणे दिसत होती,

तर मधेच झाडांच्या सावल्यात लुप्त होत होती. त्या स्वरांनी ग्रेगरीला मंत्रमुग्ध करून टाकलं. एक वेगळीच ओढ त्याला जाणवू लागली.

ते स्वर जणू त्याला खेचून नेऊ पाहत होते. ती होडी डाव्या हाताच्या किनाऱ्याला लागली आणि त्यातून एक स्त्री बाहेर पडलेली त्याने पाहिली. तो त्वरेने त्या बाजूला वळला. तलाव बराच मोठा होता. त्यामुळे त्या ठिकाणी पोचण्यासाठी त्याला धावतच निघावं लागलं. पैंजणांची नाजूक किणकिण ऐकू येताच तो एका ठिकाणी थांबला. धावल्यामुळे त्याला धाप लागली होती. त्याने एकाग्र चित्ताने आवाज कोठून येतो ते पाहण्यास सुरुवात केली. ती अज्ञात स्त्री विमनस्कपणे फेऱ्या घालीत असावी. पैंजणांचा छुम छुम असा लयबद्ध आवाज येत होता.

ग्रेगरी कानोसा घेत घेत पुढे झाला. दाट झाडीतून पुढे येताच समोर बरीच मोठी मोकळी जागा आणि तेथे वेलींनी आच्छादून तयार केलेली एक छोटीशी गुंफा त्याला दिसली. पैंजणांचा आवाज आता थांबला होता. तो हलक्या पावलांनी गुंफेच्या तोंडाशी जाऊन उभा राहिला. त्याने आत डोकावलं. एका लहानशा खडकावर एक सुंदर स्त्री बसलेली होती. वेलींच्या पानांमधून गुंफेत झिरपणाऱ्या चांदण्यांच्या अस्पष्ट प्रकाशातही तिच्या सौंदर्याचं तेज लपून राहत नव्हतं. इतकं डोळे दिपवून टाकणारं, सोज्ज्वळ, सात्त्विक सौंदर्य ग्रेगरीनं आपल्या देशात कधीच पाहिलं नव्हतं. त्या सौंदर्यानं त्याला पुरतं भारून टाकलं. अस्वस्थ चित्ताने मातीत रेघोट्या मारीत बसलेल्या त्या स्त्रीला त्याची चाहूल लागली असावी. तिनं मान वर केली. तिची नजर त्याच्या नजरेत मिसळली आणि तो पुरताच घायाळ झाला; पण ती चटकन उठून उभी राहिली. आपली ओढणी तोंडावर ओढून घेत ती भीत भीत मागे सरकू लागली. ग्रेगरीनं एक पाऊल पुढं टाकलं मात्र, ती अत्यंत भयभीत होऊन चटकन वळली आणि पळतच गुंफेच्या दुसऱ्या तोंडाकडे निघाली. ग्रेगरीही त्वरेने बाहेर पडला आणि ती गुंफेबाहेर येताच तलावाकडे जाणारी तिची वाट अडवून उभा राहिला. दोन्ही हात आडवे पसरून त्याने तिला थांबण्याची विनंती केली. तिने घाबरू नये यासाठी तिला दिलासा देऊन तो म्हणाला,

"बाईसाहेब, मी तुमचा दुष्मन नाही. तुम्हाला, मदत करण्याचीच माझी इच्छा आहे. तुमच्या व्याकूळ आवाजानेच मला इथं खेचून आणलं आहे. अशा अपरात्री दुःखित अंतःकरणाने तुम्ही जलविहार करीत आहात हे पाहून मला कमालीचं आश्चर्य आणि खेद वाटतोय. तुम्ही मला तुमची व्यथा सांगू शकाल तर मी तुम्हाला काहीतरी मदत करीत. तुमचं दुःख हलकं करण्याचा प्रयत्न करीन !"

त्याचं बोलणं शांतपणे ऐकणाऱ्या त्या स्त्रीने सावकाश मान वर उचलली आणि त्याच्याकडे पाहिलं. तिच्या विशाल नेत्रांत अश्रू तरळत होते. क्षणभरच तिने त्याच्या नजरेत नजर मिसळली आणि मग पुन्हा डोळे खाली करत एक सुस्कारा सोडला.

''तुम्हीच काय... पण आता कुणीच मला मदत करू शकणार नाही.''

त्याने विचारलं. ''का?''

''ती फार मोठी कहाणी आहे; पण इथे, अशा अवेळी, मी तुमच्याशी बोलत राहणं योग्य नाही. मला आता परतायला हवं.'' आणि मग थोडं थांबून ती पुन्हा म्हणाली,

''हे पाहा, जयपूरपासून पंचवीस मैलांवर माझा एक महाल आहे. उद्या रात्री तुम्ही सर्वजण माझ्याकडे मेजवानीलाच या ! एका दुर्दैवी राणीचं हे आमंत्रण स्वीकाराल ना ?''

''जरूर !'' ग्रेगरी म्हणाला. ''उद्या रात्री आठ वाजता आम्ही तिथे येऊ, पण... पण आपलं नांव ?...''

ती स्त्री मधुर हसली.

''काननबाला ! तुम्हाला माझा महाल सापडायला अडचण पडणार नाही. जयपूरच्या उत्तरेला सरळ रस्त्याने गेल्यावर लोकवस्तीपासून दूर, अगदी एकाकी असं हे ठिकाण आहे ! मात्र तुम्ही माझ्याकडे मेजवानीला येणार आहात हे अगोदर कुणाला सांगू नका ! कारण... कारण मी सध्या अज्ञातवासात आहे.'' असं म्हणत तिने आवंढा गिळला.

दूर कोठे तरी कोंबड्याने बांग दिली आणि काननबाला दचकली.

''मला जायला हवं.'' तिने म्हटलं.

ग्रेगरी तिच्या वाटेतून दूर झाला. झपाझप पावलं टाकीत ती तलावाकडे गेली. थोड्याच वेळात वल्ह्यांचा चुबुक चुबुक आवाज येऊ लागला. हळूहळू अस्पष्ट होत तोही बंद झाला आणि मग ग्रेगरी आपल्या जागेवरून हलला. सावकाश पावले टाकीत तो गेस्ट-हाउसकडे वळला; पण अद्यापही त्याच्या कानात तेच सूर रेंगाळत होते...!

''जबसे ऽ बलम परदेऽस सिधारे ऽऽ!''

दुसऱ्या दिवशी ग्रेगरीचे सारे मित्रमंडळ महाराजांची जीप घेऊन बाहेर पडले. आपण सहज चांदण्यांत फिरायला निघालो आहोत असंच त्यांना वाटत होतं. जयपूर शहरात थोडासा फेरफटका मारून नंतर त्यांनी जीप शहराबाहेर काढली. हळूहळू लोकवस्तीचा भाग मागे पडू लागला. आता उजाड माळरान, प्राचीन इमारतींचे अवशेष आणि रानटी झाडंझुडपं दिसू लागली. वीस एक मैल पुढे गेल्यावर त्यांना समोर एक दाट जंगल दृष्टीस पडलं.

त्या जंगलात प्रवेश करताच फर्लांगाच्या अंतरावर असलेला एक भव्य महाल त्यांना दिसला. हंड्या-झुंबरांनी तो प्रकाशमान करण्यात आला होता. महालाच्या

प्रवेशद्वाराजवळ जीप येऊन थडकताच आत एकच गडबड उडाली. नोकर-चाकर त्यांच्या स्वागतासाठी धावले. स्वत: राणीसाहेब दिवाणखान्याच्या दाराशी येऊन स्मितवदनाने उभ्या राहिल्या. दोन्ही हात जोडून त्यांनी सर्वांचे स्वागत केलं. आजची त्यांची वेषभूषा विशेष आकर्षक होती. त्यामुळे त्यांच्या सौंदर्यावर नजर ठरत नव्हती. ग्रेगरी तर भान हरपून पाहतच राहिला. सुझानने त्याला वेळीच चिमटा काढला म्हणून तो सावध झाला. आपलं वागणं विचित्र होतं हे लक्षात येताच तो चांगलाच ओशाळला. काननबालेच्या रक्तवर्णी ओठांवर मात्र लबाड हास्य उमटलं.

मेजवानीची सर्व सिद्धता झाली होती; पण सर्वांनीच आधी महाल पाहण्याची उत्सुकता प्रकट केल्याने राणी काननबालेनं ते मान्य केलं. मऊ-मऊ रुजाम्यांवरून चालत ते सर्वजण ते प्राचीन वास्तुशिल्प पाहण्यात मग्न होऊन गेले. भव्य दालने, उंची लाकडांच्या खांबांवर आणि कमानींवर केलेलं कोरीव काम, काळ्या आणि संगमरवरी फत्तरात घडवलेल्या सुंदर मूर्ती, सारे बघता बघता त्यांच्या तोंडून प्रशंसोद्गार निघत होते. त्यांच्याबरोबर दिमाखाने चालत असलेली काननबाला त्या प्रशंसेचा शाही थाटाने स्वीकार करीत होती. पाहता पाहता एका स्त्रीच्या संगमरवरी पुतळ्यापाशी तो घोळका थबकला. एका सलज्ज लावण्यवतीचा तोंडावर अर्धवट ओढणी घेतलेल्या अवस्थेतील तो पुतळा होता. तिची उभं राहण्याची ढब, चेहऱ्यावरचे भाव अत्यंत कौशल्याने त्या पाषाणात खोदून काढले होते. ते पाहताच सर्वांच्या तोंडूनच कौतुकाबरोबरच आश्चर्योद्गारही बाहेर पडले. कारण तो पुतळा हुबेहूब काननबालेचा वाटत होता. त्याच्याखाली केलेल्या कालनिर्देशावरूनच मात्र ते शिल्प ५०० वर्षांहूनही अधिक पूर्वीचं असल्याचं लक्षात येत होतं. आज हयात असलेल्या स्त्रीसारखाच हुबेहूब पुतळा ५०० वर्षांपूर्वी तयार केला जावा, हे मोठंच आश्चर्य होतं. त्यांच्यापैकी एकदोघांनी तसं बोलून दाखवताच काननबालेनं त्यावर नुसतंच स्मित केलं. तेवढ्यात बाजूच्याच दालनातून कुणाची तरी विस्मयाने भरलेली हाक ऐकू आली-

"अरे! आधी इकडे या सर्वजण ! त्याहूनही आश्चर्यकारक प्रकार इथं आहे! लवकर या !"

जॉर्जची ती आरोळी ऐकून सर्वजण पलीकडच्या दालनात धावले. आणि खरोखरच त्यांच्यावर थक्क होऊन जाण्याची वेळ आली. कारण तिथे एका शूर पुरुषसिंहाचा पुतळा होता. कमरेला लटकती तलवार, चेहऱ्यावर शौर्य आणि धैर्य, उभं राहण्यातली खानदानी ऐट इत्यादी गोष्टी तर त्यात कुशलतेने दाखविल्या होत्याच; परंतु त्याहीपेक्षा विलक्षण गोष्ट अशी की त्या पुरुषाचा चेहरा हुबेहूब ग्रेगरीसारखा होता. त्या पुरुषाच्या कल्लेदार मिशा सोडल्या तर ग्रेगरीत आणि त्याच्यात काहीही फरक नव्हता. या पुतळ्याखालची नोंदही पाचशे वर्षांपूर्वीची जुनी

होती. ग्रेगरी स्वत:देखील स्तंभित होऊन त्या पुतळ्याकडे पाहत होता. त्याने अर्थपूर्ण नजरेने काननबालेकडे पाहिलं. ती त्याच्याकडेच पाहत होती; पण नजरानजर होताच तिने आपली दृष्टी दुसरीकडे वळविली. दरबाराचे विस्तीर्ण दालन, सिंहासन, शिकारखाना इत्यादी बघून झाल्यावर ते सर्वजण मेजवानीसाठी भोजनगृहाकडे वळले.

आत पाऊल टाकताच पुन्हा एकदा विस्मयचकित होण्याची त्यांच्यावर पाळी आली. काननबालेनं मेजवानीचा सारा थाट पाश्चात्त्य पद्धतीचा केला होता. पांढऱ्याशुभ्र चादरींनी आच्छादलेली सात आठ टेबलं, त्यावर पदार्थांनी भरलेल्या सुंदर डिशेस ठेवलेल्या आणि बाजूला शुभ्र पोशाख केलेले नोकर दिमतीला उभे ! कोपऱ्यात एका ग्रामोफोनवर पाश्चात्त्य संगीताची रेकॉर्डही लावण्यात आली होती.

"तुम्ही खरोखर कमालच केलीत राणीसाहेब !" - सुझान लाडिकपणे मान वेळावीत म्हणाली-

"खरं तर आम्हाला तुमच्या भारतीय पद्धतीनंच जेवायला अधिक आवडलं असतं."

"आणि मला तर भारतीय संगीताबद्दल खरोखरंच प्रेम आहे. शास्त्रोक्त संगीतातली रागदारी आणि त्यातला खानदानीपणा कुणालाही भुरळ पाडील असाच आहे-" एडवर्ड ग्रामोफोनकडे जात म्हणाला. बाजूच्या स्टुलावर ठेवलेल्या रेकॉर्ड्सच्या चळतीकडे त्याचं लक्ष गेलं होतं.

"तुमच्याकडे शास्त्रोक्त संगीताच्या रेकॉर्ड्स असतील ना?"

त्याने काननबालेला विचारलं. तिने होकारार्थी मान हलवली आणि सुस्मित मुद्रेने ती पुढे झाली. एक नवी रेकॉर्ड तिने ग्रामोफोनवर चढवली.

"सैया बिना घऽऽर सूऽना हाये सैया बिना" पहाडी ठुमरीचे सुरेल स्वर बाहेर पडू लागले. ते परिचित स्वर कानी येताच ग्रेगरीने दचकून तिच्याकडे पाहिलं. पण तिने पुन्हा नजर चुकवली.

थोड्याच वेळात पार्टीला सुरुवात झाली. उभ्याउभ्याच गप्पा मारीत खाणेपिणे चालू होतं. काननबालेला सर्वांनी अगदी वेढून टाकलं होतं. पण ग्रेगरीला मात्र ते पुतळे पाहिल्यापासून स्वस्थता वाटत नव्हती. त्याने मोठ्या कौशल्याने काननबालेशी बोलत तिला इतरांपासून दूर केलं. कुणाचं लक्ष नाहीसं पाहून त्यानं हलकेच तिला विचारलं,

"बाईसाहेब हा खरोखर काय प्रकार आहे? माझ्यासारख्या परकीय माणसाचा हुबेहूब पुतळा तुमच्या राजवाड्यात कसा? हा देश पूर्णपणे नवखा असूनही मला परिचित का वाटतोय ? की हा साराच निव्वळ योगायोग आहे? तुम्ही काही खुलासा करू शकाल ?"

कानननबाला त्यावर हसली आणि म्हणाली,

"खुलासा मी जरूर करू शकेन पण आता पार्टीच्या वेळी मी सर्वांना सोडून तुमच्याशी बोलत बसणं योग्य दिसणार नाही. शिवाय ती बरीच मोठी कहाणी आहे."

ती क्षणभर थांबली आणि मग किंचित विचार करून तिने म्हटलं-

"तुम्ही आज रात्री अकराच्या पुढे माझी भेट घेऊ शकलात तर मी ते तुम्हाला सांगू शकेन. मात्र तुम्ही एकट्यानंच यायला हवं!"

"ठीक आहे. मी नक्कीच येईन !" ग्रेगरी म्हणाला. त्याबरोबर तिथे अधिक न थांबता कानननबाला पुन्हा ग्रुपमध्ये मिसळली.

पार्टी संपवून ते सर्वजण रात्री दहाच्या सुमारास परतले आणि थोड्याच वेळात झोपी गेले. ग्रेगरी मात्र अंथरुणात अस्वस्थपणे पडला होता. कानननबालेने बोलावल्यानुसार आपण जावं की नाही याचा तो विचार करीत होता. इतक्या अपरात्री एका सुंदर तरुण राणीच्या भेटीला आपल्यासारख्या परपुरुषाने जाणं भारतीय रूढींना आणि शिष्टाचाराला धरून होणार नाही याची त्याला कल्पना होती. आपली आणि तिची ही गुप्त भेट तिच्यावर आणखी एखादं संकट आणण्यास तर कारणीभूत होणार नाही ना अशी शंकाही त्याला वाटत होती; पण कानननबालेचं दु:ख समजावून घेण्याची त्याला तीव्र इच्छा होती. त्या दोन पुतळ्यांचं रहस्य जाणण्याचीही उत्सुकता होती. ग्रेगरी उठला आणि खोलीतच फेऱ्या घालू लागला. जावं की नाही याबद्दल उलटसुलट विचारांचं चक्र त्याच्या डोक्यात फिरत होतं. अखेर उत्सुकतेनेच संयमावर विजय मिळवला. तिच्या भेटीला जाण्याचा त्याने निर्णय घेतला.

झटपट कपडे करून तो बाहेर पडला. कुणालाही न सांगता त्याने जीप बाहेर काढली. फाटकातल्या पहारेकऱ्यांनी आश्चर्यानेच त्याच्याकडे पाहिलं पण ते राजेसाहेबांचे खास पाहुणे असल्यामुळे त्यांनी त्याला अडवलं नाही.

ग्रेगरीची जीप महालापाशी पोहोचली तेव्हा बारा वाजले होते. भोवताली गर्द अंधार आणि रातकिड्यांची किर्र किर्र यामुळे वातावरण भयाण वाटत होतं. समोर पसरलेल्या विस्तीर्ण जंगलातून श्वापदांचे आवाज मधूनच कानांवर येत होते, पण ग्रेगरीचं कशाकडंही लक्ष नव्हतं. झाडाच्या आडोशाला कुणाला चटकन दिसणार नाही अशा तऱ्हेने गाडी पार्क करून तो झपाझप पावलं टाकीत निघाला. महालात सध्या सगळीकडे अंधाराचंच साम्राज्य होतं. प्रवेशद्वाराजवळ एक दिवटी ढणढणत होती.

प्रवेशद्वाराजवळ पोहोचताच दार एकाएकी धाडकन उघडलं गेलं. ग्रेगरी कमालीचा दचकला. दारात स्वत: राणी कानननबाला उभी होती.

"हे काय ? अद्याप आपण जाग्याच आहात ?" त्याने हसून विचारलं.

"होय. मी वरच्या गॅलरीत उभी राहून तुमची वाटच पाहत होते. तुम्ही येणार याची मला पूर्ण खात्री होती. तुमची जीप दृष्टीस पडताच मी जिना उतरून खाली आले. या ना आत !"

असं म्हणत तिने बाजूला सरकून त्याला वाट करून दिली. ग्रेगरी आत गेला. प्रवेशद्वार बंद करून राणी काननबाला पुढे चालू लागली. आत सर्वत्र अंधार होता. ग्रेगरी अंदाजानेच चालत होता. दिवाणखान्यात डाव्या हाताला वरच्या मजल्यावर जाणारा जिना होता. त्याच्या कठड्याशी आणखी एक पेटलेली दिवटी होती. ती हातात घेऊन काननबाला पायऱ्या चढू लागली. तोही तिच्यामागोमाग निघाला.

ते तिच्या शयनगृहात आले. आपल्या हातातली दिवटी तिने एका खांबाला अडकली. ती मंचकावर बसली. दिवटीचा पिवळसर प्रकाश तिच्या सुंदर चेहऱ्यावर पडला होता. तिचा चेहरा विलक्षण निग्रही दिसत होता. तिच्याकडे पाहता पाहता ग्रेगरीच्या भावना उचंबळून आल्या. रात्रीची वेळ. एकांत आणि प्रथमदर्शनीच जिच्याबद्दल एक वेगळीच ओढ उत्पन्न झाली ती स्त्री अशी सान्निध्यात असलेली! या साऱ्यांचाच परिणाम होऊन तो थोडासा उत्तेजित झाला होता. त्याची छाती धडधडू लागली होती. मर्यादेचे उल्लंघन न करता आपण आपलं प्रेम व्यक्त करण्याची हीच वेळ आहे असं त्याला वाटलं.

"काननबाले, तू आणि मी हे आज हयात असलेले स्त्री-पुरुष आणि केवळ आपल्याच प्रतिमा असलेले ते पाचशे वर्षांपूर्वीचे दोन पुतळे यांच्यात नक्कीच काहीतरी रहस्य असलं पाहिजे. तो निव्वळ योगायोग खासच नव्हे ! तुला पाहिल्यापासून माझं मन तुझ्याकडे एका वेगळ्याच ओढीनं धावतंय. तू विवाहिता आहेस की नाही याची कल्पनाही नसताना मला वाटतंय की तुझं दुःख दूर करून तुला आपलंस करावं."

असं म्हणत त्याने आपला हात हलकेच तिच्या हातावर दाबला. तिने त्याच्याकडे पाहिलं. तिच्या नजरेत व्याकुळता होती. तिने त्याचा हात उचलून आपले थरथरते ओठ त्यावर टेकवले. त्यासरशी ग्रेगरीने आवेगाने तिला आपल्या बाहुपाशात ओढलं. आपल्या छातीवर विसावलेलं तिचं मस्तक त्याने हलकेच वर उचललं. दोघांची नजरानजर झाली आणि खळकन दोन अश्रू तिच्या गालांवर ओघळले.

"नाही ! असं होता उपयोगी नाही!" असं स्वत:शीच पुटपुटत ती झटक्यानं बाजूला झाली.

ग्रेगरीला थोडं चमत्कारिक वाटलं.

"तू मला विश्वासानं सारं सांगत का नाहीस ?" तो म्हणाला.

"ते सांगण्यासाठीच मी तुम्हाला इथं बोलावलं; पण तत्पूर्वी मी तुम्हाला आणखी एक गोष्ट दाखवणार आहे. चला!"

-असं म्हणत तिने खांबाला लावलेली दिवटी उचलली आणि ती शयनगृहाच्या

दुसऱ्या टोकाकडं गेली. भिंतीवरच्या वेलबुट्टीत दडवलेली एक विशिष्ट कळ तिने दाबताच चार फुटी भिंत कर-करत बाजूला झाली आणि तिथे खाली जाणारा मार्ग दिसू लागला. त्या मार्गाच्या तोंडाशी उभं राहून तिने ग्रेगरीला आपल्या मागे येण्यास खुणावलं आणि ती पायऱ्या उतरू लागली. झपाझप चालत ग्रेगरी त्या भुयारातल्या पायरीवर जाऊन उभा राहिला. खालचा जिना वक्राकार असल्याने सात-आठ पायऱ्यांपलीकडचं काहीच दिसत नव्हतं. क्षणभर तेथून परत फिरावं अशी तीव्र इच्छा त्याला झाली; पण ती बाजूस सारून त्याने ती पायरी ओलांडली त्यासरशी त्याला एकदम भोवळ आल्यासारखं झालं. आपल्या मनात कसली तरी प्रचंड उलथापालथ झाल्याचं त्याला जाणवलं. डोकं गच्च दाबून तो तसाच उभा राहिला.

क्षणभराने हात बाजूस करून त्याने समोर पाहिलं. सातव्या पायरीवर थबकलेली काननबाला त्याच्याकडे वळून पाहत होती. तिच्या हातातल्या दिवटीची ज्योत लवलवत होती.

"येता ना? आपल्याला अजून बऱ्याच पायऱ्या उतरायच्या आहेत." - ती मृदुपणे म्हणाली. त्यासरशी तो भराभर उतरू लागला. किती तरी वेळ ते मुकेपणाने पायऱ्या उतरतच होते. आणि तरीही पायऱ्या संपत नव्हत्या. आपण खोलखोल पाताळातच जात आहोत असं ग्रेगरीला वाटू लागलं. जगाच्या अंतापर्यंत या पायऱ्या आपण उतरतच राहणार की काय असं त्याला वाटू लागलं. काननबाला न बोलता उतरतच होती. ती शांतता त्याला असह्य झाली.

"तू बोलत का नाहीस ?" तो अखेर म्हणाला. चालता चालताच तिने मागे वळून त्याच्याकडे पाहिलं आणि मग पुन्हा पुढे पाहून पूर्वीच्याच गतीने पायऱ्या उतरत ती बोलू लागली-

"पाचशे वर्षांपूर्वी इथे एक समशेरसिंह नावाचा राजा होऊन गेला. तो अत्यंत शूर होता. त्याला शिकारीचा नाद होता. पण तितकाच स्त्रियांचाही नाद होता. रंगेलपणाबरोबरच रगेलपणाही त्याच्या रक्तात मुरलेला होता. दिसायला तो अतिशय देखणा असल्यामुळे स्त्रिया त्याच्यावर प्रथमदर्शनीच आकृष्ट होत.

असाच तो एकदा शिकारीला गेला असताना एक सुस्वरूप भिल्ल तरुणी त्याच्या दृष्टीस पडली. त्याने पद्धतशीरपणे आपले मोहजाल तिच्या भोवती विणलं. ती भेटावी म्हणून त्याने जंगलालगतच्या या महालातच आपला मुक्काम ठेवला. अनेकदा तो अकारण जंगलात जाऊ लागला. ती साधीभोळी भिल्लकन्या त्याच्या मोहजालात बरोबर अडकली. तीही त्याच्यावर फिदा झाली. दिवसेंदिवस त्यांचं प्रेम वृद्धिंगत होऊ लागलं. राजाने तिला लग्नाचं वचन दिलं. जयपूरच्या राजवाड्यात जाताच आपण आपल्या पुरोहितास तिथी-निश्चय करण्यास सांगणार आहोत असंही त्याने तिला सांगून टाकलं. भिल्लकन्या त्याच्या या प्रलोभनांना आणि आश्वासनांना

फसली. त्याच्या सांगण्याप्रमाणे याच महालात ती त्याला गुप्तपणे भेटू लागली आणि मग मोहाच्या परमोच्च क्षणी तिने त्याला सर्वस्व समर्पित केलं.

पण समशेरसिंह चंचल स्वभावाचा होता. तिच्याकडून मनसोक्त सुख मिळविल्यानंतर काही दिवसांतच त्याला तिचा कंटाळा आला. तो तिला टाळू लागला आणि एक दिवस जंगलालगतचा हा महाल सोडून तो जयपूरच्या राजवाड्यात परत गेला. जाताना त्याने तिच्यासाठी काहीही निरोप ठेवलेला नव्हता आणि त्याचवेळी आपल्याला दिवस गेले असल्याचे तिच्या लक्षात आलं. ही बातमी सांगण्यासाठी अनेक कष्ट सोसून पायी चालत मोठ्या उमेदीने ती महालात आली. रिकामा महाल पाहून तिची आत्यंतिक निराशा झाली.

दिवसांमागून दिवस उलटू लागले. राजा परत आलाच नाही. तिच्या जिवाची घालमेल होऊ लागली. त्याचा अंकुर पोटात ठेवून भिल्लसमाजात वावरणं यापुढे शक्य नाही असं पाहून अखेर एक दिवस तिने मनाचा हिय्या केला! पंचवीस मैलांची वाट तुडवीत ती जयपुरात येऊन दाखल झाली.

राजवाड्यातल्या पहारेकऱ्यांनी प्रथम तिला भिकारीण समजून धुत्कारलं; पण मग त्यांच्या पाया पडून, गयावया करून तिने राजाची भेट घडवून आणण्याची विनंती केली. आपले नाव ऐकताच राजा उतावीळपणे आपल्याला भेटायला येईल अशी तिची कल्पना होती. पण रात्र पडल्यावर एका तळघरात राजा गुप्तपणे तिची भेट घेईल असं तिला सांगण्यात आलं. एका पहारेकऱ्याच्या घरात दिवसभर ती तशीच उपाशीपोटी बसून राहिली.

एकदाची रात्र झाली आणि तिला बोलावणं आलं. आपल्याला पाहताच समशेरसिंह बाहू पसरून आपल्याला जवळ घेईल अशी वेडी आशा अद्यापही ती बाळगून होती; पण धुळीने माखलेले तिचे कपडे, शिणलेला चेहरा, जटा झालेले केस, किंचित पुढे आलेलं पोट अशा अवस्थेत ती त्याच्यासमोर उभी राहताच त्याने अत्यंत तिरस्काराने तिच्याकडे पाहिलं. त्या नजरेनेच ती थिजून गेली. घाबरतच कसंबसं तिने आपल्याला दिवस गेल्याचं वृत्त त्याला सांगून टाकलं. पण त्या बातमीने त्याच्या चेहऱ्यावर काडीमात्रही बदल झाला नाही.''

'तर मग आता तुला काय हवं आहे?' त्याने अत्यंत रुक्षपणे विचारलं.

'तुम्ही.....मला लग्नाचं वचन दिलं होतं-' ती कशीबशी म्हणाली.

समशेरसिंहाने सातमजली हास्य केलं आणि मग थांबून म्हटलं,

'मूर्ख आहेस! केवळ मौजमजेसाठी जवळ केलेल्या प्रत्येक स्त्रीला जर मी राणी बनवू लागलो तर माझा हा राजवाडाही लवकरच अपुरा पडेल. माझी प्रतिष्ठाही धुळीस मिळेल. समजलीस!... तुला चार पैसेच हवे असतील तर ते देईन मी! घे आणि काळं कर इथून आधी!'

त्याचं ते बोलणं ऐकताच ती भिल्लकन्या एकाएकी खवळून उठली. तिची लज्जा आणि भीती आता कुठल्याकुठे गेली होती. त्याच्या नजरेला नजर भिडवत ती म्हणाली-

'राजेसाहेब सोन्या-चांदीच्या तुकड्यासाठी मी माझी अब्रू तुम्हाला विकली नाही. मी मनापासून प्रेम केलं. आज तुमचा वंश पोटात वाढवते आहे तोही केवळ त्या प्रेमासाठीच! मला नाही तरी तुमच्या वंशाच्या दिव्याला तरी तुम्ही योग्य तो मान दिलाच पाहिजे! जर त्याचा स्वीकार तुम्ही केला नाहीत तर सर्वांसमक्ष मी तुमच्या पायाशी डोकं आपटून प्राण देईन. साऱ्या जगाला ओरडून सांगेन की तुमचा हा राजा पापी आहे. विश्वासघातकी आहे. खोटारडा आहे...'

-तिचं वाक्य पूर्ण व्हायच्या आतच संतापलेल्या समशेरसिंहाने खुणेची टाळी वाजवली. त्यासरशी दोन पहारेकरी आत घुसले. राजाने खूण करताच त्यांनी दोहो बाजूंनी तिच्या दंडांना धरून ओढण्यास सुरुवात केली. संतापाने आणि निराशेने बेभान झालेल्या त्या भिल्लकन्येने ते पहारेकरी तिला ओढून नेत असतानाही पुष्कळ शिव्याशाप दिले. रडतओरडतच ती तिथून गेली.

याच तळघरात तिला कैद करण्यात आलं. दोन दिवस ती उपाशीच होती. तिसऱ्या दिवशी तिला यथास्थित भोजन देण्यात आलं आणि त्याच संध्याकाळी बरोबर एक पहारेकरी घेऊन राजा इथे आला. त्याने बाकीचं काहीच न बोलता तिची केवळ शेवटची इच्छा विचारली. आपला वध होणार हे लक्षात येताच ती बिचारी घाबरली. तिनं दयेची भीक मागितली. दासी, बटीक म्हणून वागू देण्याची इच्छा प्रगट केली. पण तिचे काहीही ऐकून न घेता समशेरसिंहाने आपल्या डोळ्यांदेखत तिचा शिरच्छेद करविला आणि याच कैदखान्यात तिचं शरीर पुरण्यात आलं.''

इतका वेळ भान हरपून ती विलक्षण कथा ऐकत यांत्रिकपणे पायऱ्या उतरणाऱ्या ग्रेगरीने विचारलं-

''पण या कथेचा आपल्याशी काय संबंध?''

काननबाला शेवटची पायरी उतरली होती. खवळलेल्या नागिणीसारखी ती एकदम पाठमोरी वळली आणि संतापून म्हणाली-

''काय संबंध? ती भिल्लकन्या म्हणजेच मी! काननबाला तिचं नाव! आणि समशेरसिंह.... ज्याची मी पाचशे वर्षं वाट पाहतेय...तोच तू!'' -असं म्हणत तिने त्याच्या छातीवर आपलं बोट रोखलं.

त्याच वेळी ग्रेगरी शेवटची पायरी उतरला आणि त्याच्या स्मृतीची कवाडं खडाखड उघडली. तिच्या रोखलेल्या बोटाकडे आणि क्रुद्ध नजरेकडे पाहता पाहता तो पाचशे वर्षांपूर्वीच्या काळात जाऊन पोहोचला. काननबालेच्या वधाचा प्रसंग जणू नुकताच घडावा तसा त्याच्या नजरेसमोर स्पष्ट उभा राहिला. आपणच काननबालेच्या

वधानंतर तिच्या स्मृतीने बैचेन होऊन तिचा पुतळा घडविल्याचंही त्याला आठवलं.

"समशेरसिंहऽ!" -काननबालेचा तापलेला स्वर त्या अरुंद तळघरात घुमला. "त्या दिवसापासून पाचशे वर्षं मी तुझी इथं वाट पाहतेय. तू येणार याची मला खात्री होती. तुला आज मी इथं बोलावलंय ते सूड घेण्यासाठी. पाचशे वर्षं केवळ हीच सुडाची आग उराशी बाळगून तळमळणाऱ्या माझ्या आत्म्याची आज सुटका होणार आहे-सुटका!" -आणि असं म्हणून तिनं अत्यंत भयानक विकट हास्य करायला सुरुवात केली.

तो घाबरला. त्यानं तिचे पाय धरले.

"नको, नको! माझ्यावर दया कर काननबाले. मला क्षमा कर! मी तुझा अक्षम्य अपराध केला, पण....मला मारू नकोस!"

-ती अधिक जोरात हसली. एकाएकी थांबून ती म्हणाली-

"मी देखील त्या वेळी तुझी अशीच करुणा भाकली होती; पण तुला दया आली नाही. आज माझ्याही अंत:करणात दयेचा ओलावा नाही समशेरसिंह!"

"नाही नाही! तुझं माझ्यावरचं प्रेम तुला असं करूच देणार नाही!" -त्याने निर्वाणीचा प्रयत्न करीत म्हटलं.

"वेडा आहेस! पाचशे वर्षं सुडाची धगधगती आग उरात घेऊन माझा आत्मा भटकतोय, तो तुझ्यावर दया दाखवण्यासाठी? नाही, समशेर, नाही!... मला आता मुक्तीच हवी!"

-असं म्हणून तिने आपले सुंदर रूप टाकून अत्यंत हिडिस रूप धारण केलं. समशेरसिंहाने भयाने किंकाळी फोडली. पळून जाण्यासाठी तो मागे वळला. पण भिंतीवर त्याचं डोकं जोरात आपटलं. काननबाला क्षणा-क्षणाला अत्यंत भेसूर रूपं धारण करू लागली आणि भयाने वेडापिसा झालेला ग्रेगरी ऊर्फ समशेरसिंह त्या तळघरात सैरावैरा धावू लागला. दर वेळी त्याला कुठे तरी जिन्याचा भास होई आणि पळत तो तिथे गेला की थाडकन त्याचं डोकं दर वेळी भिंतीवर आपटे, थोड्याच वेळात त्याच्या कपाळातून रक्त वाहू लागलं- काननबाला थंड नजरेने त्याच्याकडे पाहत राहिली. तिला कसलीच घाई नव्हती. अखेर थकून एका कोपऱ्यात भयाने थरथर कापत तो उभा राहिला आणि त्याच वेळी तिने त्याच्यावर झडप घातली.

दुसऱ्या दिवशी अंथरुणावर ग्रेगरी नाही हे पाहून सर्वच जण बुचकळ्यात पडले. पण त्याचा लहरी स्वभाव माहीत असल्याने त्याची अनुपस्थिती कुणीच फारशी मनावर घेतली नाही, पण दुपार टळायला आली तरी ग्रेगरीचा पत्ता नाही हे पाहून सर्वांना काळजी वाटू लागली. तो कुठे गेला असेल याबाबत कुणाचाच तर्क चालेना.

अखेर सुझाननेच तो काननबालेच्या महालाकडे गेला असण्याची शक्यता बोलून दाखविली. तिची सूचना मानून लगेच ते सर्वजण निघाले. राजवाड्याच्या फाटकावरच्या पहारेकऱ्याने काल रात्रीच ग्रेगरीला जीप घेऊन जाताना पाहिल्याचं सांगितलं. तेव्हा तो महालाकडेच गेला असणार याबद्दल त्यांची खात्रीच झाली.

ते सर्वजण महालापाशी पोहोचले तेव्हा सर्वत्र शुकशुकाट होता. झाडीत ग्रेगरीची जीप दिसताच ते आनंदाने महालाकडे वळले; पण प्रवेशद्वाराला भलं मोठं कुलूप होतं. सर्वजण बुचकळ्यातच पडले. इतक्यात एक म्हातारा इसम तिथं आला.

"आपण महाल पाहायला आलात का?" -त्याने विचारलं. प्रथम कुणीच काही बोलेना पण मग एडवर्डच म्हणाला-

"आम्ही राणी काननबालेच्या भेटीसाठी आलो आहोत. त्या कुठे बाहेर गेल्या आहेत का?"

"काननबाला?" म्हाताऱ्याने डोळे विस्फारून विचारलं.

"कोण काननबाला?.... गेल्या कित्येक वर्षांत इथं कुणीही राहत नाही साहेब. मी इथं देखभाल करायला आणि तुमच्यासारखे प्रवासी आले तर त्यांना महाल दाखवायला पगारी नोकर आहे. पण रात्रीचा मी वस्तीला इथं नसतो-" -असं म्हणत तो पुढे झाला आणि त्याने कुलूप काढलं. कर्र कर्र असा मोठा आवाज करीत दरवाजा उघडला गेला.

आत सर्वत्र धुळीचं साम्राज्य होतं. भिंतीवर लटकावलेल्या वाघ-सिंहांच्या एकदोन जबड्यांशिवाय तिथे काहीही सामान नव्हतं. सर्व दालनं रिकामीच होती. रात्री पाहिलेली हंड्या-झुंबरे, रुजामे, राजेशाही फर्निचर आणि स्वत: राणी काननबाला किंवा तिचे सेवक कुणाचाच मागमूसही नव्हता. चार-दोन वटवाघळे तेवढी छताला लटकत होती. रात्री भव्य आणि सुशोभित दिसलेला तो महाल आता मात्र भयाण आणि उदासवाणा वाटत होता.

सर्वजण अत्यंत गोंधळून गेले होते. काल रात्री आपण पाहिलं ते खरं की आता पाहतो आहोत ते खरं अशाच संभ्रमात प्रत्येकजण होता. हताश मनाने आणि जड अंत:करणाने ते माघारी वळले. एकाएकी सुझानच्या दृष्टीस समशेरसिंहाचा पुतळा पडला. पाहता पाहता तिचे डोळे भरून आले आणि तिला जोराने हुंदका फुटला.

◆

केलं तुका अन् झालं माका

डॉ. विश्वास!

एम्. बी. बी. एस्.

स्वत:च्याच व्हिजिटिंग कार्डवर डॉ. विश्वासने एकवार नजर टाकली आणि ते खिशात टाकलं. केसांवरून शेवटचा कंगवा फिरवून झाल्यावर तो खुर्चीत बसला आणि बूट चढवू लागला. आज त्याचा चेहरा काहीसा मलूल आणि विमनस्क दिसत होता. गेले दोन दिवस तो पुण्याच्या आसपासच्या खेड्यांतून पायपीट करीत होता. पण दवाखाना उघडायला योग्य अशी रोडवरची जागा काही त्याला मिळत नव्हती. दोन दिवसांत अख्खं हडपसर त्याने विंचरून काढलं होतं. पण तेथे देखील पानाच्या दुकानांपेक्षा डॉक्टरांचे दवाखानेच जास्त आहेत हे त्याला पटलं होतं. म्हणून आज तो फुरसुंगी, वडकीनाला भागात ट्राय करणार होता. पण दोन दिवसांतल्या असंख्य अनुभवांनी त्याचा उत्साह खूपच ओसरला होता. खऱ्या जीवनसंघर्षाच्या परीक्षा एम. बी. बी. एस. परीक्षेपेक्षाही खूपच अवघड असतात, अशी त्याची खात्री झाली होती.

खरं तर विश्वास असा कधीच निराश होणारा नव्हता. तो एक देखणा आणि खळखळत्या उत्साहाचा तरुण होता. पिंगट रंगाचे मोठमोठे, भावस्पर्शी डोळे हे तर त्याच्या चेहऱ्याचं खास वैशिष्ट्य. अद्यापही त्याचा चेहरा कोवळा, बालिश दिसत होता. बारीकशा गोष्टींचंही त्याला मनापासून, खळाळून हसू येई. आपल्या चेहऱ्याचा तो कोवळेपणा लपवून तो थोडा भारदस्त करण्यासाठीच की काय त्याने ओठांवर सुरेखशी मिशी राखली होती.

पण आपल्या या व्यक्तिमत्त्वाचा कुणावरही प्रभाव पडून चुटकीसरशी आपल्याला जागा मिळेल ही त्याची कल्पना अगदी साफ धुळीला मिळाली होती. एका ठिकाणी तर त्याने घरमालकाला जेव्हा आपण डॉक्टर असल्याचं सांगितलं, तेव्हा त्या

घरमालकाने नाक आक्रसून कमरेवर दोन्ही हात घेत त्याला अशा काही विचित्र नजरेने आपादमस्तक न्याहाळलं होतं की विश्वासला वाटलं, आता नक्की अनुनासिक आवाजात तो म्हणणार-

"शिंच्या! अरे कालचा पोर तू ! आणि डॉक्टरी रे करायला कुठे निघालास?"

त्या काल्पनिक वाक्यानेच विश्वासाला खळखळून हसू येणार होतं, पण त्याने ते प्रयासाने आवरलं. एके ठिकाणी तर घरमालकीणबाईंनी त्याला खोली दाखविण्याऐवजी त्याचीच उलटतपासणी घेऊन त्याच्या साऱ्या घराण्याची इत्थंभूत माहिती विचारून घेतली आणि मग तो योग्य उपवर तरुण असल्याची खातरजमा होताच आतल्या बाजूस तोंड करून म्हटलं,

"लताऽ, अग चहा आण ग जरा."

आणि मग थोड्याच वेळात जेव्हा तो 'लता' नामक वटवृक्ष चहाचा ट्रे घेऊन बाहेर आला, तेव्हा विश्वासला दरदरून घाम फुटला.

"शेजारच्याच दोन खोल्या रिकाम्या आहेत आमच्या. पुढच्या खोलीत दवाखाना आणि मागच्या खोलीत राहण्याची व्यवस्था करता येईल तुम्हाला." मालकीणबाई चहा घेता घेता सांगत होत्या. "जेवणाची सोय नसेल तर आमच्याकडे आलात तरी चालेल. अगदी माझ्या मुलासारखं प्रेमाने राहा तुम्ही इथं."

विश्वासला आता मालकीणबाईंच्या हेतूची पुरेपूर कल्पना येऊन चुकली होती.

"विचार करून सांगतो." असं उत्तर देऊन तो बाहेर पडला तेव्हा त्याचं काळीज अक्षरश: धपापत होतं.

खरं तर विश्वासला एवढी धडपड करण्याचं काही कारण नव्हतं. पुण्यात मध्यवस्तीत त्याच्या काकांचा दवाखाना होता. काकांना मुलबाळ नसल्याने विश्वासने आत्तापासूनच त्या दवाखान्यात लक्ष घालावं अशी त्यांची इच्छा होती. शिवाय दवाखान्याची पुढची खोली चांगली बारा बाय पंधराची होती. त्यामुळे विश्वासला पार्टिशन घालून स्वतंत्र टेबल ठेवणं देखील अशक्य नव्हतं. पण.... पण विश्वासने स्वतंत्रपणे आणि तेही रूरल एरियातच प्रॅक्टिस करायची असा अगदी ठाम निश्चय केला होता.

त्याच्या या वज्रनिश्चयाला कारणीभूत होती अश्विनी! तिने जर त्या दिवशी त्याला डिवचलं नसतं तर कदाचित विश्वासने काकांच्या म्हणण्याला मान तुकवली असती. अश्विनी ही त्याची सहाध्यायी! सगळ्यांच्या फिरक्या ताणायच्या आणि मग दोन्ही गालांवर गोड खळ्या पाडीत सुरेख हसायचं ही तिची लकब! नेहमीच बेलबॉटम-पँट कुडता वापरणारी, कुरळ्या केसांची अश्विनी खरोखरच गोड पोरगी होती. तिच्या साऱ्याच चेहऱ्यात एक विलक्षण गोडवा भरलेला होता. त्यामुळे किंचित अपरं असलेलं नाक तिच्या चेहऱ्याला मुळीच बाध

आणीत नव्हतं. उलट त्यामुळे ती खोडकर वाटायची. विश्वास तर खूप वेळा तिच्याकडे पाहता पाहता स्वत:ला हरवून बसायचा. अन मग अशा वेळी तिने एखादा प्रश्न केला की तो त्याच्या मेंदूपर्यंत पोचायचाच नाही. मग अश्विनीला खळखळून हसू फुटायचं आणि चपापून भानावर आलेला विश्वास गोरामोरा व्हायचा. तर अशी ही अश्विनी! त्यादिवशी सारीच मित्रमंडळी कुणाच्यातरी घरी एकत्र जमली होती. चहा, खाणं, गप्पा रंगल्या होत्या. गप्पांचा ओघ शेवटी पुढे कुणी काय काय करायचं ठरवलंय् याकडे वळला. प्रत्येकजण काही ना काही सांगत होतं. तेवढ्यात कुणी तरी विचारलं, ''विश्वास तू काही बोललाच नाहीस. तुझं काय ठरलंय?''

विश्वासने काही उत्तर देण्यापूर्वीच अश्विनीच मिस्कील हसत उत्तरली, ''त्याचं काय विचारता बाबा? काकांच्या दवाखान्यातच तो प्रॅक्टिस करणार! म्हणजे जागेचा प्रश्न मिटला! शिवाय काकांचं रेप्युटेशनही आहेच दिमतीला! त्यामुळे चार-सहा महिन्यांतच विश्वासला एखादं खोरं घ्यावं लागेल पैसा ओढायला.''

तिच्या या वाक्यावर सारेजण मोठ्याने हसले. विश्वासनेही इतरांच्या सुरात सूर मिसळला असला तरी त्याला अश्विनीचा राग आला होता. सगळ्यांच्या देखत नकळत का होईना पण तिने त्याचा अहंकार दुखावला होता. त्यामुळेच स्वतंत्रपणे आणि तेही 'रूरल एरियात' प्रॅक्टिस करून नावारूपाला आणली नाही तर नावाचा विश्वास नाही अशी भीष्मप्रतिज्ञा त्याने मनाशी केली होती.

विश्वास फुरसुंगीला पोचला, तेव्हा दुपारचे बारा वाजून गेले होते. टळटळीत उन्हाची वेळ! त्या अपरिचित ठिकाणी सुरुवात कुठून करावी हेच त्याला समजेना. कोपऱ्यावरच्या पानवाल्याच्या दुकानाकडे त्याची पावलं आपोआपच वळली. सिगारेटचं एक पाकीट खरेदी करून त्याने पैसे दिले आणि एक सिगारेट तिथेच टांगलेल्या सुंभावर पेटवून एक झुरका घेतला. त्याने पानवाल्याकडे पाहिलं. तो त्याच्याकडेच पाहात होता.

''पाव्हणं पुण्याकडचे दिसताय! कुणाकडे आलात?'' त्याने आपुलकीने प्रश्न केला!

''हो पुण्याचाच. दवाखान्यासाठी जागा पाहायला आलोय.... तुमच्या पाहण्यात आहे का एखादी चांगलीशी जागा? रोडवर असली तर उत्तमच.''

पानवाला थोडा विचारात पडला. मग डोळे बारीक करीत त्याने म्हटले, ''अं... तशी एक जागा आहे बघा. अशी मोठ्या रोडवरचीच आहे पण गेली दोन वर्षे कुणाच्या वापरातली नाही.''

विश्वासचा चेहरा उजळला.

''काही हरकत नाही. किती खोल्या आहेत ? एक की दोन ?''

"खोल्या दोन आहेत. पण दोन वर्षांखाली तिथे एक वाईट गोष्ट घडली बघा, तेव्हापासून कुणी वापरत नाही ती." पानवाला घुटमळत सांगत होता.

"म्हणजे ? स्पष्ट सांगा की राव." विश्वास सिगारेटचा धूर सोडीत म्हणाला.

"म्हणजे बघा तिथे एक बाई स्टोव्हवर भाजून वारली. तिचा नवरा बाहेरगावी गेला होता. तान्हं मूल अन् ती दोघंच घरात व्हती. बोंबलत बाहेर आली तेव्हा इतकी पेटली होती की विझवून काही उपयोग झाला नाही. दवाखान्यात नेताना वाटेतच गेली."

"अरेरे ! फार वाईट झालं."

"तेव्हापासून कुणी राहायलाच धजावत नाही तिथे. तरणीताठी बाई ती ! संसाराची तिची अपुरी इच्छा असल्याने ती तिथेच घोटाळत असेल असं म्हणतात सगळे."

विश्वास एक सुशिक्षित तरुण असल्याने असल्या भंपक गोष्टींवर त्याचा विश्वासच नव्हता. तरीही त्याने विचारलं,

"कुणाला काही अनुभव आला का?"

"छे हो ! लोक उगीच काहीतरी बोलतात झालं." पानवाल्यानेही आपण मागासलेल्या विचारांचे नसल्याचं दाखवण्यासाठी म्हटलं.

विश्वासने जागेचा पत्ता नीट विचारून घेतला आणि तो तिथून खुषीतच निघाला. पहिलाच तीर अगदी 'निशानेपे' बसल्याचा त्याला आनंद वाटला होता.

'किशोरकुंज' ही तशी जुनाटच वास्तू दिसत होती. पहिल्या मजल्याकडे जाणाऱ्या लाकडी जिन्याने तळमजल्याचे दोन भाग झाले होते. दोन्ही बाजूला दोन खोल्यांचे दोन गाळे होते. पैकी एका गाळ्यात किराण्याचे दुकान होते आणि दुसऱ्या गाळ्याच्या दर्शनी दाराला कुलूप होतं. हीच ती रिकामी जागा असणार हे विश्वासच्या लक्षात आलं. घराच्या दोन्ही बाजूंना चांगली १५-२० फुटांची मोकळी जागा सोडून इतर घरं बांधलेली असल्याने ते घर काहीसं अलिप्त वाटत होतं. विश्वासला ती जागा एकदम पसंत पडली. उत्साहातच तो जिन्याच्या पायऱ्या चढू लागला.

बाहेरच्या खोलीतल्या सोफ्यावर एक मध्यम वयीन स्त्री काहीतरी विणीत बसलेली त्याला दिसली. आत आलेल्या विश्वासकडे तिने लक्ष नसल्यासारखं दाखवलं. विश्वासने किंचित खाकरून म्हटलं,

"आपल्याकडे जागा रिकामी असल्याचं कळालं म्हणून आलो होतो. मी डॉक्टर आहे... मला इथं दवाखाना..."

"हे पाहा, तुम्ही डॉक्टर असाल, पण माझ्याकडे आता जागा नाही." तटकन तोडून टाकल्यासारखी ती म्हणाली.

"पण मला तर कळलं की ती जागा वापरात नाही म्हणून." विश्वास नेटाने म्हणाला.

"हो नव्हतीच वापरात ! त्या भवानीनेच उठवलंय हे सारं. म्हणे भुताने पछाडलेली जागा आहे ! आता बघ म्हणावं तुझ्या नाकावर टिच्चून एकाच्या जागी दोन दोन डॉक्टर्स उभे राहिलेत माझ्या दारात !" सोफ्यावर जोरात हात आपटीत ती गरजली. विश्वासला त्या अज्ञात 'भवानी'ची कीव आली.

"त्या दुसऱ्या व्यक्तीशी सगळा व्यवहार पक्का ठरला का?"

"होय हो" आपला जहांबाज आवाज शक्यतो सौम्य करीत तिने म्हटलं, "कुणी डॉक्टर कोठावळे म्हणून आहेत. त्यांनी घेतली ती जागा. दोन हजार रुपये डिपॉझिट आणि महिन्याचं भाडं देखील आगाऊ भरलंय त्यांनी."

हताश झालेला विश्वास बोटाची चाळवाचाळव करीत क्षणभर तसाच बसून राहिला तशी मालकीणबाईंनी त्याच्याकडे संपूर्ण दुर्लक्ष करीत आपलं विणकाम पुन्हा चालू केलं आणि मग उंच आवाजात तिने पोरीला हाक मारली,

"सुशे, अगं धुणं घातलंस की नाही अजून वाळत? एवढी घोडी झाली, पण एक काम आपणहून करीत नाही. जिथ्थे तिथ्थे आईनंच तडफडायला, मरायला हवं. आई मरायला लागली तरी पाणी घालायला उठायची नाही कार्टी!"

तिच्या तोफखान्यापुढे एक अक्षरही अधिक बोलणं विश्वासला शक्य नव्हतं. त्याने मुकाट्याने तिथून काढता पाय घेतला.

आपला जिगर दोस्त अशोक काळे याच्याकडे जेव्हा विश्वास पोचला, तेव्हा त्याचे केस विसकटले होते. कपडे चुरगळले होते आणि डोळे लाल झाले होते. अशोकने दार उघडताच त्याला ढकलून तो खोलीत शिरला आणि धपदिशी आरामखुर्चीत कोसळला. त्याची ती अवस्था पाहून अशोक काळजीत पडला. चटकन् दाराचा बोल्ट लावून तो माघारी वळला आणि विश्वासकडे आला.

"विश्वास, एऽ विश्वास! अरे काय झालं काय तुला?"

पण विश्वासकडून त्याला काहीच प्रतिसाद मिळाला नाही. डोळे मिटून अंग सैल सोडून तो निपचित पडल्यासारखा पडून होता. अशोकने त्याच्या कपाळावर हात ठेवून पाहिला. ते नॉर्मल असल्याचं लक्षात येताच त्याच्या चेहऱ्यावर मिस्कील हसू उमटलं. खाली बसून त्याने विश्वासच्या छातीला कान टेकवला. त्यासरशी इतका वेळ निपचीत पडलेल्या विश्वासने डोळे उघडले. झुरळ झटकावं तसं अशोकचं डोकं बाजूला ढकलीत तो खेकसला,

"तुला काय वाटलं? मी मेलो?"

"तसं नव्हे, पण म्हटलं कदाचित अश्विनी काही बोलली असेल आणि मग,

''इक दिलके टुकडे हजार हुअे ! कोई इधर गिरा कोई उधर गिरा !'' आपल्या बेसूर आवाजात अशोक गाऊ लागला.

''बस्स कर. कागदाचे कपटे नाहीत ते इकडे तिकडे उडायला. एक अश्विनी गेली तर तिच्याजागी दुसरी कुणी कृत्तिका नाहीतर भरणी येईल. वेळ कुणाला आहे इथे मस्का मारत बसायला !'' विश्वास गरजला.

लक्षणं काही ठीक दिसत नाहीत हे लक्षात येताच अशोक उठला आणि डेऱ्यातलं थंडगार पाणी ग्लासात घेऊन तो विश्वासपुढे केला. विश्वासने चटकन ग्लास घेऊन ते पाणी घटघटा पिऊन टाकलं आणि ग्लास समोरच्या स्टुलावर आदळला. त्याला स्टीलचा ग्लास देण्याची बुद्धी आपल्याला दिल्याबद्दल अशोकने मनातल्या मनात ईश्वराचे आभार मानले.

''झक् मारली आणि डॉक्टर झालो.''

अशोकने काहीसं दचकून त्याच्याकडे पाहिलं. गाडी रुळावर यायला लागल्याचं त्याच्या लक्षात आलं.

''त्याच्यापेक्षा बी.कॉम. होऊन एखाद्या बँकेत कारकून म्हणून लागलो असतो तरी बरं झालं असतं. दिवसभर पाट्या टाकल्या की संध्याकाळी आपण कुणाच्या बापाचे लागत नाही.'' विश्वास म्हणाला.

''भले शाबास ! ! अहो चिरंजीव, आपल्या बापाजवळ पैसा होता आणि आपल्याजवळ थोडीशी बुद्धी होती म्हणून आपण डॉक्टर होऊ शकलात ! नाहीतर आम्ही ! बसलोत बी.एस्सी. लाच घासत !''

''वैताग ! वैताग आलाय अशोक मला.'' विश्वास केसात दोन्ही हातांची बोटं खुपसून मान हलवत म्हणाला.

''सुख दुखतं म्हणतात ते हे असं ! खरं म्हणजे काय कमी आहे रे तुला अं? देवाने तुला असं रूप आणि बुद्धी दिलीय की पोरी तुझ्याभोवती रूंजी घालत असतात. चांगला डॉक्टर झाला आहेस. पण तू चार दमड्या कमावल्यास काय किंवा हॉटेल-सिनेमात उधळल्यास काय कुणालाच त्याचं सुख-दु:ख नाही. मला खरं तर हेवा वाटतो विश्वास तुझा.''

अशोकचं ते बोलणं विश्वासला पटलेलं दिसलं. तो आता बराच शांत दिसत होता. दोघांनीही सिगारेटी काढून ओठावर ठेवल्या. विश्वासने खिशातला लायटर काढला. आपली आणि अशोकचीही सिगारेट पेटवली. आरामखुर्चीत मागे रेलून तो धुराची वलयं सोडू लागला. एक-दोन मिनिटं स्तब्धतेत गेली. मध्येच दोघांची नजरानजर होताच तो नेमका क्षण पकडून अशोक म्हणाला,

''हं बोल आता नेमकं काय झालंय? सांग.''

आणि मग विश्वासने सगळी इत्यंभूत हकीकत त्याला सांगितली. काही

वेळ अशोक गप्प राहिला. विचारमग्न चेहरा करून तो सिगारेटचे झुरके घेत राहिला. मग सिगारेट ॲश-ट्रेमध्ये चुरडीत किंचित स्मित करीत त्याने विश्वासकडे पाहिलं.

"तुला त्या जागेत उत्तम प्रॅक्टिस चालेल अशी खात्री वाटते ना?"

"ऑफ कोर्स !"

"मग उपाय सोपा आहे. डॉ. कोठावळेला तिथून पळवायचा."

विश्वासने त्याच्या या वाक्यासरशी दचकून वर पाहिले.

"म्हणजे?" तो उदगारला. पृथ्वीराजने संयोगितेला ऐन स्वयंवरात घोड्यावर घालून पळवलं तसं आपण डॉ. कोठावळ्यांचा अजस्त्र देह आपल्या लहानग्या विकीवर घालून विकीला भन्नाट वेग दिलाय असं चित्र त्याच्या नजरे समोर तरळलं. त्यामुळे त्याला जोरात हसू फुटणार होतं. पण वेळीच अशोकने त्याला दटावीत म्हटलं."

"खिदळू नकोस. डॉ. कोठावळेला पळवायचा म्हणजे, 'पळवून न्यायचा' नाही तर 'पळवून लावायचा !' समजलं?"

विश्वासने हसू दाबून आज्ञाधारक मुलासारखी मान डोलावली पण अद्याप त्याच्या नीटसं ध्यानात आलं नव्हतं.

"थांब तुला मी सारी योजनाच समजावून सांगतो." अशोक म्हणाला आणि मग त्यानंतर जवळ-जवळ दहा मिनिटं त्या दोघांची हलक्या आवाजात बोलणी चालू होती.

विश्वास तेथून उठला तेव्हा त्याचा चेहरा समाधानी दिसत होता.

"डॉ. बी. एन. कोठावळे

दवाखान्याची वेळ सकाळी ८ ते १२ संध्याकाळी ६ ते ९." अशोकने दवाखान्यावरची ती पाटी लक्षपूर्वक न्याहाळली आणि तो आत गेला. डोक्याला मुंडासं, अंगात खादीची बाराबंदी, खाली धोतर आणि पायात कोल्हापुरी वहाणा असा त्याचा एकंदर थाट होता. अशोक वर्णाने थोडा काळसर आणि अंगाने आडवा असल्याने त्याला तो वेष शोभूनही दिसत होता. याक्षणी तो अगदी फुरसुंगीतला खेडूत वाटत होता.

"राम राम डॉक्टरसाहेब" त्याने आत जाताच टेबलामागच्या खुर्चीवर बसलेल्या डॉक्टरांना नमस्कार केला.

"राम राम. बसा." डॉक्टरांनी खास कमावलेल्या आवाजात म्हटलं, "बोला काय होतंय ?"

"पोटात लय दुखतंय डॉक्टर." अशोक तोंड वाकडे-तिकडे करीत म्हणाला.

"असं ? चला आत. तपासू या." असं म्हणत डॉक्टर उठले. अशोकही उठला.

"दारू वगैरे घेता का ?" मधलं दार ढकलताना डॉक्टरांनी प्रश्न केला. अशोकने मनातच शिवी हासडली. रूरल एरियातला पेशंट असला म्हणजे हा प्रश्न विचारायलाच हवा का? तो मनाशीच पुटपुटला. त्याला आकाशवाणीवरची ती जाहिरात आठवली.

"लिव्हर खराब झालीय तुमची. इथून पुढे दारू पिणं बंद. सहा महिने स्पर्श नको."

"डॉक्टर, शपथ घेतो."

अशोकने प्रयासाने हसू आवरलं आणि तो तपासाच्या टेबलावर आडवा झाला. डॉक्टर पोट तपासू लागले "कुठं दुखतंय !" त्यांनी विचारलं.

आता आली का पंचाईत? कुठे दुखतं म्हणून सांगायचं हे विश्वासला विचारून घ्यायचं राहिलंच, पण आता प्रसंग येऊन ठेपला होता. त्यामुळे अशोकने डॉक्टरांचा हात जिथे होता तिथंच दुखतंय म्हणून ठोकून दिलं.

"हं उठा. गोळ्या देतो, तेवढ्या मी सांगतो त्यानुसार घ्यायच्या."

अशोक उठून बसला. उतरण्यासाठी त्याने पाय खाली सोडले आणि एकाएकी त्याचा चेहरा भयग्रस्त झाला, डोळे विस्फारले गेले.

"डॉक्टर ऽ, डॉक्टर !" थरथरत्या आवाजात तो म्हणाला आणि त्याने डॉक्टरांचे मनगट घट्ट दाबून धरलं.

"ती...ती..." तो कसंबसं म्हणाला. त्याचे सर्वांग आता भीतीने कापू लागलं होतं. डॉक्टरांनी त्याने दाखविलेल्या दिशेला पाहिलं. पण त्यांना काहीही दिसलं नाही.

"काय दिसतंय तुम्हाला?" त्यांनी गोंधळून विचारलं.

"बाई !...मळवट भरलेली...डोळे वटारलेली... अरे बापरे डॉक्टर-डॉक्टर आधी बाहेर चला तुम्ही." हुडहुडी भरल्यासारखे त्याचे दात बोलताना वाजत होते, स्वर कापरा झाला होता. डॉक्टरांनी त्याला आधार देऊन बाहेर आणलं, खुर्चीवर बसवून पाण्याचा ग्लास त्याच्या हातात दिला. अशोकने ते पाणी घटाघटा पिऊन टाकलं पण अद्यापही तो स्वस्थ झाला नव्हता. भयग्रस्त नजरेने वारंवार तो आतल्या खोलीकडे पाहात होता. त्याची अस्वस्थता लक्षात घेऊन डॉक्टरांनी घाईने औषधाची पुडी बांधली. ती हातात पडताच तो तिथून लगबगीने बाहेर पडला.

त्याच्या पाठमोऱ्या आकृतीकडे पाहत डॉक्टरांनी खांदे उडवले. जागा घेण्यापूर्वी भुताटकीची अफवा त्यांनीही ऐकली होती. पण खरोखरच असं काही असेल असं

त्यांना बिलकूल वाटलं नव्हतं. आत्ताच्या प्रसंगाने ते थोडे का होईना पण अस्वस्थ झालेच होते.

ती घटना डॉक्टर लवकरच विसरून गेले असते, पण तसं व्हायचं नव्हतं. त्यानंतर चारच दिवसांनी संध्याकाळच्या वेळी एक धर्मगुरू त्यांच्याकडे आला. नवीनच चालू होणाऱ्या स्कूलसाठी मदत म्हणून तो प्रतिष्ठित मंडळींकडून देगण्या गोळा करण्याचं काम करीत हाता. आपल्या येण्याचा हेतू त्याने डॉक्टरांना सांगितला. डॉक्टरांनीही एक दोन जुजबी प्रश्न विचारून खिशातून ५ रू. काढले आणि त्याला दिले. धर्मगुरूने पावती फाडली, पण हे सर्व होत असताना तो वारंवार आतल्या खोलीकडे अस्वस्थ होऊन पाहात आहे हे डॉक्टरांच्या लक्षात आलं. काम होताच तो उठून उभा राहिला आणि मग अचानक आतल्या खोलीकडे वळला. डॉक्टरही पाठोपाठ आत गेले. आत जाताच सर्वत्र एकवार नजर फिरवून त्याने डोळे बंद केले आणि क्रॉसची खूण करीत तो काहीतरी प्रार्थना ओठातल्या ओठांत पुटपुटू लागला. डॉक्टरांची अवस्था मोठी चमत्कारिक झाली होती. डोळे उघडून त्याने डॉक्टरांकडे पाहिलं आणि तो म्हणाला,

"इथं मृतात्म्याचा निवास आहे हे नक्की. देव तुमचं रक्षण करो."

"तुम्हाला... तुम्हाला काही दिसलं?" डॉक्टरांनी थोडं अनिच्छेने विचारलं.

धर्मगुरू शांत हसला. "नाही, माझ्यासमोर यायची 'तिची' हिंमत व्हायची नाही."

त्याने 'तिची' म्हटलं होतं, म्हणजे मृतात्मा स्त्रीचा आहे हेही त्याला समजलं म्हणायचं. डॉक्टर स्वत:शीच पुटपुटले.

"हे पाहा, शक्य झालं तर ही जागा सोडा आणि तोपर्यंत इथल्या भिंतीवर हे लावा," असं म्हणत त्याने आपल्या पिशवीतून एक पत्र्याची लांबट पण छोटीशी पाटी काढली. त्यावर आपले आणि आपल्या घराचं मृतात्म्यापासून संरक्षण करण्यासंबंधी ईश्वराला केलेली प्रार्थना कोरलेली होती. डॉक्टरांनी त्याचे आभार मानले.

"गुड नाइट अँड गुड लक" असं म्हणून आपला पायघोळ पांढरा झगा सावरीत धर्मगुरू निघून गेला.

धर्मगुरूंचं वक्तव्य कोठावळ्यांनी फारसं मनावर घेतलं नव्हतं. तरीही रात्री इथे मुक्काम करण्याची वेळ आली तर काय करावं याविषयी त्यांचं मन द्विधा झालं होतं. पुष्कळदा रात्री नऊला दवाखाना बंद केल्यावर बससाठी त्यांना धावपळ करावी लागे. ती शेवटचीच बस असल्याने ती चुकली तर झोपायची सोय असावी म्हणून त्यांनी एक छोटंसं बेडिंग दवाखान्यातल्या आतल्या खोलीत ठेवून दिलं होतं.

आज एक मेडिकल रिप्रेझेंटेटिव्ह येऊन बराच वेळ त्यांचं डोकं खात होता.

भीक नको पण कुत्रा आवर अशी त्यांची गत झाली होती. वारंवार त्यांची नजर घड्याळाकडे वळत होती. अखेर भीड बाजूस ठेवून त्याला आपल्याला बसने जायचं असल्याचं सांगितलं. त्यासरशी तोही दचकला. यानंतर बस नाही हे त्याला माहीतच नव्हतं. दोघेही गडबडीने उठले. त्यालाही पुण्याला जायचं होतं. दवाखाना बंद करून स्टॉपपर्यंतचा रस्ता तुडवित येईपर्यंत बस अर्थातच निघून गेली होती. डॉक्टरांना त्या मेडिकल रिप्रेझेंटेटिव्हचा मनातून राग आला होता. पण काय करणार? तो आपल्यापरीने "आय ॲम व्हेरी सॉरी" म्हणून मोकळा झाला होता. त्याच्यामुळेच बस चुकली हे त्याला मान्य होतं. त्यामुळे अधिक बोलण्यात स्वारस्य नव्हतंच. दोघेही मग एका हॉटेलात शिरले. जेवण मिळण्याची शक्यता नव्हतीच. तेव्हा काहीतरी स्नॅक्स मागवून वेळ भागवणं प्राप्तच होतं. दोघांनी थोडेफार खाऊन चहा मागवला. बोलता बोलता डॉक्टर दवाखान्यातच जाऊन झोपणार असल्याचं रिप्रेझेंटेटिव्हला समजलं. त्याचा चेहरा उजळला.

"मी तुम्हाला एक रिक्वेस्ट करू का? माझी इथे कुणाशी ओळख नाहीय. एखादे लॉज तरी आहे की नाही कुणास ठाऊक. आपली हरकत नसेल तर मीही आपल्या दवाखान्यात..."

"ओ येस्. माझी हरकत नाही." डॉ. कोठावळ्यांनी ताबडतोब संमती दिली. त्या भुताटकीच्या जागेत एकटंच झोपण्यापेक्षा सोबत असलेली उत्तम, असा त्यांचा विचार होता. विश्वासलाही आपला हेतू साध्य झाल्याने आनंद वाटला.

होय! मेडिकल रिप्रेझेंटेटिव्हच्या वेशात स्वत: विश्वासच होता. आज खऱ्या अर्थाने 'कत्तलकी रात' होती. आज कोठावळ्याला पुरता घाबरवून सोडला की काम फत्ते! अशा सुखद विचारात विश्वास झोपी गेला. डॉक्टर थोडावेळ वाचत बसले होते. त्यांनी सतरंजीवर पाठ ठेवली, तेव्हा विश्वास तिथल्याच एका बाकावर छान घोरू लागला होता.

अर्धा तास गेला आणि मग आत काहीतरी धाडकन पडल्याचा आवाज झाला. डॉक्टर दचकून उठून बसले. त्यांनी पाहिलं, तर विश्वासही त्यांच्या आधीच उठून बसला होता "काय झालं?" त्यांनी विचारलं.

पण त्याने काही उत्तर देण्यापूर्वीच आतून हसण्याचा आवाज आला. तो आवाज अर्थातच स्त्रीचा होता. कोठावळ्यांच्या अंगावर सरसरून काटा आला, भुताटकीने प्रत्यक्ष प्रमाण द्यायला सुरुवात केली होती तर! दुसऱ्याच क्षणी विश्वासने बॅगेतून बॅटरी काढली आणि तो आतल्या खोलीकडे वळला. ढकलदार उघडून त्याने आत पाऊल टाकलं मात्र आणि एकदम तो किंचाळला,

"ओ नो! इट इज इंपॉसिबल!" त्याच्या हातातील बॅटरी गळून पडली आणि दोन्ही हातांनी चेहरा झाकून तो पुन्हा बाकावर येऊन बसला. काय झालं असेल ते

डॉक्टरांच्या लक्षात आलं. त्यांनी चट्कन उठून लाइट लावला.

"भयंकर! फारच भयंकर!" शहारे देत विश्वास उद्गारला. त्याचा चेहरा खूपच भयग्रस्त दिसत होता.

"तुम्हाला काय दिसलं?" डॉक्टरांनी प्रश्न केला.

"कुणाच्यातरी हसण्याच्या आवाजाने मला जाग आली. मी उठून बसलो आणि लगेच काहीतरी धाडकन पडल्याचा आवाज आला. पुढे होऊन मी आत पाहिलं तेव्हा भिंतीशी एक स्त्री उभी होती. तिनं इरकली लुगडं नेसलं होतं, अर्धवट अंबाडा आवळून बाकीचे केस मोकळेच सोडले होते. कपाळावर भलामोठा कुंकवाचा मळवट होता. आणि... आणि तिचे डोळे वटारलेले होते." सांगताना विश्वासचा आवाज किंचित थरथरत होता. सुशिक्षित माणूस आपल्या भावनांवर ज्या पद्धतीने ताबा ठेवून पाहील तसंच त्याचं वागणं होतं. डॉ. कोठावळे, आतल्या खोलीकडे निघालेले पाहताच तो ओरडला; "डोण्ट गो इन डॉक्टर"

पण त्यांनी आत जाऊन दिवा लावला. आता तिथे काहीच नव्हतं. समोरच्या भिंतीला टेकून ठेवलेलं औषधाचं छोटं शेल्फ मात्र खाली पडलं होतं आणि त्यातल्या बाटल्यांचा चुराडा झाला होता. मान हलवीत डॉक्टर बाहेर आले आणि खुर्चीत बसले. विश्वासने खिशातून सिगारेटचे पाकीट काढले. एक सिगारेट काढून त्याने डॉक्टरांना ऑफर केली आणि दुसरी स्वतःच्या ओठात ठेवून पेटवली. दोघेही काहीही न बोलता मुकाट्याने सिगारेटचं झुरके घेऊ लागलं. काही वेळाने विश्वास उठला आणि सिगारेटचं जळतं थोटुक फेकण्यासाठी त्याने खिडकी उघडली. दुसऱ्याच क्षणी तो ओरडला, "ओ माय गॉड! डॉक्टर, द घोस्ट इज देअर!"

डॉक्टर लगबगीने त्याच्याजवळ येऊन उभे राहिले. खरोखरच समोरच्या गडद अंधारात जमिनीपासून ४-५ फुटांवर एक जबडा विचकलेली कवटी तरंगत होती. लाल प्रकाश तिच्यातून बाहेर पडत होता.

"चला आपण बाहेर जाऊन पाहू या." डॉक्टर म्हणाले. विश्वासनेही ते लगेच मान्य केलं. दोघेही दवाखान्याचं दार उघडून उजव्या हाताच्या मोकळ्या जागेत आले. पण आता तिथे गडद अंधाराशिवाय काहीही नव्हतं. उरलेली रात्र अर्थातच कोठावळ्यांनी अस्वस्थपणे या कुशीवरून त्या कुशीवर करण्यात घालवली. विश्वास मात्र अगदी गाढ झोपला होता.

रात्रीच्या प्रसंगाचा डॉक्टरांनी चांगलाच धसका घेतला होता. तरीपण एवढी चांगली जागा एकाएकी सोडून देणंही जिवावर येत होतं. त्यामुळे आणखी एक दोन रात्री अनुभव घेण्याचं त्यांनी मनाशी ठरवलं. आज ते एकटेच झोपणार होते तिथे. रात्रीचा प्रहर होईपर्यंत काहीच घडलं नाही. डॉक्टरांना निवांत झोप लागली. मध्येच

केव्हातरी त्यांची झोप चाळवली आणि कालच्या सारखाच हसण्याचा आवाज त्यांच्या कानावर आला. भीती वाटत असूनही मनाचा हिय्या करून ते आत गेले, पण त्यांना काहीच दिसलं नाही. आतला दिवा घालवून ते खिडकीशी येऊन उभे राहिले आणि त्यांना धक्काच बसला. आजही ती जबडा विचकलेली कवटी तिथे दिसत होती. थोड्या वेळाने ती नाहीशी झाली आणि मग तिथेच जमिनीपासून ५-६ इंचावर एक ज्योत प्रकाशित झाली. आपोआपच ती ज्योत हळूहळू पुढे सरकू लागली. अत्यंत सावकाशपणे ! डॉक्टरांनी दाणकन खिडकीचं दार लावून घेतलं. त्यांना दरदरून घाम फुटला होता.

असाच अनुभव त्यांना थोड्याफार फरकाने इतर रात्रीही आला. कधी हसण्याचा आवाज येई तर कधी दबत्या आवाजात मारलेली 'शुक डॉक्टरऽ शुकऽ शुकऽ' अशी हाकही ऐकू येई. डॉ. कोठावळे पुरते घाबरले. याच मन:स्थितीत ते असताना तो धर्मगुरू त्यांना वाटेत भेटला. औपचारिक अभिवादन झाल्यावर त्याने पहिलाच प्रश्न केला,

"जागा सोडलीत ती?"

"नाही. तसं म्हटलं तर प्रत्यक्ष मला काहीच दिसलं नाही अजून, पण..."

"मग प्रत्यक्ष दिसेपर्यंत थांबणार आहात तर! डॉक्टर तुमच्याकडे येणाऱ्या पेशंटसचाही विचार करा, ईश्वर तुमचे रक्षण करो." अत्यंत अलिप्तपणे शेवटचे शब्द उच्चारून उत्तराचीही वाट न पाहता तो तिथून चालता झाला.

आता मात्र डॉक्टर हादरले. प्रथम घाबरलेला तो खेडूत, नंतरचा मेडिकल रिप्रेझेंटेटिव्ह आणि गूढ वर्तन करणारा हा धर्मगुरू यांचे अनुभव आणि स्वत:चे अनुभव लक्षात घेता ही जागा सोडणंच हिताचं आहे हे त्यांना पूर्णपणे समजून चुकलं. 'सिर सलामत तो पगडी पचास' असा विचार करून डॉक्टरांनी एक तारखेला जागा खाली करायचा निश्चयच करून टाकला.

थोडंस थांबून विश्वास पुन्हा म्हणाला, "तुझी ती काठीवर कवटी अडकवण्याची आणि कासवाच्या पाठीवर मेणबत्ती लावून त्याला अंधारात सोडायची आयडिया मात्र एकदम बेस्ट हं. काय जाम टरकलाय तो कोठावळे!" त्यासरशी दोघेही जोरात हसले.

हॉटेल विश्वच्या अंगणातल्या खुर्च्यांवर आरामशीरपणे बसून ते दोघे हातातल्या "थम्स अप्" चा स्वाद घेत होते.

"बाकी अशोक, तुझा प्लॅन एवढा यशस्वी होईल याची मला कल्पनाच नव्हती हं. काहीतरी पचका होईल अशी मला शेवटपर्यंत भीती वाटत होती." विश्वास हसून म्हणाला.

"अरे अगोदर भुताटकीची अफवा होती म्हणून तर जमलं सगळं."

''पण खेडुताची आणि धर्मगुरूची तुझी भूमिका नक्कीच अप्रतिम होती. तू नाटकात काम करायचास त्यामुळे तुला तो डाव्या हातचा मळ वाटला असेल.''

''प्रश्नच नाही. पण विश्वास, तुला मेडिकल रिप्रेझेंटेटिव्ह बनताना वेषांतराला तसा फारसा वाव नव्हता. मग तुझे हे सोंग उघडकीस येऊ नये आणि डॉ. विश्वास आणि रिप्रेझेंटेटिव्ह वेगळे दिसावेत यासाठी ते काय केलंस?''

''अरे सोपं आहे. आपल्या अनिल शितूतने मला चेहऱ्याचं मेकअप करून दिलं होतं. त्यामुळे भिवयांची जाडी, मिशांची ठेवण आणि चेहऱ्यावरचे भाव यात खूपच बदल करता आला. शिवाय क्लीप लावून त्याने नाकही किंचित फुगीर वाटेल असं केलं. त्यालाही कार्य सिद्धीला नेण्याचे क्रेडिट आहेच.''

''मालकीणबाईंनी जागा देताना काही खळखळ नाही ना केली?'' अशोकने विचारलं.

''छे! उलट त्या कोठवळ्यांना शिव्याशाप देत होत्या -- ''महिना झाला नाही तोच उचकला तो कोठावळ्या इथून! आता त्याचे दोन हजार परत करायचे म्हणजे फिक्स डिपॉझिट मोडावं की हो लागणार मला.'' विश्वास मालकीणबाईंची नक्कल करीत म्हणाला आणि अशोकच्या तोंडातून थम्सअप्‌चा फवाराच उडाला.

''मग ते दोन हजार कॅश दिल्यावर खूष झाल्या असतील अगदी.''

''अर्थातच. उद्याच मी दवाखान्याचं उद्‌घाटन करणार आहे. आपल्या गँगला घेऊन ये तिथे.'' विश्वास म्हणाला.

''आणि- अश्विनीला?'' - अशोकने विचारलं.

विश्वासच्या चेहऱ्यावर स्मित फुललं. ''तिला इतक्यात काहीच कळवू नकोस.'' तो स्ट्रॉशी चाळा करीत म्हणाला.

मिस्कीलपणे हसत अशोकने खांदे उडवले आणि दोघेही तिथून उठले.

दुसऱ्या दिवशी विश्वासने मोठ्या थाटाने दवाखान्याचं उद्‌घाटन केलं. स्वत:च्या नावाची झोकदार अक्षरात रंगवलेली पाटीही बाहेर लावली आणि मग त्याचे रूटिन सुरू झालं. पेशंट्‌सचे थोडेफार वळण पडलं होतंच. डॉक्टरची पाटी बदलल्याचं त्यांना काहीच सोयरसुतक नव्हतं. आपला लवकरच चांगला जम बसेल अशी विश्वासला खात्री वाटू लागली.

असेच चार-आठ दिवस गेले आणि मग एक दिवस विश्वासच्या लक्षात आलं की 'विकी' असली तरी दिवसातून चार खेपा पुण्याहून करणं हे त्रासाचंच आहे. उन्हाळ्यात आणि पावसाळ्यात तर चांगला वैताग येणार. त्यापेक्षा संध्याकाळी ६ ते ९ दवाखान्याची वेळ संपली की तिथेच मुक्काम करावा आणि दुसऱ्या दिवशी १२ ला दवाखाना बंद करून पुण्याला जावे. रात्रीच्या

वेळी व्यवसायाला पूरक असा थोडाफार अभ्यासही करता येईल, शिवाय पेट्रोलची बचत होईल ती वेगळीच. पुण्यातला त्यांचा ब्लॉक तीन खोल्यांचा असला तरी तसा आटोपशीरच होता. त्यामुळे रात्रीचा फुरसुंगीतच मुक्काम करणे हा सुज्ञपणाचा विचार होता. त्याच्या मोठ्या विवाहित भावालाही त्याचा तो विचार नक्कीच आवडला असता.

आज संध्याकाळी विश्वास दवाखान्यात आला तो त्या तयारीनिशीच. जेवणाचा डबा, सतरंजी, रबरी उशी, करमणुकीसाठी टेपरेकॉर्डर आणि एक झक्कपैकी इंग्लिश कादंबरी! रात्री थोडा वेळ संगीत ऐकणं, वाचन करणं आणि मग ताणून देणे असा त्याचा खास प्रोग्रॅम होता.

रात्री दवाखाना बंद केल्यावर विश्वासने प्रथम हात-तोंड धुऊन जेवण घेतलं. मग वेताच्या खुर्च्या एकमेकांना जोडून झकास बेड तयार केला. त्यावर सतरंजी घातली. उशीत हवा भरून तीही ठेवली आणि आरामशीरपणे पडून तो कादंबरी वाचू लागला. जेमतेम अर्धातास वाचायचं असा त्याचा बेत होता. पण कादंबरी इतकी इंटरेस्टिंग होती की अकरा कधी वाजून गेले त्याला कळलंच नाही. इतक्यात आतमध्ये काहीतरी आवाज झाला. विश्वासने पुस्तक बाजूला करून कानोसा घेतला. मांजर आलं असेल असं समजून दुर्लक्ष करायचा त्याचा विचार होता. पण आत काहीतरी जड वस्तू बाजूला ढकलण्यासारखा आवाज येत होता. विश्वासच्या चेहऱ्यावर हसू उमटलं. टेपरेकॉर्डचा वापर करून त्यांनी डॉ. कोठावळेला चांगलाच मूर्ख बनवला होता. आता पुन्हा अशोक तर काही खोडी करायला आला नसेल ना, असाही विचार त्याच्या मनात येऊन गेला. पुस्तक बाजूला पालथे ठेवून तो चटकन् उठला आणि ढकलदार उघडून आत शिरला. पण दिव्याच्या बटनाकडे त्याने नेलेला हात तसाच अधांतरी राहिला. अवाक् होऊन तो समोर पाहतच राहिला. समोरच्या भिंतीशी ठेवलेले शेल्फ बाजूला सरकलं होतं आणि त्याजागी एक धूसर, पांढुरकी आकृती दिसत होती. हळूहळू ती आकृती स्पष्ट होऊ लागली. ती एक स्त्री होती. इरकली लुगडे नेसलेली, कपाळावर कुंकवाचा मोठ्ठा टिळा लावलेली, अंबाड्याची एक गाठ मारून बाकीचे केस खांद्यावर सोडलेली तरुण स्त्री! विस्फारलेल्या डोळ्यांनी विश्वास पाहतच राहिला. त्याचे पाय जमिनीला खिळल्यासारखे झाले होते.

इतक्यात तपासण्याच्या टेबलाखाली काहीतरी हललं. एक लहानशी धूसर आकृती! हळूहळू तीही स्पष्ट झाली आणि एक रांगतं मूल त्याजागी विश्वासला दिसलं. भितीची एक प्रचंड लाट त्याचं रक्त गोठवत शरीरभर पसरली, जोरात किंचाळावं असं त्याला वाटत होतं, पण जीभ टाळ्याला घट्ट चिकटली होती. आता एक गोष्ट मात्र त्याच्या लक्षात आली. या प्रकाराला तो स्वत:च जबाबदार

होता. तिथल्या सुप्त अस्तित्वाला त्यानेच आवाहन केलं होतं. तेथे घोटाळणाऱ्या वासनेला त्यानेच काल्पनिक आकार दिला होता आणि त्याच आकारात ती आता दृश्य, दृग्गोचर झाली होती. त्या स्त्रीचं विश्वासकडे लक्ष नव्हतं. तिचे नेत्र त्या बाळाकडे लागले होतं. त्याच्याकडे जाण्यासाठी तिने एक पाऊल उचललं आणि भीतीचं प्रचंड दडपण असह्य होऊन विश्वास मागे कोसळला आणि दुसऱ्याच क्षणी बेशुद्ध झाला.

◆

मांत्रिक

त्याचं नाव वामन केशव जोशी. 'वामन केशव जोशी' हे नाव वाचल्यावर तुमच्या डोळ्यासमोर जगात नेहमी खालच्या मानेनं वावरणारा, सरळमार्गी, देवभोळा, आपलं सारं आयुष्य कचेरीतल्या फाईलींसाठी आणि घरातल्या माणसांसाठी वेचणारा असा एखादा गरीब कारकून उभा राहण्याची शक्यता आहे. तसं झालं असेल तर तुम्ही नेमके फसलात. कारण 'वामन केशव जोशी' हा प्राणी तुमच्या मनात उभ्या राहिलेल्या प्रतिमेपेक्षा अगदी पूर्णपणे निराळा आहे. आणि तसं ठणकावून सांगू शकणारा मी त्याचा एकमेव जानी दोस्त आहे.

वामन हा पावणेसहा फूट उंचीचा, मजबूत देहयष्टीचा, सावळ्या रंगाचा रुबाबदार माणूस ! त्याचा चेहरा फारसा आकर्षक नसला तरी त्याकडे बघावंसं वाटण्याजोगं वेगळं काहीतरी निश्चित होतं. त्याच्या डोळ्यांत असलेली बेदरकारपणाची छटा, चेहऱ्यावरचं खानदानी तेज यामुळे त्याच्या व्यक्तिमत्त्वाला एक वेगळाच उठाव आला होता. त्यामुळेच डोक्याच्या पुढील बाजूनं अकाली पडू लागलेलं टक्कल डोळ्यांना फारसं खुपत नव्हतं.

वामनची माझी ओळख झाली ती एका चमत्कारिक प्रसंगामुळे! त्यावेळी मी नुकताच कॉलेजात दाखल झालो होतो. माझं शालेय शिक्षण एका छोट्याशा गावातच झाल्यानं शहरी वातावरणाशी मी तसा अपरिचितच होतो. त्यामुळेच कॉलेज विश्वात पाऊल ठेवताच मी थोडासा बुजलो होतो. हॉस्टेलमध्ये खोली मिळाल्यावर मी नातेवाईकांकडील बस्तान हलवलं आणि हॉस्टेलमध्ये राहायला गेलो. तिथला माझा तो पहिलाच दिवस होता. रात्री मेसमध्ये जेवण वगैरे आटोपून मी खोलीवर आलो आणि घरी पत्र लिहायला बसलो. माझा पार्टनर कसलीशी चावट कादंबरी घेऊन वाचत बसला होता. अद्याप त्याची माझी तितकीशी ओळख झाली नव्हती. चार जुजबी प्रश्नोत्तरांपलीकडे संभाषण पोचलं नव्हतं. माझ्याशी बोलण्यात

त्याला फारसा इंटरेस्ट (!) वाटला नव्हता. सुमारे दहा वाजता मी अंथरुणावर आडवा झालो. निद्रेची आळवणी करू लागलो. पाच-एक मिनिटांतच डोळ्यांवर झापड येऊ लागली. इतक्यात दरवाज्यावर कुणीतरी जोरानं टकटक केली. माझ्या पार्टनरने एक शिवी हासडली आणि हातातलं पुस्तक टेबलावर आपटलं.

"यावेळी कोण असणार?" मी विचारलं.

"तुझं नशीब !" तो उठत म्हणाला.

"म्हणजे?"

"ते रॅगिंगसाठी आले आहेत. कळेलच म्हणा आता तुला." असं म्हणत त्यानं हसतच दाराचा बोल्ट काढला आणि दार उघडलं. त्याबरोबर तीन-चार आडदांड मुलं आत आली. त्यापैकी एकानं दार मागच्या मागे लोटून घेतलं. दुसऱ्यानं झटक्यानं माझं पांघरूण ओढून दूर फेकलं आणि हुकमी आवाजात तो म्हणाला–

"ऊठ आणि खाली चल!"

"कशाला?"

"आमचा मित्र आलाय गावाहून. त्याचं सामान वर आणायचंय्"

"आणि ते सुद्धा डोक्यावरून!" दुसऱ्यानं त्याची री ओढली.

मी चिडलो, "मी नोकर नाही तुमचा. समजलात?"

"आयला! सालं आगाऊच दिसतंय." एकजण म्हणाला.

"ह्या दादाचा हिसका अजून माहीत नाही त्याला. एकदा इंगा दाखवला की सुतासारखा सरळ येईल. अजित, प्रथम कपडे काढ साल्याचे!" त्यांचा म्होरक्या म्हणाला.

त्या सरशी एकजण पुढे सरसावला. त्याने माझ्या पायजम्याला हात घालताच मी संतापून त्याच्या हनुवटीवर ठोसा लगावला आणि त्या म्होरक्याच्या पोटात दुसरा गुद्दा हाणला. गावात राहून मारामाऱ्या करण्यात मी पटाईत झालो होतो. अशा प्रकारचा प्रतिकार होईल याची त्या पोरांना कल्पनाच नसावी. पण मी एकटा होतो आणि ते चौघे होते. माझा गुद्दा बसताच त्यांचा 'दादा' कळवळला, पण दुसऱ्याच क्षणी एक अत्यंत घाणेरडी शिवी हासडून तो पुढे झाला. बाकीच्या तिघांनी मला घट्ट धरून ठेवलं आणि त्याने माझ्या दोन मुस्कटात भडकावल्या.

"चल अंगठे धरून उभा राहा!" त्यानं फर्मावलं.

"धरीत नाही जा!" मी संतापून म्हणालो.

"ठीक आहे! तर मग खा मार!" असं म्हणून त्यानं पुन्हा एक चपराक लगावली. इतक्यात बंद दारावर दाणकन एक लाथ बसली आणि एक उंचापुरा, मजबूत देहयष्टीचा तरुण वादळी वाऱ्यासारखा आत घुसला.

"भडव्यांनो, गरीब पोरांना छळण्यात मजा येते काय तुम्हाला?" असं म्हणत

त्यानं दोघांच्या मानगुटी धरल्या आणि त्यांना जोराने भिंतीवर ढकललं. दुसऱ्याच क्षणी त्या खोलीला युद्धभूमीचं स्वरूप प्राप्त झालं. आम्ही दोघांनी मिळून त्या चौघांचा खरपूस समाचार घेतला. तो आरडाओरडा ऐकून आसपासच्या खोल्यातले विद्यार्थी गोळा झाले. कुणीतरी रेक्टरला बोलावलं. रेक्टर येताच मारामारी थांबली. तो प्रकार पाहून ते खूपच संतापले. प्रथम त्यांनी सर्वांवरच मनसोक्त तोंडसुख घेतलं. मग प्रत्येकाचं नाव लिहून घेतलं आणि कुणाचं काहीही ऐकून न घेता ते आले तसे चालते झाले.

अनपेक्षितपणे वामन त्या दिवशी माझ्या मदतीला आला अन् त्या दिवसांपासून आमची चांगलीच मैत्री झाली. वास्तविक वामनच्या आणि माझ्या स्वभावात जमीन-अस्मानाचा फरक होता. पण तरीही कॉलेजच्या विश्वात वामन जोशी आणि विलास लोणकर (म्हणजे मी!) ही जोडी प्रसिद्ध होती. कित्येकांना या मैत्रीचं आश्चर्यही वाटायचं; कारण वामन हा पराकोटीचा बुद्धिवादी माणूस होता. कुठलीही गोष्ट तर्काच्या कसोटीवर पारखल्याशिवाय व बुद्धीला पटल्याशिवाय स्वीकारायची त्याची तयारी नव्हती. पण एकदा एखादी गोष्ट पटली तर तिचा पाठपुरावा करण्यासाठी तो जिवाचं रान करीत असे. याच स्वभावापायी त्यानं कॉलेजात कितीतरी वेळा आंदोलनं केली होती. त्यात त्याला बहुधा यशही मिळालं होतं. कॉलेजातल्या रॅगिंगच्या अनिष्ट प्रथेमागे तोच हात धुऊन लागला होता. रेक्टरचा भ्रष्टाचारी कारभार त्यानेच उघडकीला आणून त्याची हकालपट्टी केली होती आणि सामुदायिक कॉपी प्रकरणाविरूद्ध त्यानेच आवाज उठवून तो प्रकार बंद पाडला होता.

केवळ कॉलेज हादरवून सोडायचं हा त्याचा कधीच उद्देश नव्हता. कुठं काही अन्यायाचं, चुकीचं, मूर्खपणाचं दिसलं की त्याच्याविरुद्ध तो दंड थोपटून उभा राहायचा आणि त्याला अनुयायीदेखील ताबडतोब मिळायचे. आपल्याला पटलेल्या मतांचा आणि तत्त्वांचा तो बेदरकारपणे पाठपुरावा करायचा. खुळचट समजुती आणि अंधश्रद्धा यांचा त्याला मनस्वी राग यायचा. त्याच्या दृष्टीने ईश्वर आणि पिशाच्च या दोन्हीही पोरकट कल्पना होत्या. या जगात केवळ 'माणूस' हाच श्रेष्ठ आहे आणि आपल्या कर्तृत्वानं तो आपलं भाग्य घडवू शकतो असं त्याला ठामपणे वाटत होतं. जगात अस्तित्वात असलेला कुठलाही धर्म त्याला मान्य नव्हता. केवळ माणुसकी हा एकच धर्म त्याच्या लेखी ग्राह्य होता. असा हा शंभर टक्के बुद्धिवादी माणूस!

आणि याउलट मी! जुन्या संस्कारात वाढलेला आणि म्हणूनच थोडासा परंपरावादी बनलेला. ईश्वर, भूतखेतं, धर्म, जाती या सर्वांवर माझा विश्वास होता. त्या प्रत्येक बाबतीतले वर्तणुकीचे नियम मी कसोशीनं पाळत होतो. आषाढी-कार्तिकी एकादशीला निष्ठेनं उपास करीत होतो. अंथरुणावर पडण्यापूर्वी आणि

सकाळी उठताना ईशस्तवन करायला मी चुकत नव्हतो. गायत्री मंत्राचा जप नियमानं करीत होतो. गळ्यातल्या जानव्याला कधी विसंबत नव्हतो. अमंगल शक्ती आणि अमंगल करणी या दोन्हीचे अस्तित्व मला मान्य होतं. त्याबाबतचे काही अनुभव (त्यातले बरेचसे अर्थातच ऐकीव!) माझ्या गाठीशी होते. पण माझ्या या साऱ्याच गोष्टींची वामन थट्टा करीत असे. मीही आपल्या परीनं वाद घालून त्याचं म्हणणं खोडून काढण्याच्या प्रयत्न करीत असे. यातून निष्पन्न काहीच होत नसे. कारण दोघेही आपापल्या मतांना आणि विचारांना पक्के चिकटून होतो. पण तरीही यामुळे आमच्या मैत्रीत कधी बाध आला नाही. उलट मी वारा येईल तशी पाठ फिरविणारा माणूस नसून एक जिद्दी आणि खंबीर वृत्तीचा माणूस आहे म्हणून वामनला माझ्याबद्दल आदरच वाटत असे. म्हणूनच आमची मैत्री कॉलेज-शिक्षण संपेपर्यंत अतूट राहिली होती. आम्ही केवळ कॉलेज-सहाध्यायी राहिलो नव्हतो. त्यापेक्षाही वेगळे काही बंध आमच्यात निर्माण झाले होते. मातापित्यांचं ऋण देखील न मानणारा वामन माझ्या मैत्रीचं ऋण मानीत होता. आणि त्यासाठी वाटेल ते करण्याची भाषा बोलून दाखवीत होता. भावनाप्रधानता त्याला कधी शिवलीच नव्हती. मला तो नेहमीच म्हणायचा-

"विल्या, लेका तुझा कधी प्रेमभंग झाला ना, तर जन्मभर त्या पोरीच्या नावानं रडत बसशील तू. जगात जगायचं तर माझ्यासारखं दगडाचं काळीज पाहिजे. अरे एखादीनं पाठ फिरवली तर गेलीस म्हणावं गाढवाच्या ×××! तुझ्यासारख्या छपन्न....×××!"

वामनचं बोलणं हे नेहमीच असं असायचं! शिवराळ! कधीकधी त्याच्या तोंडावर हात ठेवावासा वाटे. मी असं काही म्हटलं की तो खदाखदा हसायचा आणि म्हणायचा-

"च्यायला, विल्या! तू लेका अगदीच भटुरगा राहिलास बघ!"

...आमचं कॉलेज शिक्षणं संपलं आणि त्या पाठोपाठ येणारी व्यवसायाची वणवण मागे लागली. त्यापायी प्रत्येकजण वेगवेगळ्या दिशेला पांगला. ह्या प्रवाहात वामन आणि मी एकमेकांपासून दूर फेकलो गेलो. पोटाच्या विवंचनेत एकमेकांचा ठावठिकाणा माहीत करून घेणं जमलंच नाही. इंटरव्ह्यूच्या चार-दोन ठोकरा खाऊन अखेर मी एका नावाजलेल्या औषध-कंपनीत मेडिकल रिप्रेझेंटेटिव्ह म्हणून चिकटलो. भरपूर पगार आणि भत्ता मिळू लागल्याने फिरतीच्या नोकरीबद्दल मी फारशी कुरकुर केली नाही. यथावकाश माझं लग्न झालं. मनाजोगी बायको मिळाली आणि मी संसारात पूर्णपणे गुरफटून गेलो. वामनची आठवण पार बुजून गेली असं म्हणता येणार नाही पण... व्यवहाराच्या चाकोरीतून वेगानं फिरताना जुन्या आठवणी उगाळत बसायला वेळ नव्हता. काळाबरोबर पुढं जाणं भागच होतं. कारण थांबणं शक्य नव्हतं.

काळ चालला होता. माझी फिरतीही चालू होती. एकदा असाच मला मध्यप्रदेशाच्या सीमेलगतचा चंद्रपूर जिल्हा फिरतीसाठी मिळाला. माझं तिथलं काम मी जवळजवळ पूर्ण करीत आणलं होतं. आता चंद्रपूरजवळची दोनचार खेडी तेवढी राहिली होती. खेड्यातल्या डॉक्टर्स आणि आर्. एम्. पीज्ना भेटून झालं की मी परत जाणार होतो. त्यानुसार सकाळची न्याहारी आटोपून मी औषधाची बॅग उचलली आणि लॉजमधून बाहेर पडलो. पण स्टँडवर येताच माझ्या उत्साहावर विरजण पडलं. कारण तिथून जवळ असलेलं खेडं म्हणजे रुद्रपूर सात मैलांवर होतं आणि तिथं जायला एस्. टी. नव्हती. दुसरे खेडं लांब होतं. एस्. टी. ची सोयही होती पण ती गाडी सकाळी सातलाच सुटली होती. आता दुसऱ्या दिवसापर्यंत गाडी नव्हती. मी कपाळावर हात मारला. आता दिवस वाया घालवण्यापेक्षा मी रुद्रपूरलाच जायचं ठरवलं. शहराबाहेरच्या मेनरोडवर काहीतरी वाहन मिळेल असं मला समजलं. त्यानुसारच मी चालतच निघालो. आणि लवकरच आपण चूक केल्याचं माझ्या लक्षात आलं; पण आता इलाज नव्हता. मेनरोडवर पोहोचेपर्यंत माझी चांगलीच दमछाक झाली होती. घामानं मी निथळायला लागलो होतो. औषधांच्या त्या बॅगेमुळे हाताला रग लागली होती. रोडवर पोहोचताच मी बॅग खाली ठेवून एका कडेला उभा राहिलो. चंद्रपूरची हद्द इथेच संपत होती. रुद्रपूरकडे जाणारा निर्मनुष्य रस्ता रणरणत्या उन्हात लांबवर पसरला होता. त्या रस्त्यानं पायी तंगडत जाण्याची कल्पनादेखील अंगावर काटा आणणारी होती. मी मुकाट्याने एखाद्या वाहनाची वाट पाहू लागलो. पंधरावीस मिनिटं तशीच उलटली. पण एखादी बैलगाडीदेखील दिसेना तसा मी वैतागलो. पुन्हा मागे फिरून चालत लॉजवर जाणं किंवा रुद्रपूरची वाट धरणं हे दोन्ही पर्याय मला अजिबात पसंत नव्हते; त्यामुळे मी तसाच ताटकळत उभा राहिलो. अखेर दहा मिनिटांनी दुरून वेगाने येणारी एक जीप माझ्या दृष्टीच्या टप्प्यात आली. मी आनंदलो. चटकन हातात रुमाल घेऊन तो हात उंच करून फडकविण्यास मी सुरुवात केली. मला पाहताच जीपवाल्याने जोराने ब्रेक्स लावले पण गाडी इतकी वेगात होती की ती माझ्यापासून दहा फूट पुढे जाऊन थांबली. चाकं काही अंतर रस्त्यावरून अक्षरशः घासत गेल्याचीही मला जाणीव झाली. ड्रायव्हरचा बेदरकारपणा पाहून या जीपमधून प्रवास करावा की नाही असाही एक विचार त्या क्षणी देखील माझ्या मनात आला. पण तेवढ्यात ड्रायव्हरने मागे वळून पाहिलं आणि बॅग उचलणारा माझा हात जागच्या जागीच थबकला. त्या माणसाने तर मला पाहून बाहेर उडीच घेतली.

"विल्या, लेका तू?" - असं ओरडून तो धावतच माझ्याकडे आला. दोन्ही हात पसरून त्याने मला घट्ट मिठीच मारली. तो वामन होता! अचानक झालेल्या भेटीमुळे बसलेला आश्चर्याचा धक्का ओसरताच आम्ही दोघांनी एकमेकांची चौकशी

केली. मी त्या विभागात मेडिकल रिप्रेझेंटेटिव्ह म्हणून आल्याचं कळताच त्याला आनंद झाला. तो चंद्रपूरजवळच्या जंगलात फॉरेस्ट ऑफिसर म्हणून काम पाहत होता.

"विल्या लेका आलाहेस तर आता माझ्या बंगल्यावर चांगला आठ दिवस मुक्काम ठोक बरं का! खूप दिवसांच्या गप्पा साचल्यात." वामन उत्साहानं बडबडत एकीकडे जीप चालवीत होता. त्याच्यात तसा काही फारसा बदल झालेला दिसत नव्हता. पोट किंचित सुटलं होतं आणि टक्कल थोडं वाढलं होतं इतकंच. मी हसतच त्याच्या पोटावर उलट्या पंजानं एक चापट मारली अन् साभिप्राय नजरेनं त्याच्याकडे पाहिलं.

"म्हणजे काय? वयोमानानुसार एवढं हवंच की! विल्या, तू मात्र कॉलेजात होतास तसाच चिकणा राहिलाय अजून." तो म्हणाला. आम्ही दोघेही दिलखुलास हसलो.

त्या दिवशी वामनला सुटी असल्यानं मी माझी सर्व कामं त्याच्या जीपमधून हिंडूनच उरकली आणि मग आम्ही त्याच्या बंगल्यावर गेलो. भोवती झकास बगीचा असलेला तो टुमदार बंगला पाहताक्षणीच मला आवडला. फाटकातून आत जाणाऱ्या छोट्याशा रस्त्यावर वेलींची सुंदर कमान तयार केलेली होती. बंगल्यापाशी अगदी जवळ दाट झाडी नव्हती हे खरं, पण सुमारे दोन अडीचशे फुटांपलीकडे लगेच जंगल सुरू होतं होतं. मला तो हिरवागार परिसर एकदम आवडला. मी लगेच मनाशी ठरवून टाकलं- कामाचा रिपोर्ट आणि सिक् लिव्हचा अर्ज हे दोन्ही उद्याच हेड ऑफिसला पाठवून द्यायचं आणि वामनकडे तब्बल आठ दिवस मुक्काम ठोकायचा. आम्ही दोघंही आत शिरलो.

"लाखऽऽन्" अशी दणदणीत हाक मारीतच वामन पोर्चच्या पायऱ्या चढला. आतून धावतच एक माणूस बाहेर आला, त्याचा काळा रंग, मोठाल्या गालमिशा आणि तांबारलेले डोळे, असा एकंदर अवतार पाहून नाही म्हटलं तरी मी थोडासा घाबरलोच.

"काय रे! कुठं मेला होतास? जीपचा आवाज ऐकला नाहीस?" वामन त्याच्यावर डाफरला. त्यासरशी तो भयानक माणूस एखाद्या शेळीसारखा घाबरून- "जी साहेब चुकी झाली साहेब-" असं पुटपुटू लागला. त्यानं चटकन् माझ्या हातातली बॅग घेतली आणि ती भिंतीशी ठेवीत- "च्या टाकतो-" असं म्हणत तो आत सटकला. मी तो गेला त्या दिशेकडे पाहतच राहिलो. ते लक्षात येताच वामनने माझ्या पाठीवर थाप मारली.

"विलास, लाखन मोठा चांगला माणूस आहे. त्याच्या नुसत्या रूपावर जाऊ नकोस. या जंगलातल्या धोकेबाज अन् एकाकी आयुष्यात तोच माझा जिवाभावाचा सोबती आहे." वामन म्हणाला.

"म्हणजे? वहिनी, मुलबाळं वगैरे कुठे दुसरीकडे....?" मी चाचरत प्रश्न केला.

"छे! छे!! संसाराचा फापटपसारा मी मांडलाच नाही दोस्त!"

"का?"

"ती एक कहाणीच आहे. आयुष्यात प्रथमच एका सुरेख पोरीनं आमच्या या बेदरकार वागण्यावर जीव जडवला, पण तिच्या बापाला ते आवडलं नाही. त्यानं तिचं लग्न तातडीनं दुसरीकडे ठरवायचा प्रयत्न केला, तेव्हा त्या पोरीनं सरळ माझ्या नावे एक पत्र पाठवलं आणि जिवाचा अंत करून घेतला. तेव्हाच ठरवलं आपल्यासाठी एक जीव हकनाक गेलाय; आता लग्नाच्या भानगडीतच पडायचं नाही."

मी वामनकडे पाहतच राहिलो. याच्यासारख्या बेछूट माणसानं अव्यक्त प्रेमासाठी एवढा त्याग करावा याचंच मला आश्चर्य वाटलं. बरं हे सारं सांगताना त्याच्या आवाजात कंप नव्हता की गहिवर नव्हता. सगळा सरधोपट कारभार. मी मात्र अगदी सुन्न होऊन गेलो. थोडा वेळ कुणीच काही बोललं नाही. अखेर तोच म्हणाला-

"विल्या, अरे जगात अशा गोष्टी पावलागणिक घडतात. कुणासाठी दुःख करणार आहेस तू? इथं आला आहेस तर अगदी मजेत राहिलं पाहिजेस." मी यावर काहीच बोललो नाही.

"लाखन, अरे चहा आणायला कुठे आसामला गेलास काय?" - वामननं पुन्हा दणदणीत हाक घातली.

"जी आलो साहेब!" आतून लाखन ओरडला.

थोड्याच वेळात एका ट्रेमध्ये चहाच्या कपबशा आणि चिवड्याच्या डिशेस् घेऊन तो हजर झाला. आमच्यासमोर टी पॉयवर ट्रे ठेवून तो उभा राहिला.

"आणि तुझ्यासाठी चिवडा नाही आणलास रे?"

"मी आत घेतो जी!" लाखन म्हणाला.

वामनने त्याच्याकडे रागानं पाहिलं. त्यासरशी तो आत पळाला आणि एक कपबशी आणि डिश् घेऊन लगेच बाहेर आला. आमच्या बरोबरच त्यानेही चहा-चिवडा खाल्ला.

"लाखन, हा माझा दोस्त! विलास लोणकर. आपल्याकडे चार आठ दिवस राहणार आहे; तेव्हा मी नसताना त्याची जेवणखाणाची, करमणुकीची सर्व व्यवस्था तू पाहायची." वामननं बजावलं. लाखनने मान हलवून होकार दर्शविला. मला मात्र त्या प्राण्याविषयी अजून आपुलकी वाटत नव्हती. पण मग हळूहळू त्याचा गोष्टीवेल्हाळपणा लक्षात यायला लागला. अशिक्षित असूनही त्याची वर्णनशैली इतकी जबरदस्त होती की माणूस जागच्या जागी बांधल्यासारखा व्हायचा. मला हा अनुभव आला तेव्हापासून लाखन मला आवडू लागला. त्याच्या वागण्या बोलण्यातून

धन्याविषयीची काळजी आणि प्रेम स्पष्ट दिसून येत होतं. वामन त्याच्यावर एवढी माया का करतो ते माझ्या लक्षात आलं होतं.

दुसऱ्या दिवसापासून माझा वेळ अगदी मजेत जाऊ लागला. भल्या सकाळी आणि संध्याकाळी वामनबरोबर जंगलात फिरायला जाणं; गप्पा मारणं, लाखनच्या हातच्या चमचमीत पदार्थांचा समाचार घेत त्यानं सांगितलेल्या जंगलच्या सुरस कथा ऐकणं, दुपारी वाचन अन् छानशी झोप! असा माझा तिथला दिनक्रम असायचा. आणि तो मला फारच मानवला होता.

पण दोन तीन दिवस उलटले आणि दुपारी वामन जेवायला आला तो जरा चिडक्या मन:स्थितीतच! त्याचं जेवणाकडे आणि गप्पांकडे देखील फारसं लक्ष नव्हतं. एरवी लाखनची स्तुती करीत, थट्टा विनोद करीत चवीनं जेवणारा वामन आज मुकाट्यानं वचावचा जेवत असलेला पाहून मी ओळखलं की आज काहीतरी बिनसलेलं दिसतयं. पण तो जेव्हा आपणहून काही सांगेना तेव्हा अखेर मीच त्याला विचारलं-

"का रे? आज मूड काही बरोबर दिसत नाही तुझा!"

"अरे हे हरामखोर लोक रे! वैताग आणतात नुसता!"

"का? काय झालं आज?"

"अरे इथं या जंगलात मजूर म्हणून काम करणाऱ्या आदिवासी लोकांना मूर्खपणाच्या समजुतींनी इतकं ग्रासलेलं आहे की त्यांच्या वागण्याच्या पद्धती पाहूनच चीड येते. जोपर्यंत इथल्या कामाशी या गोष्टींचा संबंध येत नाही तोपर्यंत आपण त्याबाबत काहीच बोलायचं नाही असं मी ठरवलं होतं; पण अखेर ती वेळ आलीच. पंधरा-वीस दिवसांपूर्वी एकाएकी जंगलात कुठे तरी नगारा वाजायला लागला. आणि त्यासरशी सर्व कामगार माझ्याभोवती जमले आणि सुटी मागू लागले. त्यांच्या मांत्रिकाच्या अंगात म्हणे त्यांचा देव आला होता. त्याच्या दर्शनाला त्यांना जायचं होतं. कुणी गेलं नाहीतर त्या देवाचा कोप होतो म्हणे! त्याच्यापुढे पापाची कबुली द्यायची, शरणागती पत्करायची आणि तो सांगेल ते प्रायश्चित्त घ्यायचं असा त्यांचा रिवाज आहे. पहिलीच वेळ होती म्हणून मी त्यांना त्यादिवशी रजा दिली. पण आठ-दहा दिवसांनी पुन्हा सगळे माझ्यासमोर हजर! पुन्हा रजा मागण्याचे कारणही तेच! मी चिडलो. रजा देत नाही म्हणालो. तरीही ते विनवण्या करीतच राहिले; पण मी बधलो नाही. जो कुणी गैरहजर राहील त्याला पाच रुपये दंड केला जाईल अशी धमकीही दिली. पण त्यांनी दंड भरायचा कबूल केला आणि ते निघून गेले. त्यांच्यापैकी एकही जण मागे राहिला नाही."

"ते बरोबर आहे मालक. त्यांची श्रद्धाच एवढी आहे की तुम्ही त्यांना काय वाटेल ती शिक्षा केलीत तरी ते ती सोसतील पण नगारा वाजायला लागला की

आधी तिकडे धावतील.'' लाखन मध्येच म्हणाला.

''नाही लाखन! आजही नगारा वाजतो आहे; पण मी त्यांना जायचं नाही, असं सांगितलं आहे. या जंगलातून हद्दपार करीन असंही बजावून आलोय.''

लाखननं फक्त मान हलविली. त्याचा काही उपयोग नाही असंच त्याला सुचवायचं होतं

''पण लाखन; असं दर आठ दिवसांनी त्या मांत्रिकाच्या अंगात यायला लागलं तर साहेबानं तरी काय करावं?'' मी विचारलं.

''नाही साहेब. त्या मांत्रिकाच्या अंगात असं वारंवार येत नसतं. दरवर्षी त्याचा उत्सव असतो त्यावेळी फक्त येतं.''

''मग हल्लीच त्या देवाला एवढी आठवण का व्हायला लागलीय या भक्तांची?'' वामननं उपहासानं विचारलं.

पण लाखन गंभीरच होता. थोडं थांबून तो म्हणाला,

''माझ्या कानांवर थोडी कुजबूज आलीय साहेब!''

''सांग.''

''तुम्ही सध्या जंगलाच्या दुसऱ्या टोकाकडे जीपनं जाता येईल असा रस्ता तयार करण्याचं योजलं आहे.''

''होय. त्यामुळे दरवेळी जंगलाला मोठा वळसा घालून जावं लागणार नाही; त्या दृष्टीने मी कामाला सुरुवात केलीय.''

''पण हा रस्ता तुम्ही ज्या भागातून नेणार आहात त्याच भागात त्यांच्या देवाचं वसतिस्थान आहे. एकाच रिंगणात वाढलेली ती पाच उंबराची झाडं म्हणजे आदिवासींचं पवित्र स्थान आहे. त्यापैकी दोन तुमच्या या रस्त्यामुळं तोडली जाणार आहेत. त्यासाठीच देव वारंवार येतोय. माझ्या निवासस्थानाला धक्का लागता कामा नये असं बजावतोय. त्यामुळे आदिवासींत मोठीच घबराट पसरलीय. जे त्या झाडांची तोड करतील, त्यांचे बळी जातील, त्यांचा निर्वंश होईल असं बोललं जातंय!''

''अस्सं!'' -वामन ओठ आवळून म्हणाला. ''पण त्या देवाचं त्याच झाडांवाचून काय अडलयं. एवढं मोठं जंगल पडलंय की!''

''कित्येक वर्षांपासूनचं देवाचं ठिकाण आहे मालक ते!'' लाखन म्हणाला.

''तू काहीही म्हण लाखन, पण असल्या भाकडकथांवर माझा बिलकूल विश्वास नाही.'' असं म्हणत वामन हात धुण्यासाठी बेसिनकडे गेला. आम्ही दोघेही सुपारी खाऊन बाहेरच्या ओसरीवर खुर्च्या टाकून बसलो. इतक्यात कामावरचा मुकादम घाबऱ्या घाबऱ्या तिथे आला.

''साहेब-साहेब सगळे मजूर पळाले साहेब!'' धापा टाकीतच त्यानं सांगितलं.

''काऽय?'' असं म्हणत वामन ताडकन उभा राहिला.

"तू काय करीत होतास मग?" त्यानं संतापून विचारलं.

"मी... मी खूप सांगितलं जी! पण कुणी माझं ऐकूनच घेतलं नाही. एकजात सगळे काम टाकून निघून गेले."

वामननं संतापाने मुठी आवळल्या, "ह्या रानटी लोकांची एवढी मिजास? माझ्याशी गाठ आहे म्हणावं!" -असं म्हणत त्यानं पायात बूट चढवायला सुरुवात केली. त्याला इतका संतापलेला मी कधीच पाहिला नव्हता. त्यामुळेच अशा वेळी त्याला एकट्यालाच जाऊ देणं ठीक नाही, असं मला का कोण जाणे पण वाटू लागलं.

"वामन...तू.... त्या देवस्थानाकडे जाणार आहेस?"

"हो! ....का?"

"मग मीही येतो तुझ्याबरोबर!"

"का? त्यांचा तो दगडांचा देव मला गिळून टाकील अशी भीती वाटतेय की काय तुला?"

"तसं नव्हे; पण मलाही उत्सुकता निर्माण झालीय."

"ठीक आहे. चल तर मग."

थोड्याच वेळात आम्ही दोघं बाहेर पडलो. काही अंतर गेल्यावर मी सहजच मागे वळून पाहिलं; आणि मागून येणारा लाखन मला दिसला. वामन स्वत:च्याच संतापात चूर असल्यानं रस्त्यानं कुणीच बोलत नव्हतं. मोठमोठ्या वृक्षांच्या गर्दीतून मध्यान्हीचं ऊन खाली गळत होतं, पण झाडीच्या गारव्यामुळं त्याचा चटका जाणवत नव्हता. बरंच अंतर गेल्यावर ढोलक्यांचा आवाज स्पष्ट होऊ लागला. आदिवासींचं देवस्थान जवळ येऊ लागल्याचं मी ओळखलं. आणि मग आणखी थोड्याच वेळात ते दृश्य मला दिसलं. एकाच रिंगणात उभी असलेली ती उंबराची पाच प्रचंड झाडं होती. त्या प्रत्येकाचे बुंधे लाल रंगानं रंगवलेले होते. त्यापैकी मधल्या झाडाच्या पायथ्याशी शेंदूर लावलेला एक दगड ठेवलेला होता. तोच त्यांचा देव असावा. दुसऱ्या एका झाडावर फांदीला लटकणारा एक भला मोठा नगारा होता. त्या पाच झाडांच्या रिंगणात एक मांत्रिक नाचत, घुमत होता. गवताच्या उभ्या काड्यांचा मुकूट त्यानं घातलेला होता. कमरेला वाघाचं कातडं गुंडाळलेलं होतं. गळ्यात कवड्यांच्या आणि इतर नानाविध मण्यांच्या माळा होत्या. आपला काळाशार चेहरा त्यानं चित्रविचित्र रंगांनी रंगवला होता. त्या पाच झाडांच्या रिंगणाबाहेर सगळे आदिवासी जमले होते. त्यातले काहीजण ढोलकी बडवत होते आणि सारेच जण गंभीर आवाजात म्हणत होते-

"हुम् हुम्.....हुडंबा, होऽला! हुम् हुम्....हुडंबा, होऽला! !" एकेक आदिवासी त्या रिंगणात येत होता आणि देवासमोर व मांत्रिकासमोर लोळण घेत होता. क्वचित

प्रश्नोत्तरं होत होती. ढोलकीच्या आवाजातून घुमत वर येणारा- "हुम् हुम्...हुडंबा, होऽला" चा लयबद्ध गजर मन थरारून सोडीत होता. ते दृश्यच माणसाला जागेवर खिळवून टाकणारं होतं. वामनही क्षणभर थबकला. लाखन चटकन् त्याच्याजवळ गेला आणि म्हणाला-

"साहेब, कृपा करून रिंगणात प्रवेश करू नका; आणि त्यांच्या मांत्रिकाचा अपमान करू नका. तुम्हाला काय बोलायचं ते आपल्या आदिवासी मजुरांशी बोला."

पण त्याच्या सांगण्यानं वामन अधिकच बिथरला. ताडकन लाखनच्या मुस्काडीत मारूनं त्यानं त्याला बाजूला ढकललं आणि तिरमिरीत तो सरळ रिंगणात घुसला. त्यासरशी सगळीकडे एकदम शांतता पसरली. झाडांची सळसळ देखील थांबली असं मला वाटलं. त्या जीवघेण्या शांततेचा भंग करीत वामन ओरडला-

"ताबडतोब कामावर चला! नाहीतर या जंगलातून प्रत्येकाला हद्दपार व्हावं लागेल."

शांतता पूर्ववतच राहिली. असंख्य डोळे वामनवर रोखले गेले.

"मी काय म्हणतोय ते ऐकू आले ना?" तो परत रागानं म्हणाला. मांत्रिकही रागानं थरथरत वामनकडे पाहात होता. त्याने आदिवासींच्या म्होरक्याला आपल्या भाषेत काहीतरी सांगितलं. त्यासरशी तो पुढे झाला.

"साहेब, रिंगणातून बाहेर या साहेब! देवाचा कोप होईल. देवाला नमस्कार करून माफी मागितलीत तर तो दयाळूपणानं क्षमा करील!" तो वामनला सांगत होता.

वामन तुच्छतेनं हसला.

"तुमचा हा दगडाचा देव काय करणार आहे मला?" असं संतापानं म्हणत तो पुढं झेपावला. खसकन त्यानं त्या देवाच्या गळ्यातल्या कवड्यांच्या माळा ओढून दूर फेकल्या. त्या हिसक्यासरशी तो दगड एका बाजूला कलंडला. त्याचं तोंड आमच्या बाजूला झालं आणि प्रथमच मला डोळ्यांच्या खोबणीत बसवलेल्या त्या मोठाल्या कवड्या दिसल्या. देवाला भयानक स्वरूप प्राप्त करून देणाऱ्या दोन पांढऱ्यासफेद कवड्या! वामननं फेकलेल्या माळा मांत्रिकाच्या पायाशी पडल्या; आणि तो दचकून एकदम मागे सरकला.

"...वामऽन!" मी ओरडलो. लाखनने तर चक्क डोळेच मिटून घेतले. पण वामन बेभान अवस्थेत होता. मांत्रिकानं एक हात वामनकडे करून संतापानं काही शब्द उच्चारले त्यासरशी जमावात कोलाहल माजला. प्रत्येकानं थडाथड आपल्या थोबाडीत मारून घेतल्या आणि देवासमोर मातीत लोटांगणं घातली.

दोन्ही हात उंच करून मांत्रिकानं तो कोलाहल थांबवला. आदिवासी भाषेत त्यानं मोठ्यानं काहीतरी सांगितलं. आणि नगाऱ्यावर जोरानं टिपरी मारली. त्यासरशी

सारेजण मुकाट्यानं परत फिरले. ते कामावर निघालेले पाहून वामननं समाधानाचा निःश्वास सोडला. त्या मांत्रिकाकडे एक तिरस्कारपूर्ण कटाक्ष टाकून तो रिंगणातून बाहेर आला आणि आम्हाला म्हणाला-

''चला.''

''वामन, वामन तू असं करायला नको होतंस.'' मी म्हणालो.

''विल्या, शेंदूर फासलेल्या दगडाला तू घाबरत असशील, मी नव्हे! समजलास!'' त्यानं चिडून उत्तर दिलं.

यावर मात्र मी काही बोललो नाही, अस्वस्थ झालेला लाखनही आमच्या मागून मुकाट्यानं चालायला लागला. आम्ही प्रथम कामाच्या जागेवर आलो. मुकादमाच्या देखरेखीखाली सारे मजूर चुपचाप काम करीत होते. कुणी डोळा उचलूनही आमच्याकडे पाहिलं नाही. ती विचित्र शांतता माझ्या दृष्टीनं असह्य होती. वामनला सांगून मी लाखनबरोबर बंगल्यावर परतलो.

''लाखन, चहा टाक.'' आत येताच मी म्हटलं. लाखनशी दृष्टादृष्ट करणं मला टाळावंसं वाटत होतं. लाखन चुपचाप स्वयंपाकघरात गेला. मी अस्वस्थपणे बाहेर फेऱ्या घालीत होतो. थोड्या वेळानं मी आत गेलो. लाखन पाठमोरा होता; पण त्याला माझी चाहूल लागली असावी. स्टोव्हच्या पिवळ्या जाळांकडे बघत, माझ्याकडे वळूनही न पाहता तो म्हणाला,

''साहेब मालकानं हे काही चांगलं केलं नाही.'' त्याला काहीही उत्तर न देता मी बाहेर आलो. माझ्या डोळ्यांसमोर मात्र दिसत होते ते कवड्यांचे भयानक डोळे आणि मांत्रिकाच्या पायाशी पडलेली कवड्यांची माळ!

संध्याकाळी वामन घरी आला तेव्हा तो नेहमीच्याच मूडमध्ये होता. त्याचा चेहरा आनंदी होता. वेगळं काही घडलं आहे याची पुसटशी जाणीवही त्याच्या चेहऱ्यावर नव्हती. अस्वस्थ झाली होती ती आमची मनं! नेहमीप्रमाणे मी त्याच्याबरोबर फिरायला गेलो. रात्री जेवणं झाल्यावर आम्ही चर्चा केली. आम्ही झोपलो तेव्हा रात्रीचे अकरा वाजले असावेत.

दुसऱ्या दिवशी आम्ही चहाच्या वेळी पुन्हा एकत्र जमलो. वामनचे डोळे किंचित तांबूस दिसत होते. आळसावून त्यानं जांभई दिली; आणि तो म्हणाला-

''आज अंग कसं मोडून आल्यासारखं वाटतंय.''

डाव्या उजव्या बाजूला वळून त्यानं हाडं मोडली. लाखन कपात चहा ओतीत होता. किटली बाजूला ठेवीत तो म्हणाला-

''मालक, तुम्ही अजून देवाची क्षमा मागा. तो मांत्रिक तुमच्या मागं लागेल.''

वामन मोठ्यानं हसला. 'आता या वेड्याला काय म्हणावं,' असंच त्याला त्यातून सुचवायचं होतं.

"काय रे विलास; काल रात्री झोपल्यावर पंधराच मिनिटांनी तू माझ्या खोलीच्या दारावर टक्टक् कशाला केलीस?" चहा पिता पिता त्यानं विचारलं.

"कुणी मी? छे बुवा!"

"मग मला तसा भास झाला असेल."

आत जाणाऱ्या लाखननं थबकून आमचा हा संवाद ऐकला आणि मग तो आत निघून गेला. तो दिवस मजेत पार पडला. माझी मानसिक अस्वस्थताही आता जवळ जवळ नाहीशी झाली होती. नाही म्हणायला लाखन तेवढा उदास वाटत होता खरा.

तिसरा दिवस उजाडला. कुठल्याशा इंग्रजी कांदबरीच्या वाचनात मी अगदी गर्क होतो; पण तरीही मला ते जाणवलंच. वामन मला टाळण्याचा प्रयत्न करीत होता. त्याचं काहीतरी बिनसल्यासारखं वाटत होतं. अखेर संध्याकाळी मी त्याला त्याबद्दल छेडलं. प्रथम तो काहीच बोलेना पण नंतर मात्र त्यानं मला ते सांगितलं.

"विलास, काल रात्री मला एक अगदीच विचित्र दृश्य दिसलं. कदाचित तो भासही असेल. पण...पण भास इतके स्पष्ट असू शकतात?" तो स्वत:शीच पुटपुटल्यासारखं म्हणाला.

"काय दिसलं तुला?" मी उत्सुकतेनं विचारलं.

"मी काल रात्री कसल्याशा आवाजानं गाढ झोपेतून जागा झालो. पडल्या पडल्याच मी कानोसा घेतला. कुणीतरी दारावर टिचक्या माराव्यात तसा आवाज थांबून थांबून येत होता.

"कोण आहे?" मी मोठ्यानं विचारलं. पण उत्तर आलं नाही. मी दार उघडण्यासाठी अंथरुणातून उठलो. पण दारापर्यंत पोचायच्या आतच माझ्या लक्षात आलं की आवाज खिडकीच्या तावदानाकडून आला होता. मी थांबलो आणि खिडकीकडे पाहिलं. आणि मला आश्चर्याचा धक्काच बसला. बाहेरच्या बागेतल्या मोठ्या दिव्याचा प्रकाश खिडकीच्या तावदानांवर पडला होता. त्या उजेडात मला ते दिसलं. ती एक माळ होती विलास! कवड्यांची माळ!"

मी दचकून त्याच्याकडे पाहिलं.

"होय विलास! थोड्या वेळानं ती माळ खाली सरकली आणि दिसेनाशी झाली. मी भानावर आलो. घडळ्यात पाहिलं. रात्रीचे बारा वाजले होते. चटकन मी टेबलाच्या खणातली बॅटरी काढली आणि बाहेर आलो. पण तिथे कुणीही नव्हतं. मी खिडकीची तपासणी केली. पण मला काहीच सापडलं नाही. जर ती माळ खरोखरीच तिथे होती तर ती मला बाहेर आल्यावर दिसायला हवी होती. अखेर मी पुन्हा आत आलो आणि झोपलो."

वामनच्या बोलण्यानं खरं म्हणजे मीही थोडासा घाबरलोच होतो पण त्याला तसं न भासवता मी म्हटलं –

“वामन हा तुझ्या सुप्त मनाचा खेळ असावा. परवा घडलेली घटना त्या सुप्त मनात कुठेतरी खोलवर दडली असावी. त्यामुळेच तुला तसं दिसल्याचा भास झाला.”

वामनला माझ्या बोलण्यानं आनंद वाटला.

“मलाही तसंच वाटतं विलास. आज माझा खरा मित्र शोभलास बघ.” तो म्हणाला.

“पण ... वामन, तुला असा भास पुन्हा झाला तर तू बाहेर जाऊ नकोस. याबाबतीत मात्र माझं ऐक.”

त्यावर वामन नुसताच हसला. तो विषय तेवढ्यावरच राहिला. आणखी एक रात्र उलटली. सकाळी वामन दिसताच मी त्याच्याकडे शोधक नजरेनं पाहिलं. तो नेहमीसारखाच बोलत असला तरी 'तो' भास त्याला पुन्हा झाला आहे, हे माझ्या लक्षात आलं. वामन अंतर्बाह्य ढवळून निघालेला दिसत होता. पण त्याच्यासाठी मी काही एक करू शकत नव्हतो. मांत्रिकाकडे जाऊन त्याची आणि त्याच्या देवाची क्षमा मागणं वामनला कधीही मंजूर होणार नव्हतं. आणि या साऱ्या प्रकाराचा शेवट काय होणार याची मला कल्पना नव्हती. कदाचित ... कदाचित ते लाखनला ठाऊक असण्याची शक्यता होती. पण तो प्रकार घडल्यापासून त्याचा चेहरा असा काही दिसत होता की त्याच्याजवळ काही बोलणं मला शक्य झालं नाही. तो दिवसही तसाच पार पडला.

रात्री मी गाढ झोपेत असताना अचानक कुणाच्या तरी ओरडण्यानं जागा झालो. मी ताडकन अंथरुणात उठून बसलो. दुसऱ्याच क्षणी अंधारातच कुणीतरी जोरानं माझ्या अंगावर येऊन आदळलं. तो लाखन होता! घाबरलेल्या स्वरात–

“साहेब... साहेब!” असं म्हणत त्यानं मला जवळजवळ मिठीच मारली.

“अरे, बोल की काय झालं ते!” –मी ओरडलो.

पण त्याची भीतीनं बोबडीच वळली होती.

“ती... ती... आली!” बाहेर बोट करीत, धापा टाकीत तो कसाबसा बडबडला. मला काहीच कळेना. मी त्याला बाजूला सारलं आणि बाहेर आलो. ओसरीवर लाखनचं अंथरुण होतं. पण तिथे कुणीही नव्हतं. मी आत आलो.

“साहेब... तुम्हाला... ते दिसलं?”

“काय? मला काहीएक दिसलं नाही.”

लाखननं सुटकेचा श्वास सोडला. पण नंतर त्यानं मला जे सांगितलं ते फारच भयंकर होतं. लाखन नेहमीप्रमाणे ओसरीवर झोपला होता. रात्री अचानक त्याला हातावरून काहीतरी सरकल्यासारखं वाटलं. अभावितपणेच अंथरुणाबाहेर पसरलेला आपला हात त्यानं मागे खेचला आणि... आणि ते त्याच्या हातात आलं. ती कवड्यांची माळ होती. विषारी सर्प दिसावा इतक्या जोरात त्यानं किंचाळी मारली

आणि हात झटकला. माळ खाली पडली, पण एखाद्या नागानं शेपटीवर उभं राहावं तशी ती उभी राहिली, लाखनसमोर (जणू काही त्याच्याकडे पाहातच) ती डोलू लागली. त्यासरशी भयंकर घाबरलेला लाखन माझ्याकडे धावत आला. त्याची ही हकीकत ऐकून मी पुरताच हादरलो. पण खात्री करून घेण्यासाठी मी पुन्हा एकदा उठून बाहेर गेलो, बागेत जाऊन मी जमिनीवर शोधू लागलो. आणि मला ते सापडले! त्याठिकाणी माळ नव्हती पण काहीतरी सरपटत तिथून परत गेल्याच्या खुणा मातीवर स्पष्ट दिसत होत्या. आणि त्या खुणा जीवाणूच्या वाटत नव्हत्या. कदाचित लाखनच्या कथेचाही तो परिणाम असेल.

मी दिङमूढ होऊन उभा राहिलो. आणि अचानक मला वामनची आठवण झाली. वामन! त्याला त्या माळेपासून निश्चितच धोका होता. मी दुसऱ्याक्षणी आत धावलो. लाखनही पाठोपाठ होताच. वामनच्या खोलीचं लोटलेलं दार उघडून आम्ही आत गेलो. नाईट लँपच्या प्रकाशात त्याला शांत झोपलेला पाहून मला हायसं वाटलं. मी सुटकेचा श्वास सोडला. दार हलकेच ओढून घेऊन आम्ही बाहेर आलो. माझ्या खोलीत येऊन मी कॉटवर बसलो. लाखन माझ्यासमोरच जमिनीवर बसला. थोडा वेळ कुणीच बोललं नाही.

"लाखन, तुला मी सांगितलं नव्हतं; पण काल आणि परवा रात्री वामनलाही 'ती' माळ दिसली होती. खिडकीच्या तावदानावर ती आवाज करीत होती." मी म्हणालो. त्यासरशी लाखन दचकला.

"साहेब... नक्कीच मी मालकांच्या मागं लागलीय. त्यांना धोका आहे साहेब!" तो काळजीनं म्हणाला.

"ठीक आहे. आपण आपल्याकडून त्याचं रक्षण करायचा प्रयत्न करू. उद्यापासून आपण दोघांनी त्याच्या खोलीबाहेर खडा पहारा द्यायचा."

लाखननं ते कबूल केलं.

"जा तू आता झोपायला." – मी म्हणालो.

लाखन गेला पण त्याला आता झोप येणार नाही याची मला खात्री होती. रात्री केव्हातरी माझा डोळा लागला.

दुसऱ्या दिवशी वामन झोपल्यावर त्याच्या खोलीच्या खिडक्या आतून बंद असल्याची आम्ही खात्री करून घेतली आणि दार ओढून घेऊन बाहेर बसलो. रात्र पळा-पळानं पुढं सरकत होती. आम्हा दोघांच्याही मनावर विलक्षण ताण होता. दोघंही गप्प राहून अधून मधून उगाचच एकमेकांकडे पाहात होतो. सावधपणे मी सगळीकडे नजर ठेवून होतो. हातात बॅटरी तयार ठेवली होती.

...आणि रात्री साधारण पावणेबाराच्या सुमारास वामनच्या खोलीतून घुसमटलेला, दबलेला आवाज आणि धडपड मला ऐकू आली.

"लाखऽन!" –मी ओरडलो. आम्ही दोघंही ताडकन उठलो. दार उघडून लाखननं प्रथम प्रवेश केला आणि मी लाईटचा स्वीच ऑन केला... आणि दुसऱ्याच क्षणी लाखननं किंकाळी फोडली. ते दृश्यच तसं भयंकर होतं. अंथरुणावर वामन वेडावाकडा पसरलेला होता. त्याचा डावा हात निर्जीवपणे खाली लोंबकळत होता. आणि डोळे मात्र सताड उघडे होते. तो जिवंत नाही हे लक्षात येताच मी सुन्न होऊन गेलो.

"माल ऽऽ क!" –अशी हाक घालून लाखननं हंबरडाच फोडला. तो ओक्साबोक्शी रडायला लागला. मी वामनच्या अधिक जवळ गेलो आणि मग मलाच ते प्रथम दिसलं. त्याच्या लटकणाऱ्या हाताची मूठ अर्धवट उकललेली होती. आणि त्यात होत्या दोन पांढऱ्या शुभ्र कवड्या!

◆

एक दिवा विझताना...

रत्नाकर मतकरी

या संग्रहातल्या
'एक दिवा विझताना'सारख्या कथा न आकळणारी गूढरहस्ये या सूत्राभोवती फिरतात.
'चौथी खिडकी' ही एक अफलातून विज्ञानकथा 'काळ' या संकल्पनेभोवती रचली आहे, तर 'पोरखेळ'सारख्या कथेमधून मानवाचे नियतीच्या हातातले बाहुले असणे, हे सूत्र बाळाच्या बाहुल्यांशी खेळण्याच्या प्रतीकातून सूचित केले आहे. कलावंत आणि कला यांच्यातला तिढा मांडणारी 'सुचेता चक्रपाणी आणि तिचा कोकिळकंठ' ही कथा एक उत्कृष्ट फँटसी ठरते; ती जादुई वास्तववादाची आठवण करून देते.
संधिप्रकाशातल्या धूसर वातावरणात एखाद्या अरण्यात शिरावे, तसे मतकरी यांच्या कथा वाचताना वाटते.
वास्तव आणि कल्पना यांच्या सीमारेषेवर प्रवास सुरू होतो.
वाचकांना या अरण्यातल्या कळलेल्या, न कळलेल्या वाटांकडे नेण्यासाठी मतकरी कथनाचे वेगवेगळे घाट, निवेदनशैली यांचा वापर करतात.
हा प्रवास विलक्षण आकर्षक असतोच; पण तो आत आत खोलातही नेतो.

१४४